ಆಂತರರಾಷ್ಟ್ರೀಯ ಮಹಿಳಾ ದಿನ ಶತಮಾನೋತ್ಸವ ಮಾಲಿಕೆ–2

# ಕತ್ತಲಂಚಿನ ಕಿಡಿಗಳು

ಡಾ.ಮೀನಾಕ್ಷಿ ಬಾಳಿ



ಚಿಂತನ ಪುಸ್ತಕ

**KATTALANCHINA KIDIGALU :** A collection of column-writing on women's lives

by Dr. Meenakshi Bali

Published by Chinthana Pusthaka



Edition : I
First Impression : August 2010
Second Impression : 10-08-2023
ISBN : 978-81-909517-5-3
Pages : 82(78+4)
Price : Rs.100/-

Paper : Demi 1/8, 70 GSM

Cover Page : Artboard 300GSM

Cover Page Design : Ramu M

Cover Page Picture : KPN

Author : Dr. Meenakshi Bali
Sangathi,
Veerendra Patil Nagara
Sedam Road,
ADG Layout
Gulbarga - 585105

Publisher : Chinthana Pusthaka
#405, 1st Main, 10th Cross
Dollars Colony, J.P.Nagara 4th Phase
Bengaluru - 560078

Phone: 99022-49150

web : chinthanapusthaka.wordpress.com
chinthanapusthaka.blogspot.com

email : chintana.pustaka@gmail. com

Printers and Distributor : Repro Books Limited

ಇದು ಅಂತರ್ರಾಷ್ಟ್ರೀಯ ಮಹಿಳಾ ದಿನಾಚರಣೆಯ ಶತಮಾನೋತ್ಸವ ವರ್ಷ. ಇಂದಿಗೆ ಸರಿಯಾಗಿ ನೂರು ವರ್ಷಗಳ ಹಿಂದೆ, 26 ಆಗಸ್ಟ್ 1910 ರಂದು ಕೊಪನ್‌ಹೆಗನ್‌ನಲ್ಲಿ ನಡೆದ ಎರಡನೇ ಅಂತರ್ರಾಷ್ಟ್ರೀಯ ಸಮಾಜವಾದಿ ಮಹಿಳಾ ಸಮ್ಮೇಳನ ಅಂತರ್ರಾಷ್ಟ್ರೀಯ ಮಹಿಳಾ ದಿನವನ್ನು ಆಚರಿಸುವ ನಿರ್ಣಯವನ್ನು ಸರ್ವಾನುಮತದಿಂದ, ಮಾತ್ರವಲ್ಲ, ಅತೀವ ಹುಮ್ಮಸ್ಸಿನಿಂದ ಅಂಗೀಕರಿಸಿತು. ಅದಕ್ಕೂ 53 ವರ್ಷಗಳ ಹಿಂದೆ ನ್ಯೂಯಾರ್ಕ್ ನಗರದ ಗಾರ್ಮೆಂಟ್ ಉದ್ದಿಮೆಯ ಮಹಿಳಾ ಕಾರ್ಮಿಕರು ಹತ್ತು ಗಂಟೆ ಕೆಲಸ, ಕೆಲಸದ ಪರಿಸ್ಥಿತಿಗಳಲ್ಲಿ ಸುಧಾರಣೆಯ ಬೇಡಿಕೆಗಳ ಜೊತೆಗೆ ಮಹಿಳೆಯರಿಗೆ ಸಮಾನ ಹಕ್ಕುಗಳ ಬೇಡಿಕೆಯನ್ನೂ ಎತ್ತಿ ಹೋರಾಟಕ್ಕೆ ಧುಮುಕಿದ್ದ ಐತಿಹಾಸಿಕ ಮಾರ್ಚ್ 8, ಮುಂದಿನ ವರ್ಷದಿಂದ ಅಂದರೆ 1911 ರಿಂದ ಅಂತರ್ರಾಷ್ಟ್ರೀಯ ಮಹಿಳಾ ದಿನವಾಗಿ ಆಚರಿಸಲ್ಪಡುತ್ತಿದೆ. ಈ ವರ್ಷ ವಿಶ್ವಾದ್ಯಂತ ಪ್ರಗತಿಪರ ಶಕ್ತಿಗಳು ಮಾನವ ಕುಲ ಸಮಾನತೆಯ ಸಮಾಜದತ್ತ ಇನ್ನೊಂದು ಪ್ರಮುಖ ಹೆಜ್ಜೆಯಿಟ್ಟ ಈ ಐತಿಹಾಸಿಕ ದಿನದ ಶತಮಾನೋತ್ಸವ ಆಚರಿಸುತ್ತಿರುವಾಗ 'ಚಿಂತನ ಪುಸ್ತಕ'ವೂ ಡಾ. ಮೀನಾಕ್ಷಿ ಬಾಳಿಯವರ ಲೇಖನಗಳ ಎರಡು ಸಂಗ್ರಹಗಳೊಂದಿಗೆ ಇದರಲ್ಲಿ ಭಾಗಿಯಾಗುತ್ತಿದೆ. ಮುಂದಿನ ಮಾರ್ಚ್ 2011 ರವರೆಗೆ ಈ ದಿನದ ಆಶಯಗಳನ್ನು, ಚೈತನ್ಯವನ್ನು ನೆನಪಿಸಿಕೊಳ್ಳುವ ಇನ್ನೂ ಕೆಲವು ಪ್ರಕಟಣೆಗಳನ್ನು ತರುವ ಆಶಯ ನಮ್ಮದು.

ಪ್ರಸ್ತುತ ಸಂಗ್ರಹ ಡಾ. ಮೀನಾಕ್ಷಿ ಬಾಳಿಯವರು 2004–05 ರ ಅವಧಿಯಲ್ಲಿ 'ಅಗ್ನಿ' ವಾರಪತ್ರಿಕೆಯಲ್ಲಿ ಬರೆದ ಅಂಕಣ ಬರಹಗಳಿಂದ ಆಯ್ದ ಲೇಖನಗಳದ್ದು. ಮುನ್ನುಡಿಯಲ್ಲಿ ಕೆ.ಎಸ್. ವಿಮಲಾರವರು ಹೇಳಿರುವಂತೆ ಮಹಿಳೆಯರ ಪ್ರಶ್ನೆಗಳು, ಮಹಿಳಾ ಅಧ್ಯಯನ, ಸಮಾನ ಹಕ್ಕುಗಳು ಎಂಬುದೆಲ್ಲಾ ಇದೆ ಎಂದೂ ಗೊತ್ತಿರದ, ತಮ್ಮ ಬದುಕ ಬಟ್ಟಲಿನಲ್ಲಿ ಸಿಕ್ಕಿದ್ದು, ಅದನ್ನು ತಮ್ಮದೇ ರೀತಿಯಲ್ಲಿ ದಕ್ಕಿಸಿಕೊಂಡು ವೈಯಕ್ತಿಕ ಹಕ್ಕು ಸ್ಥಾಪಿಸಿಕೊಂಡ ಜೀವಗಳ ಕಥನಗಳಿವು; ಕಳೆದ ಒಂದು ದಶಕದಿಂದ ಪ್ರಜಾಸತ್ತಾತ್ಮಕ ಮಹಿಳಾ ಆಂದೋಲನದಲ್ಲಿ ತೊಡಗಿಸಿಕೊಂಡು ಗಳಿಸಿದ ಗಂಭೀರ ಚಿಂತನೆಗಳು, ಲೇಖಕರೇ ಹೇಳುವಂತೆ, ಬಾಲ್ಯದ ಗ್ರಹಿಕೆಗಳೊಂದಿಗೆ ಮುಖಾಮುಖಿಯಾಗಿ ರೂಪುಗೊಂಡ ಲೇಖನಗಳು. ಮಹಿಳೆಯರ ಪ್ರಶ್ನೆಗಳನ್ನು ಎಲ್ಲರೂ ಗ್ರಹಿಸಲು ಇವು ಅನುವು ಮಾಡಿಕೊಡುತ್ತವೆ ಎಂಬ ನಂಬಿಕೆಯಿಂದ ಇದನ್ನು ನಿಮ್ಮ ಕೈಗಳಲ್ಲಿ ಇಡುತ್ತಿದ್ದೇವೆ.

ಇದಕ್ಕೆ ಅನುಮತಿ ನೀಡಿದ ಮೀನಾಕ್ಷಿ ಬಾಳಿಯವರಿಗೆ, 'ಅಗ್ನಿ' ವಾರಪತ್ರಿಕೆಗೆ, ಸುಂದರ ಮುನ್ನುಡಿಯನ್ನು 'ಥಕ್ಕನೇ' ಬರೆದುಕೊಟ್ಟ ಕೆ.ಎಸ್. ವಿಮಲಾರವರಿಗೆ, ಛಾಯಾಚಿತ್ರ ಒದಗಿಸಿದ ಕೆ.ಪಿ.ಎನ್.ಗೆ, ಮುಖಪುಟ ವಿನ್ಯಾಸ ಮಾಡಿದ 'ಕ್ರಿಯಾ'ದ ಗೆಳೆಯ ರಾಮು ಹಾಗೂ ಮುದ್ರಣದ ಜವಾಬ್ದಾರಿ ನಿರ್ವಹಿಸಿರುವ ಚಂದ್ರು ಮತ್ತು ಅವರ ತಂಡಕ್ಕೆ ನಾವು ಕೃತಜ್ಞರು.

## ಡಾ.ಮೀನಾಕ್ಷಿ ಬಾಳಿ

ಕರ್ನಾಟಕದ ಸಾಂಸ್ಕೃತಿಕ ಲೋಕದಲ್ಲಿ ಹೆಸರಾಗಿರುವ ಇವರ ಜನನ ಗುಲ್ಬರ್ಗಾದಲ್ಲಿ ಜೂನ್ 22, 1962 ರಂದು. ಗುಲ್ಬರ್ಗಾ ವಿಶ್ವವಿದ್ಯಾಲಯದಿಂದ ಸ್ನಾತಕೊತ್ತರ ಪದವಿ. ಗುಲ್ಬರ್ಗಾದ ಹೈದರಾಬಾದ್ ಕರ್ನಾಟಕ ಶಿಕ್ಷಣ ಸಂಸ್ಥೆಯ ಎಂ.ಎಸ್.ಐ. ಪದವಿ ಮಹಾ ವಿದ್ಯಾಲಯದಲ್ಲಿ ಕನ್ನಡ ಉಪನ್ಯಾಸಕರು. 1996 ರಲ್ಲಿ "ಅನುಭಾವಿ ಕವಿ ಕಡಕೋಳ ಮಡಿವಾಳಪ್ಪನವರು ಮತ್ತು ಅವರ ಶಿಷ್ಯರು" ವಿಷಯದ ಕುರಿತು ಸಂಶೋಧನಾ ಪ್ರಬಂಧಕ್ಕೆ ಪಿ.ಎಚ್.ಡಿ. ಪದವಿ. ಒಂದು ದಶಕಕ್ಕೂ ಹೆಚ್ಚು ಕಾಲದಿಂದ ಪ್ರಗತಿಪರ ಮಹಿಳಾ ಆಂದೋಲನದೊಂದಿಗೆ ಗುರುತಿಸಿಕೊಂಡಿರುವ ಇವರು ಅಖಿಲ ಭಾರತ ಜನವಾದಿ ಮಹಿಳಾ ಸಂಘಟನೆಯ ರಾಜ್ಯ ಕಾರ್ಯದರ್ಶಿಮಂಡಳಿ ಸದಸ್ಯರಾಗಿಯೂ ಹಾಗೂ ಪ್ರಜ್ಞಾ ಕಾನೂನು ಸಲಹಾ ಸಮಿತಿ, ಗುಲ್ಬರ್ಗಾದ ಅಧ್ಯಕ್ಷರೂ ಆಗಿ ಸಕ್ರಿಯವಾಗಿ ಭಾಗವಹಿಸುತ್ತಿದ್ದಾರೆ.

ಪ್ರಕಟಿತ ಕೃತಿಗಳು :–

1. ಮಡಿವಾಳಪ್ಪನವರ ಶಿಷ್ಯರ ತತ್ವ ಪದಗಳು (ಸಂಪಾದಿತ ಕೃತಿ) – 1997
2. ಖೈನೂರು ಕೃಷ್ಣಪ್ಪನವರ ತತ್ವ ಪದಗಳು (ಸಂಪಾದಿತ ಕೃತಿ) – 1998
3. ತನ್ನ ತಾನು ತಿಳಿದ ಮೇಲೆ – 2004
4. ಚಿವುಟದಿರಿ ಚಿಗುರ – 2005

# ಮುನ್ನುಡಿ

ಮಲೆನಾಡಿನ ಬೆಳಕಿರದ ಕತ್ತಲ ರಾತ್ರಿಯಲ್ಲಿ ರಸ್ತೆಯಂಚಿನ ಮರಗಳ ಮೇಲೆಲ್ಲ ಮಿಣ ಮಿಣ ಬೆಳಗಿ ನೂರಾರು ದೀಪಗಳನ್ನು ಒಮ್ಮೆಲೇ ಬೆಳಗಿದಂತೆ ಭಾಸವಾಗುವ ಮಿಂಚುಳ್ಳಿ (ನಮ್ಮ ಭಾಷೆಯಲ್ಲಿ ಮೀನುಂಬಳ್ಳಿ)ಗಳ ನೆನಪಿಗೆ ನಾನು ಸರಿದೆ. ಗೆಳತಿ ಮೀನಾಕ್ಷಿ ಬಾಳಿಯವರು ಪರಿಚಯಿಸಿದ ಕುಂಬಾರ ರಾಚವ್ವ, ಐಗೋಳ ಗುರುಬಾಯಿ ಅಜೀಬ್ ತಮಾಷ್ಯಾದ ಪೋರಿಯರು ಮಹಿಳಾ ಪ್ರಶ್ನೆಗಳ ಕುರಿತು ಅಧ್ಯಯನ ಮಾಡಿದವರಲ್ಲ. ಭಾಷಣಗಳನ್ನು ಕೇಳಿದವರಲ್ಲ. ನಿಜ ಅಂದ್ರೆ ಪ್ರಪಂಚದಲ್ಲಿ ಇಂಥದ್ದೊಂದು ಇದೆ ಎಂದೂ ಗೊತ್ತಿರದ ಜೀವಗಳು. ಅವರ ಬದುಕ ಬಟ್ಟಲಿನಲ್ಲಿ ಸಿಕ್ಕಿದ್ದು, ಅದನ್ನು ತಮ್ಮದೇ ರೀತಿಯಲ್ಲಿ ದಕ್ಕಿಸಿಕೊಂಡು ವೈಯಕ್ತಿಕ ಹಕ್ಕು ಸ್ಥಾಪಿಸಿಕೊಂಡವರು. ಲೈಂಗಿಕ ಸ್ವಾತಂತ್ರ್ಯ ಅಥವಾ ಲೈಂಗಿಕತೆಯ ಬಗ್ಗೆ ಯದ್ವಾ-ತದ್ವಾ ಅಭಿಪ್ರಾಯಗಳು ಹರಡುತ್ತಿರುವ ಈ ಸಂದರ್ಭದಲ್ಲಿ ಈ ಕೃತಿಯ ನಾಯಕಿಯರೆಲ್ಲ ಒಂದು ರೀತಿ ಉತ್ತರಗಳೇ ಆಗಿವೆ.

ಸದ್ದಿಲ್ಲದೇ ಸರಿದು ಹೋದ ಸಿದ್ದಿಯರನ್ನು ಸುದ್ದಿಗೆ ತಂದ ಮೀನಕ್ಕನವರ ಬರಹಗಳು ಪುಸ್ತಕದ ರೂಪದಲ್ಲಿ ಪ್ರಕಟವಾಗುವುದಕ್ಕೆ ಇದು ಸಕಾಲ. ನಿಸರ್ಗ ಸಹಜ ಸಂಗತಿಗಳು ಈ ಹಿಂದೆಯೂ ನಡೆದಿವೆ. ಈಗಲೂ, ಮುಂದೂ ನಡೆಯುತ್ತಿರುವವೇ. ಅವುಗಳನ್ನು ಬಣ್ಣದ ಕನ್ನಡಕ ಹಾಕಿ ನೋಡಿ, ತಮ್ಮ ಮನಸ್ಸಿನ ಕೊಳಕೆಲ್ಲವನ್ನೂ ಶಾಯಿಯಾಗಿ ತುಂಬಿಸಿ ಬರಹಕ್ಕಿಳಿಸಿ ಅದನ್ನೇ ಶ್ರೇಷ್ಠವೆಂದು ಹೊಗಳಿಸಿಕೊಳ್ಳುತ್ತಿರುವವರಿಗೆ ಕುಂಬಾರ ರಾಚವ್ವ, ಐಗೋಳ ಗುರುಬಾಯಿ ಉತ್ತರವಾಗುತ್ತಾರೆ.

ಕುಂಬಾರ ರಾಚವ್ವನ ಮೂಲಕ ಈ ನೆಲದ ಬೆಳಕಿಗೆ ಬಾರದ, ಆದರೂ ಇಡೀ ಪ್ರಪಂಚಕ್ಕೇ ಗೊತ್ತಿರುವ ಮುಗ್ಧ ಹೆಣ್ಣು ಮಕ್ಕಳ ಬದುಕನ್ನು ಲೇಖಕಿ ಬಿಚ್ಚಿಡುತ್ತಾರೆ.

ಯೌವನದ ದೇಹದ ಬಯಕೆಯೋ, ಪರಿಸ್ಥಿತಿಯ ಕೈಗೊಂಬೆಯೋ, ಬದುಕಿಗಾಗಿ ಅನಿವಾರ್ಯ ಸಮ್ಮತಿಯೋ ಒಟ್ಟಿನಲ್ಲಿ ಮಲ್ಲಪ್ಪನ ಪ್ರೇಯಸಿಯಾಗಿ ಬದುಕು ನಡೆಸಿದ ರಾಚವ್ವ, ಅದರಿಂದಾಚೆಗೆ ಅಸ್ತಿತ್ವ ಗುರುತಿಸಿಕೊಳ್ಳುವ ಅವಕಾಶ ಸಿಕ್ಕಾಗ ತಾನೇ ತಾನಾಗಿ ಅತ್ತ ನಡೆಯುವ ಮೂಲಕ ವ್ಯಕ್ತಿ ಸ್ವಾತಂತ್ರ್ಯದ ಸಂಕೇತವೆನಿಸುತ್ತಾಳೆ.

ಐಗೋಳ ಗುರುಬಾಯಿ ಶಿಕ್ಷೆ ತನಗೆ ಮಾತ್ರ ಏಕೆ? ನನಗೆ ಮಠ ಬಿಡಿಸಬೇಕಂದ್ರ ಸ್ವಾಮೀನ ಹೊರಗ ಹಾಕ್ಲಿ, ಯಾಕ ಅಂವ ಹಾದರ ಮಾಡಿಲ್ಲ . . . ಎನ್ನುವ ಮೂಲಕ ಪ್ರಚಲಿತವಿರುವ ಗಂಡಿಗೊಂದು ನ್ಯಾಯ, ಹೆಣ್ಣಿಗೊಂದು ನ್ಯಾಯದ ವಿರುದ್ಧದ

ಪ್ರತಿಭಟನೆಯಾಗುತ್ತಾಳೆ. ಐಗೋಳ ಗುರುಬಾಯಿ ಮಾತ್ರವಲ್ಲ, ಇಂದಿಗೂ ಆಗಾಗ ವೇಶ್ಯಾವಾಟಿಕೆಯ ಜಾಲವನ್ನು ಬೇಧಿಸಿದೆವೆಂದು ಸುದ್ದಿ ಮಾಡುವಾಗ ಸಾಮಾನ್ಯವಾಗಿ ತೋರಿಸುವುದು ಅಲ್ಲಿದ್ದ ಮಹಿಳೆಯರನ್ನು ಮಾತ್ರ. ಸಮಾಜದ ಈ ಧೋರಣೆಯನ್ನು ಗುರುಬಾಯಿ ಪ್ರಶ್ನಿಸುವುದು.

ಬದುಕೆಂಬ ಚಕ್ಕೀಯ ಪಾಟಾ – ಕೂಡಾ ಇಂದಿನ ಹಲವು ವಿದ್ಯಮಾನಗಳಿಗೆ ನೇರ ಸವಾಲೇ. ಮನಸ್ಸುಗಳು ಒಂದಾಗುವಲ್ಲಿ ಜಾತಿ–ಧರ್ಮಗಳ ಭೇದವಿಲ್ಲ ಎಂಬುದನ್ನು ತೋರಿಸುತ್ತಲೇ, ಪಾಳೇಯಗಾರೀ ವ್ಯವಸ್ಥೆಗೂ ಕನ್ನಡಿ ಹಿಡಿಯುತ್ತದೆ. ಪ್ರತಿಷ್ಠೆಯ ಪರಂಪರೆ ಒಂದು ಹೊಸ ಸಮುದಾಯವನ್ನೇ ಹುಟ್ಟು ಹಾಕಿದೆ. ಶಿಶುನಾಳ ಷರೀಫರ ಗೀತೆಗಳಲ್ಲಿ ಬರುವ 'ಹಾಡಲು ಬಂದ ಪಾತರದವಳ'ದ ಪಾತರದವರು ಈ ಸಮುದಾಯದವರು. ಧಾರ್ಮಿಕವಾಗಿ ಇಸ್ಲಾಂ, ಆದರೆ ಸಾಂಸ್ಕೃತಿಕವಾಗಿ ಸ್ಥಳೀಯರೊಂದಿಗೆ ಬೆರೆತು ದೀಪಾವಳಿ ಹಬ್ಬ ಆಚರಿಸುವುದು, ಕಾಂತಿಲಾಲ 'ಭೋಟೀ ಮಾ'ಳ ಹೆಣ್ಣು ಮಕ್ಕಳನ್ನು ಜತನದಿಂದ ನೋಡಿಕೊಳ್ಳುವುದು, ಅವರನ್ನು ಮುಸ್ಲಿಂ ಮನೆತನಕ್ಕೆ ಕೊಟ್ಟು ಮದುವೆ ಮಾಡುವುದು ಇವು ಈ ನೆಲದ ಕೂಡಿ ಬಾಳುವ ದೃಷ್ಟಾಂತಗಳು. ಅವರನ್ನು ವೈಭವೀಕರಿಸುವ ನಮ್ಮ ಹಿರಿಯರಿಗೆ, ಅವರ ಹೃದಯ ಸಂಪುಟದ ಆಳಗಳನ್ನು ಬಗೆಯಲಾದೀತೇ? ಎಂಬ ಗುಮಾನಿಯ ಮೂಲಕ ನಮ್ಮ ಸಮಾಜ ಸಹೃದಯತೆಯಿಂದ ಸಂಕುಚಿತತೆಗಳು ಅವಜ್ಞೆಗೆ ಗುರಿಯಾಗಿರುವುದನ್ನು ಗುರುತಿಸುತ್ತಲೇ ತಮ್ಮ ಮೂಲ ಕುಲ ಮುಸ್ಲಿಂ ಸಮುದಾಯದಿಂದಲೂ ಉಚ್ಚಾಟಿಸಲ್ಪಟ್ಟು ಸ್ಥಳೀಯ ಜಮೀನ್ದಾರಿ ಕುಟುಂಬಗಳಿಂದಲೂ ಪರಕೀಯತೆ ಅನುಭವಿಸುವ ಆ ಕುಟುಂಬಗಳ ಕುರಿತು ಸಮಾಜಕ್ಕಿರಬೇಕಾದ ಕಳಕಳಿಯನ್ನು ಸೂಚಿಸುತ್ತದೆ.

ಅಜೀಬ್ ತಮಾಷ್ಯಾದ ಪೋರಿ ಚನ್ನಮ್ಮ ಮಾಡಿದ್ದು ಮೌನ ಕ್ರಾಂತಿ. ಲೈಂಗಿಕತೆಯ ಕುರಿತು ಬಿಚ್ಚು ಮಾತನ್ನಾಡುತ್ತಾಳೆ. "ಅದರಾಗರೇ ಅಂಥಾದೇನದಾನ ಪೋರಿ . . . ಸಂಗ್ತಿ ಎಂಬುದು ಒಂದಿನಾ ಮಾಡದ್ರೂ ಅಷ್ಟೇ. ಪೂರಾ ಜಿಂದಗೀ ಮಾಡದ್ರೂ ಅಷ್ಟೇ" ಎನ್ನುವ ಮಾತಿನ ಮೂಲಕ ದೇಹ ಸುಖವೇ ಸರ್ವ ಸುಖ ಅಲ್ಲ ಎನ್ನುವುದಕ್ಕೂ ಸಾಕ್ಷಿ ಎನಿಸುತ್ತಾಳೆ.

ಹೀಗೆ ಹಲವು ಹತ್ತು ಸಂಗತಿಗಳನ್ನು Look at the world through women's eyes ಎಂಬಂತೆ ಮೀನಕ್ಕ ತೆರೆದಿಡುತ್ತಾರೆ.

ಚನ್ನಮ್ಮ, ರಾಚವ್ವ ಮೂಲಕ ಮಹಿಳೆಯರಿಗೆ ಕುಟುಂಬದಲ್ಲಿ, ಸಮಾಜದಲ್ಲಿ ಸಿಗಬೇಕಾದ ಅಧಿಕಾರ, ಸ್ಥಾನಮಾನಗಳಷ್ಟೇ ಬಸ್ಸಿನಲ್ಲಿ ಮಹಿಳೆಯರಿಗೆ ಮೀಸಲಿಟ್ಟ ಆಸನಗಳು ಮತ್ತು ಅದನ್ನು ಪಡೆಯಲು ಬೆಳೆಸಿಕೊಳ್ಳಬೇಕಾದ ಗಟ್ಟಿತನದ ಕುರಿತೂ ಮಾತನಾಡುತ್ತಾರೆ. ಹೆಣ್ಣಿಗಿಲ್ಲದ ಮೀಸೆ ತನಗಿದೆ ಎಂಬುದೇ ಗಂಡಸಿನ ಅಹಂಕಾರಕ್ಕೆ ಕಾರಣವಾದರೆ "ಪುಗಸಟ್ಟೆ ಬೆಳೆದ ಮೀಸೆ ಒಜ್ಜೆಯಾದ್ರೆ ಬೋಳಿಸ್ಕೊ" ಎನ್ನುವ ಮೂಲಕ ಪುರುಷ ಪ್ರತಿಷ್ಠೆಗೆ ಸವಾಲು ಹಾಕುತ್ತಾರೆ.

ಅಂಕಣ ಬರಹಗಳಿಗಿರುವ ಸಕಾರಾತ್ಮಕ ಗತಿಯನ್ನು ಡಾ. ಮೀನಾಕ್ಷಿ ಬಾಳಿ ಸರಿಯಾಗಿಯೇ ಹಿಡಿದಿದ್ದಾರೆ. ಅಂಕಣ ಬರಹಗಳಿಗೆ ಕೆಲವು ಮಿತಿಗಳೂ ಇರುತ್ತವೆ. ಆದರೆ ಬಾಳಿಯವರು ಸಿಗುವ ಅಲ್ಪ ಜಾಗವನ್ನೇ ಬಳಸಿಕೊಂಡು ಬಾನಾವತಿಯಂತಹ ಕಂದಾಚಾರವನ್ನೂ ಪ್ರಶ್ನಿಸಿದ್ದಾರೆ. ರೇಗಾದಂತಹ ಕಾನೂನುಗಳನ್ನು ಹಗುರಾಗಿ ಪರಿಗಣಿಸದಂತೆ ಎಚ್ಚರಿಕೆ ನೀಡುವ ಸ್ತ್ರೀಭ್ರೂಣ ಹತ್ಯೆಯಂತಹ ಸಮಾಜವನ್ನೆ ನಿಧಾನವಾಗಿ ನಿರ್ನಾಮಿಸುವ ಪಿಡುಗಿನತ್ತಲೂ ಗಮನ ಸೆಳೆದಿದ್ದಾರೆ.

ಧರ್ಮಶಾಸ್ತ್ರವನ್ನು ಆಧರಿಸಿ ನ್ಯಾಯ ನೀಡುವ ವ್ಯವಸ್ಥೆ ಜಾರಿಗೆ ಬರಬೇಕೆನ್ನುವ, ಮನುಸ್ಮೃತಿಯೇ ಸಂವಿಧಾನವಾಗಿ, ಜ್ಯೋತಿಷ್ಯವೇ ವಿಜ್ಞಾನವಾಗಿ ಬಿಡುವ ಪ್ರಯತ್ನಗಳತ್ತಲೂ ಓದುಗರನ್ನು ಎಚ್ಚರಿಸುತ್ತಾರೆ. ವೈದಿಕ ಪರಂಪರೆಯನ್ನು ಮೆರೆಸುವ ತವಕದಲ್ಲಿ ಸಂವಿಧಾನವನ್ನು ಜನಸಾಮಾನ್ಯರಿಗೆ ಪರಿಚಯಿಸುವ ಅವಸರದಲ್ಲಿ ರಾಮಾ ಜೋಯಿಸರು ಅಂಬೇಡ್ಕರರನ್ನೇ ಮರೆತು ಬಿಟ್ಟರೆಂಬುದನ್ನು ನಾವ್ಯಾರೂ ಮರೆಯದಂತೆ ನೆನಪಿನಲ್ಲಿ ಉಳಿಸುತ್ತಾ ಈ ತೆರನ ಬೌದ್ಧಿಕ ಬಾಂಬ್‌ಗಳ ಬಗ್ಗೆ ಗಮನಸೆಳೆದಿದ್ದಾರೆ. ಒಟ್ಟಾರೆಯಾಗಿ ಪುರುಷ ನಿರ್ಮಿತ, ಪುರುಷ ಪ್ರೇರಿತ, ಪುರುಷ ಪೂಜಿತ ಸಮಾಜದ ಪ್ರತೀ ಹಂದರದಲ್ಲಿ ಮಹಿಳೆಯ ನೋವಿನ ಕತೆಯಿದೆ. ಮಹಿಳೆಯ ಗಟ್ಟಿತನವಿದೆ. ಎಲ್ಲಾ ಯಾತನೆಗಳ ಮಧ್ಯೆಯೂ ಬದುಕು ಕಟ್ಟಿಕೊಳ್ಳುವ ಛಲವಿದೆ.

ಸಾಹಿತ್ಯ ಲೋಕದಲ್ಲಿ ಆಗಲೇ ಮಾಸದ ಹೆಸರು ಮೂಡಿಸಿರುವ ವಚನ ಕ್ರಾಂತಿಯ ಮೂಸೆಯಲ್ಲೆ ಬೆಳೆದ ಮೀನಕ್ಕಳ ಲೇಖನ ಸಂಗ್ರಹಕ್ಕೆ ಮುನ್ನುಡಿ ಬರೆದ ಸಂಭ್ರಮ ನನಗೆ.

**ವಿಮಲಾ ಕೆ. ಎಸ್.**

# ಲೇಖಕರ ಮಾತು

ಹದಿನೈದು ಚಿಕ್ಕ ಅಂಕಣ ಬರಹಗಳುಳ್ಳ ಈ ಕಿರು ಪುಸ್ತಿಕೆಯ ಪೂರ್ವಾಪರಗಳನ್ನು ಕುರಿತು ಹೆಚ್ಚಿಗೆ ಹೇಳಬೇಕಾದುದು ಏನಿಲ್ಲ. 2004–05 ನೇ ಸಾಲಿನಲ್ಲಿ "ಅಗ್ನಿ" ವಾರಪತ್ರಿಕೆಯ 'ಈ ಕ್ಷಣ' ಅಂಕಣಕ್ಕಾಗಿ ಬರೆದ ಬರಹಗಳು ಇಲ್ಲಿವೆ. ಆ ಹೊತ್ತು ಅಗ್ನಿ ಪತ್ರಿಕೆಯ ಗುಲಬರ್ಗಾ ವಿಭಾಗದ ವರದಿಗಾರರಾಗಿದ್ದ ಸದ್ಯ ಅದೇ ಪತ್ರಿಕೆಯ ಸಂಪಾದಕರಾಗಿರುವ ಸಹೋದರ ರಾಜಶೇಖರ ಹತಗುಂದಿಯವರು ನಮ್ಮ ಭಾಗದ ಬದುಕು–ಬವಣೆ ಕುರಿತು ಬರೆಯುವಂತೆ ಪ್ರೇರೇಪಿಸಿದ್ದರಿಂದ ಈ ಬರೆಹಗಳು ಜನ್ಮತಾಳಿವೆ. ಆದ್ದರಿಂದ ಈ ಕೃತಿಯ ಮೊದಲ ಗೌರವ ಸಲ್ಲಬೇಕಾದುದು ರಾಜಶೇಖರ ಹತಗುಂದಿಯವರಿಗೆ.

ನಾನು ಚಿಕ್ಕಂದಿನಿಂದಲೂ ಮಠಗಳ ಪರಿಸರದಲ್ಲಿ ಓಡಾಡಿಕೊಂಡು ಭಾಷಣ, ಪ್ರವಚನವೆಂದು ತಿರುಗಾಡಿದವಳು. ನಮ್ಮ ಭಾಗದ ಮಠಗಳ ಘೌಳಿಯಲ್ಲಿಯ ಬದುಕೆಂದರೆ ಅದೊಂದು ಸಂಕೀರ್ಣ ಅನನ್ಯ ಅನುಭವ. ಧಾರ್ಮಿಕತೆಯೊಂದಿಗೆ ಸಾಮಾಜಿಕ ಸಂಘರ್ಷ, ಬಡತನದೊಂದಿಗೆ ಜಮೀನ್ದಾರಿಯ ಒಣಧಿಮಾಕು, ಮುಗ್ಧರ ನಡುವೆಯೂ ಚಾಲಬಾಜಿಗಳ ಸಂತೆ, ಭಾವುಕ ಭಕ್ತರ ನಡುವೆಯೂ ನಾಸ್ತಿಕರ ದಂಡು. ತೀರ ಸಂಪ್ರದಾಯ ಜೀವಿಗಳ ಸಮೂಹದ ನಡುವೆ ಉಗ್ರ ವಾಸ್ತವವಾದಿಗಳ ಪಡೆಯು ಮೇಳೈಸಿಕೊಂಡಿರುತ್ತದೆ.

ನಾನು ಕಂಡುಂಡ ಈ ಅನುಭವಗಳನ್ನು ಆಗಾಗ ಹೋರಾಟದ ಗೆಳೆಯರೊಂದಿಗೆ ಹಂಚಿಕೊಳ್ಳುತ್ತಿದ್ದೆ. ರೋಚಕವೆನಿಸುವಂತಹ ಅನೇಕ ಪ್ರಸಂಗಗಳು ಇಲ್ಲಿನವರ ಬದುಕಿನ ಭಿತ್ತಿಗಳಂತೆ ನನ್ನ ನೆನಪಿನಂಗಳದಲ್ಲಿ ಹರಿದಾಡುತ್ತಿದ್ದವು. ಇಂತಹ ಪ್ರಸಂಗಗಳನ್ನು ಆಲಿಸಿ ಅನುಭವಿಸಿದ ಸಂಗಾತಿಗಳು ಇವುಗಳನ್ನು ಎಲ್ಲಿಯಾದರೂ ದಾಖಲಿಸಬೇಕೆಂದು ಹೇಳುತ್ತಲೇ ಇದ್ದರು. ಆದರೆ ನಾನಾದರೂ ಭಾಷಣಕ್ಕೆ ದಕ್ಕುವಂತೆ ಬರಹಕ್ಕೆ ದಕ್ಕುತ್ತಲೇ ಇರಲಿಲ್ಲ. ಇದರ ನಡುವೆಯೇ ಜನವಾದಿ ಮಹಿಳಾ ಸಂಘಟನೆಯೊಂದಿಗೆ ಕ್ರಿಯಾಶೀಲವಾಗಿ ತೊಡಗಿಸಿಕೊಂಡು ಹಲವಾರು ರಚನಾತ್ಮಕ ಕೆಲಸಗಳನ್ನು ಮಾಡಬೇಕಾಗಿ ಬಂತು. ನಾಡಿನುದ್ದಕ್ಕೂ ಮಹಿಳೆಯರ ಸಮಸ್ಯೆ, ಸವಾಲು, ಪರಿಹಾರೋಪಾಯಗಳನ್ನು ಕುರಿತು ಚಿಂತನೆ ಚಳುವಳಿ ಅಣಿನೆರೆಸುತ್ತಿದ್ದ ಸಂಗಾತಿಗಳೊಂದಿಗೆ ಗುರುತಿಸಿಕೊಂಡದ್ದು ಬರವಣಿಗೆಗೆ ಒದಗಿಬಂತು. ಹೋರಾಟದ ಸಂದರ್ಭದಲ್ಲಿನ ಅನುಭಗಳು ಮತ್ತು ಬಾಲ್ಯದ ನೆನಪುಗಳು ಆಯಾಯ ಸಂದರ್ಭಕ್ಕೆ ತಕ್ಕಂತೆ ಲೇಖನಗಳಾಗಿ ಮೈತಳೆದವು. ಬಾಲ್ಯದ ಗ್ರಹಿಕೆಗಳು ಪ್ರಬುದ್ಧ ಚಿಂತನೆಯೊಂದಿಗೆ ಮುಖಾಮುಖಿಯಾದಾಗ ಬರವಣಿಗೆಗೆ ನೆಲೆ ಸಿಕ್ಕಂತಾಯಿತು. ಬರಹಗಳು ಸಿದ್ಧವಾದೊಡನೆ ಅವುಗಳ ಮೊದಲ ಓದುಗ, ವಿಮರ್ಶಕ ಹಾಗೂ ತಿದ್ದುಗಾರರಾಗುತ್ತಿದ್ದ

ಕೋದಂಡರಾಮ ಮತ್ತು ಗೆಳತಿ ನೀಲಾರವರನ್ನು ನೆನಪಿಸದಿರಲು ಸಾಧ್ಯವೇ? ಲೇಖನಗಳು ಆಕಾರ ತಳೆದಂತೆಲ್ಲ ಅವುಗಳನ್ನು ಓದಿ ಅಥವ ಕೇಳಿ ಆನಂದಿಸಿದ ಡಾ.ಕಾಶಿನಾಥ ಅಂಬಲಗಿ, ಪ್ರಭು ಖಾನಾಪುರೆ, ರಾಹು, ಕೆ.ಲಿಂಗಪ್ಪ, ಶಾಂತಾ ಮಠ, ಶಾಂತಾ ಅಷ್ಟಗಿ, ಅಮೃತ ಕಟಗ, ಭುವನೇಶ್ವರಿ ಚಿಮಕೋಡ, ಭಾಗ್ಯಲತಾ ಶಾಸ್ತ್ರೀ, ಇಂದುಮತಿ ಪಾಟಿಲ ಮತ್ತು ಸಲುಗೆಯ ತಮ್ಮನಾದ ಮೆಹರಾಜ ಪಟೇಲ, ನಾಗೇಂದ್ರಪ್ಪ ಅವರಾದ ಹೀಗೆ ಬಳಗ ದೊಡ್ಡದಿದೆ. ಭಾರತ ಜ್ಞಾನ ವಿಜ್ಞಾನ ಸಮಿತಿ, ಅಖಿಲ ಭಾರತ ಜನವಾದಿ ಮಹಿಳಾ ಸಂಘಟನೆ, ಪ್ರಜ್ಞಾ ಕಾನೂನು ಸಲಹಾ ಸಮಿತಿ ಹಾಗೂ ಸಮುದಾಯ ಸಂಘಟನೆಗಳ ಎಲ್ಲ ಸದಸ್ಯರು ನಮ್ಮ ಭಾಗದ ಜನಪರ ಚಳುವಳಿ ಮತ್ತು ಚಿಂತನೆಯ ಬೆನ್ನೆಲುಬಾಗಿ ನಿಂತಿದ್ದಾರೆ. ಹೋರಾಟದ ದಾರಿಯಲ್ಲಿನ ಅನುಭವ ಸಾಂದ್ರತೆಯೇ ಬರಹಗಳಾದ್ದರಿಂದ ಈ ಎಲ್ಲರ ಪಾಲು ಇಲ್ಲಿದೆ. ಅವರೆಲ್ಲರನ್ನೂ ಈ ಸಂದರ್ಭದಲ್ಲಿ ನೆನಪಿಸುವುದು ಖುಷಿ ಕೊಡುವ ಸಂಗತಿ. ಇಲ್ಲಿನ ಬಹುತೇಕ ಲೇಖನಗಳಲ್ಲಿ ವ್ಯವಸ್ಥೆಯ ವಿರುದ್ಧ ತಮ್ಮ ಮಿತಿಯಲ್ಲಿಯೇ ದಂಗೆ ಎದ್ದ ಮಹಿಳೆಯರ ಕಥನಗಳಿವೆ. ಆ ದಂಗೆಯು ಒಮ್ಮೊಮ್ಮೆ ವೈಯಕ್ತಿಕ ರೂಪದಲ್ಲಿ ಕೆಲವೊಮ್ಮೆ ಸಂಘಟನೆಯ ರೂಪದಲ್ಲಿಯೂ ಕಾಣಿಸಿಕೊಂಡಿದ್ದು ಇದೆ. ಎಲ್ಲಕ್ಕಿಂತ ಹೆಚ್ಚಾಗಿ ಈ ಭಾಗದ ಜನತೆಯ ಅದಮ್ಯ ಜೀವನ ಛಲವು ಇಣುಕಿ ಹಾಕಿದೆಯಾದ್ದರಿಂದ ಕತ್ತಲಂಚಿನ ಈ ಕಿಡಿಗಳಿಗೆ ಮನತುಂಬಿ ಶರಣು. ಇದೇ ಸಂದರ್ಭದಲ್ಲಿ ಬರೆಹಗಳಿಗೆ ವೇದಿಕೆಯನ್ನು ಒದಗಿಸಿದ್ದ ಅಗ್ನಿ ಪತ್ರಿಕೆಯ ಬಳಗಕ್ಕೂ ಶರಣಾರ್ಥಿ.

ಅಂಕಣ ಬರಹಗಳ ಸಂಖ್ಯೆ ಐವತ್ತಕ್ಕೆ ಮೀರಿ ಇದ್ದರೂ ಅವುಗಳಲ್ಲಿ ತೀರ ಆಸಕ್ತಿದಾಯಕವೆನಿಸುವಂತಹ ಫಲಕುಗಳನ್ನು ಆಯ್ದುಕೊಂಡು ಕಿರುಹೊತ್ತಿಗೆ ರೂಪದಲ್ಲಿ ತಂದಿರುವ ಚಿಂತನ ಪ್ರಕಾಶನದ ಸಂಗಾತಿ ಎನ್.ಕೆ.ವಸಂತರಾಜ್ ಮತ್ತು ವಿಶಾಲಮತಿಯವರ ಅಕ್ಷರ ಕೈಂಕರ್ಯ ತುಂಬ ದೊಡ್ಡದು. ಜನಪರ ಸೈದ್ಧಾಂತಿಕ ಬದ್ಧತೆಯೊಂದಿಗೆ ಪ್ರಕಾಶನ ಲೋಕದಲ್ಲಿ ಅಸ್ತಿತ್ವ ಪಡೆದುಕೊಳ್ಳುತ್ತಿರುವ ಚಿಂತನ ಬಳಗದ ಶ್ರಮವನ್ನು ಮೆಚ್ಚಲೇಬೇಕು. ಪುಟ್ಟ ಹೊತ್ತಿಗೆಗೆ ಮುನ್ನುಡಿಯ ತೋರಣವು ಬೇಕೆಂದಾಗ ನೆನಪಿಗೆ ಬಂದ ಗೆಳತಿ ಕೆ.ಎಸ್. ವಿಮಲ. ಜನವಾದಿ ಮಹಿಳಾ ಸಂಘಟನೆಯ ಸಹಪ್ರಯಾಣಿಕರಾದ ನಮ್ಮ ನಡುವೆ ಔಪಚಾರಿಕತೆಗೆ ಅವಕಾಶವಿಲ್ಲ. ಆದಾಗ್ಯೂ ಸಂಘಟನೆಯ ಕೆಲಸದ ಒತ್ತಡದ ನಡುವೆಯೂ ಛಕ್ಕನೆ, ಆದರೆ ಅಷ್ಟೇ ಪ್ರೀತಿಯಿಂದ ಮುನ್ನುಡಿಯನ್ನು ಬರೆದುಕೊಟ್ಟು ಶೀರ್ಷಿಕೆಯನ್ನು ಸೂಚಿಸಿದ ಗೆಳತಿಗೆ ಒಂದು ಶರಣು ಹೇಳಲೇಬೇಕು. ಸದಾ ನನ್ನ ಬೆಳವಣಿಗೆಗೆ ಬೆನ್ನೆಲುಬಾಗಿ ನಿಂತ ನೀಲೂ ಮಾಮಿ ಮತ್ತು ಮಂಗ ಶೆಟ್ಟಿ ಪರಿವಾರಕ್ಕೂ ಧನ್ಯವಾದಗಳು. ಅಕ್ಷರ ಜೋಡಿಸಿದ ಸುಜಾತ ಹಾಗೂ ಸುಶ್ರೀಮದ ಗೆಳತಿಯರು ಮುಖ ಪುಟ ಸಿದ್ದಪಡಿಸಿದ ರಾಮು ಇವರಿಗೆ ನಮನಗಳು. ಮತ್ತು ಓದುಗರಾದ ನಿಮಗೆಲ್ಲ ಶರಣು.

**ಡಾ.ಮೀನಾಕ್ಷಿ ಬಾಳಿ**

# ಪರಿವಿಡಿ

# ಹೆಣ್ತನದ ಹಸಿವು ಗೆದ್ದವಳು

ಆಕೆ ಕುಂಬಾರ ರಾಚವ್ವ, ಬಾಲ ವಿಧವೆ. ಮದುವೆ, ಗಂಡ, ಸಂಸಾರ ಎಂದರೇನು? ಎಂದು ಅರ್ಥವಾಗುವ ಮೊದಲೇ ಗಂಡನನ್ನು ಕಳೆದುಕೊಂಡು ವಿಧವೆ ಎಂಬ ಹಣೆಪಟ್ಟಿ ಹಚ್ಚಿಸಿಕೊಂಡವಳು. ಅಷ್ಟಕ್ಕೂ ತವರುಮನೆಯಲ್ಲಿ ಕಿತ್ತು ತಿನ್ನುವ ಬಡತನ. ಕುಂಬಾರಿಕೆ ವೃತ್ತಿ ಮಾಡುವ ಅಪ್ಪ ಅಮ್ಮಂದಿರಿಗೆ ಸಂಸಾರವೆಂಬುದು ನೆಗವಲಾಗದ ಹೊರೆ. ಹೇಳಿಕೇಳಿ ಬಂಜರು ಭೂಮಿಯುಳ್ಳ ಕಗ್ಗಳ್ಳಿಯಲ್ಲಿ ಜೀವನ. ಗಡಿಗೆ, ಮಡಿಕೆ, ಕುಡಿಕೆ, ಹೂಜಿಗಳನ್ನು ಮಾಡಿ ಮನೆಮನೆಗೂ ಹಂಚಬೇಕು. ಹಳ್ಳಿಗಾಡಿನ ರೈತಾಪಿ ಜನವಾದರೂ ವರ್ಷಕ್ಕೊಮ್ಮೆ ಸುಗ್ಗಿಯಾದಾಗ ಜೋಳ, ಕಡಲೆ, ತೊಗರೆ, ಉದ್ದು, ಹೆಸರು ಮುಂತಾಗಿ ಹೊಲದಲ್ಲಿ ಬೆಳೆದ ದವಸಧಾನ್ಯಗಳನ್ನು ಕೊಟ್ಟು ಕೈ ತೊಳೆದುಕೊಳ್ಳುವರು. ರೈತರು ತಮ್ಮ ಶಕ್ತ್ಯಾನುಸಾರ ಕೊಟ್ಟಷ್ಟೇ ಸೈ. ಒಂದೊಮ್ಮೆ ಮಳೆ ಬಾರದೇ ಹೋಗಿ ಬರಗಾಲ ಬಿದ್ದರಂತೂ ಕುಂಬಾರ, ಕಂಬಾರ, ಡೋಹರ ಮುಂತಾಗಿ ಹದಿನೆಂಟು ವೃತ್ತಿಯ ಆಯಗಾರರೆಲ್ಲ ಹೊಟ್ಟೆಗೆ ತಣ್ಣೀರು ಬಟ್ಟೆ ಹೊದಿಸಿಕೊಳ್ಳಬೇಕು. ಅಥವಾ ಮುಗಿಲಿಗೆ ಮುಖ ಮಾಡಿ ಬಾಯಿ ತುಂಬ ಲಟಿಕೆ ಹೊಡೆಯಬೇಕು. ಇಂಥ ದಟ್ಟ ದರಿದ್ರ ಪ್ರದೇಶದ ತುತ್ತ ತುದಿಯ ಹಳ್ಳಿಯಾದ 'ಖೈನೂರು' ರಾಚವ್ವ ಹುಟ್ಟಿ ಬೆಳೆದ ಕರ್ಮ ಭೂಮಿಯಾಗಿತ್ತು.

ಬಿಜಾಪುರ ಜಿಲ್ಲೆಯ ಸಿಂದಗಿ ತಾಲ್ಲೂಕಿನಲ್ಲಿರುವ ಕಟ್ಟ ಕಡೆಯ ಹಳ್ಳಿ ಖೈನೂರು ಗುಲಬರ್ಗಾ ಜಿಲ್ಲೆಗೆ ಅಂಟಿಕೊಂಡಿರುವ ಗಡಿ ಹಳ್ಳಿಯೂ ಹೌದು. ಒಂದು ವರ್ಷ ಒಂಚೂರು ಮಳೆ ಜಾಸ್ತಿಯಾಯಿತೆಂದರೆ ಹತ್ತು ವರ್ಷದುದ್ದಕ್ಕೂ ಬರಗಾಲವೇ ಬರಗಾಲ. ಬರಗಾಲ ಮತ್ತು ಬಿಜಾಪುರ ಇವೆರಡೂ ಸಮಾನಾರ್ಥಕ ಪದಗಳೆಂದರೆ ತಪ್ಪಾಗಲಾರದು. ಇಂಥ ಬಿಜಾಪುರದ ಬಡತನವೆಂದರೆ ಅದು ವರ್ಣನಾತೀತ, ಸಹನಾತೀತವೆಂದರೆ ಅಡ್ಡಿಯಿಲ್ಲ. ಈ ಎಲ್ಲ ಬಗೆಯ ಮೂಲವ್ಯಾಧಿಗಳ ನಡುವೆ ವಿಧವೆಪಟ್ಟ ಹೊತ್ತು ಬದುಕು ಸವೆಸಬೇಕಾಗಿರುವ ರಾಚವ್ವಳಿಗೆ ಅಲ್ಲಮ ತನ್ನ ವಚನವೊಂದರಲ್ಲಿ ಹೇಳುವಂತೆ 'ಸಂಸಾರವೆಂಬ ಹೆಣನ ಬಿದ್ದಿರಲು ತಿನಬಂದ ನಾಯಿಗಳ ಜಗಳವ ನೋಡಿರೆ' ಎಂಬಂತಾಗಿತ್ತು. ಅನಿಷ್ಠವೆಂಬ ವೈಧವ್ಯದೊಂದಿಗೆ ಬೆಳೆದು ಹರೆಯಕ್ಕೆ ಕಾಲಿಟ್ಟ ರಾಚವ್ವಳಿಗೆ ಹುಟ್ಟಿದ ಮನೆಯಲ್ಲಿ ಆಶ್ರಯ ದೊರೆಯದೆ, ಕೊಟ್ಟ ಮನೆಯಲ್ಲಿಯೂ ಅಸ್ತಿತ್ವ ದೊರೆಯದೆ ಅಕ್ಷರಶಃ ಬೀದಿಗೆ ಬಿದ್ದಳು. ಬದುಕಲು ಗಟ್ಟಿಯಾದ ರಕ್ಷಣಾತ್ಮಕ ನೆಲೆ ದೊರೆಯದೇ ಉಳ್ಳವರ ಮನೆಯಲ್ಲಿ ಕೂಲಿ, ಕುಂಬಳಿ ಮಾಡುತ್ತಾ ಕಾಲ ನೂಕ ತೊಡಗಿದಳು. ಕಿತ್ತು ತಿನ್ನುವ ಬಡತನ, ಉಕ್ಕಿ ಹರೆಯುವ ಯೌವ್ವನ ಇವೆರಡರ ನಡುವೆ ಹಣ್ಣಾದ ಜೀವಕ್ಕೆ ಆ ಊರಿನ ಜಮೀನ್ದಾರನಾಗಿದ್ದ ಮುಡದಾರ ಮಲ್ಲಪ್ಪ ಎಂಬುವವನ ಸೋಬತಿ ಒದಗಿಬಂದದ್ದು ಸಹಜವೇ ಆಗಿತ್ತು.

ಎಂಟು ಎತ್ತಿನ ಒಕ್ಕಲುತನ, ಹತ್ತಾಳಿನ ದೇಕರೇಖಿ, ನೂರಾರು ಎಕರೆಯ ಜಮೀನ್ದಾರಿಕೆ ಹೊಂದಿದ ಮಲ್ಲಪ್ಪ ಸಾಹುಕಾರ ರಸಿಕನು ಹೌದು. ಜಬರದಸ್ತಿನ ಕಟ್ಟುಮಸ್ತಾದ ಆಳು ಹೌದು. ಇಂಥವನ ಪದರಿಗೆ ಬಂದು ಬಿದ್ದ ನಿರ್ಗತಿಕ ಹೆಣ್ಣು ಮಕ್ಕಳ ಸಂಖ್ಯೆ ಎಷ್ಟೋ? ಲೆಕ್ಕವಿಟ್ಟವರಾರು? ನವಾಬಿಶೈಲಿಯ ಖಾನ್‌ದಾನಿ ಮನೆತನದ ಗಂಡಸರಿಗೆ ಹೆಂಗಸರನ್ನು ಅನುಭವಿಸುವುದೆಂದರೆ, ಅದೊಂದು ಪೌರುಷ್ಯದ, ದೊಡ್ಡಸ್ತಿಕೆಯ ಸಂಕೇತ. ಇಂಥ ದರ್ಪುಳ್ಳ ಗಂಡಸರ 'ಇಟ್ಟು ಕೊಂಡವರು' ಎಂಬ ಪಟ್ಟಕ್ಕೂ ಇಲ್ಲಿನ ಹೆಂಗಸರು ನಾಮುಂದು, ತಾ ಮುಂದು ಎಂದು ಪೈಪೋಟಿಗಿಳಿಯುತ್ತಿದ್ದರೆಂದರೆ, ಇಲ್ಲಿಯ ಮಹಿಳೆಯ ಬದುಕು ಎಂಥ ದಯನೀಯವಾಗಿತ್ತು ಎಂಬುದನ್ನು ಊಹಿಸಬಲ್ಲಿರಾ? ಅಂತೆಯೇ ರಾಚವ್ವಳಿಗೆ ತಾನು ಮುಡದಾರ ಮಲ್ಲಪ್ಪನ ಪ್ರೇಯಸಿ ಎನಿಸಿಕೊಳ್ಳಲು ಎಲ್ಲಿಲ್ಲದ ಹೆಮ್ಮೆ ಎನಿಸುತ್ತಿರಲು ಸಾಕು. ಮಲ್ಲಪ್ಪನ ತೋಟದ ಮನೆಯಲ್ಲಿ ವಾಸ್ತವ್ಯ ಹೂಡಿ, ಅವನ ಹೊಲದಲ್ಲಿ ಹಗಲು ಕೂಲಿ ಮಾಡುತ್ತಾ, ಹದ್ದುಕಣ್ಣಿನ ಹದ್ದಬಸ್ತಿನಲ್ಲಿ ಹೊಲ ಕಾಯುತ್ತ; ಸಂಜೆಯಾದೊಡನೆ ಅವನ ರಸಿಕ ತೋಳುಗಳಿಗೆ ಇಂಬಾಗುತ್ತ ಅಂತೂ ಖಾಲಿಯಾದ ಬದುಕಿನಲ್ಲಿ ಎಂತಹದೋ ಬಣ್ಣ ತುಂಬಿಕೊಳ್ಳತೊಡಗಿದಳು. ಊರ ಮಂದಿಯ ನೆದರಿನಲ್ಲಿ ಅವಳು ಮಲ್ಲಪ್ಪನ 'ರಂಡಿ'. ಇಟ್ಟುಕೊಂಡವಳು, 'ಹಾದಾರಗಿತ್ತಿ', 'ಹಾದಿ ಬಿಟ್ಟವಳು' ಏನೆಲ್ಲ ಅವಹೇಳನಕಾರಿ ಪ್ರಶಸ್ತಿಗೆ ಯೋಗ್ಯಳು. ಮನೆಯವರಿಗಂತೂ ಆಕೆ ನಾಯಿ ಮುಟ್ಟಿದ ಮಡಕೆ, ಮನೆತನದ ಮಾನ ಕಳೆದವಳು. ಸಾಮಾಜಿಕ ಮಾನ, ಸಮ್ಮಾನ, ಗೌರವ ಆದರಗಳಿಂದ ಗಾವುದ, ಗಾವುದ ದೂರವಾದ ಇವಳ ಬದುಕಿಗೆ ಏಕೈಕ ಆಸರೆಯಾಗಿದ್ದು ಅವಳ ಸುಮಧುರ ಕಂಠಸಿರಿ. ದೇಶಿಮಟ್ಟುಗಳ ಸಮೃದ್ಧ ಸ್ವರಲಹರಿಗಳಿಗೆ ಹೇಳಿ ಮಾಡಿಸಿಟ್ಟ ಅವಳ ಹಾಡುಗಾರಿಕೆ ಅವಳನ್ನು ನಾಲ್ಕು ಮಂದಿಯ ನಡುವೆ ಕೂಡಲು ಅನುವು ಮಾಡಿಕೊಟ್ಟಿತ್ತು. ಹೈದ್ರಾಬಾದ್ ಕರ್ನಾಟಕದ ಏಕತಾರಿ ಮೂಲದ ಭಜನಾ ಪರಂಪರೆ ಅಂದರೆ ಅದು ಇಲ್ಲಿಯ ಬಿಸಿಲಿನಂತೆ ಪ್ರಖರ. ಇಲ್ಲಿಯ ಮಸಾರಿಮಣ್ಣಿನಂತೆ ಗಾಢ. ಭೀಮೆ–ಕೃಷ್ಣೆಯರಂತೆ ಸಮೃದ್ಧ ಸ್ವರ ಸಂದೋಹ. 17–18ನೇ ಶತಮಾನದ ಕನ್ನಡ ಸಾಹಿತ್ಯದ ತತ್ವಪದಗಳ ಪರಂಪರೆಯ, ಪ್ರಯೋಗ, ಪ್ರಕಾರಗಳಿಗೆ ತೊಟ್ಟಿಲಾದ ಈ ಭಾಗದ ಹಾಡುಗಾರಿಕೆಯನ್ನು ಉಸಿರಾಗಿಸಿಕೊಂಡಿದ್ದಳು ರಾಚವ್ವ. ಅವಳ ಬದುಕನ್ನು ಕಂಡು ಮೂಗು ಮುರಿಯುವ ಮಡಿವಂತರು ಕೂಡಾ ಅವಳ ಹಾಡುಗಾರಿಕೆಗೆ ಸೋಲಲೇಬೇಕು. ರಾಚವ್ವಳ ಭಜನಾಪದ ಕೇಳಲು ಬೆಳ್ಳಂಬೆಳಗಿನವರೆಗೂ ಸುತ್ತ ಹತ್ತು ಹಳ್ಳಿಯ ಜನರು ಮೈಮೇಲೆ ಖಬರಿಲ್ಲದೆ ಹರಿದು ಬರುತ್ತಿದ್ದರು. ಇದೇ ಸಂದರ್ಭದಲ್ಲಿ ಈ ಭಾಗದ ಪ್ರಸಿದ್ಧ ತತ್ವಪದಕಾರನು, ಅವಧೂತ ಸಂತನು ಆಗಿದ್ದ ಖೈನೂರು ಕೃಷ್ಣಪ್ಪನವರ ಪರಿಚಯ ರಾಚವ್ವಳಿಗೆ ದೊರೆಯುತ್ತದೆ.

ಮೂಲತಃ ಬ್ರಾಹ್ಮಣನಾಗಿದ್ದ ಖೈನೂರು ಕೃಷ್ಣಪ್ಪ ಕಡಕೋಳದ ಮಡಿವಾಳಪ್ಪನವರ ಶಿಷ್ಯತ್ವವನ್ನು ಸ್ವೀಕರಿಸಿದ್ದನು. ಬ್ರಾಹ್ಮಣ್ಯವನ್ನು ಒದ್ದು ಬಂಡಾಯಗಾರನಾಗಿ ತತ್ವಪದ ರಚಿಸಿದ್ದನು. ಇಂಥ ಪ್ರಚಂಡ ಪ್ರತಿಭಟನಾಕಾರನ

ಮಡಲಿಗೆ ಬಂದು ಬಿದ್ದಳು ರಾಚವ್ವ. ಕೃಷ್ಣಪ್ಪನಾದರೂ ರಾಚವ್ವಳ ಬದುಕಿನ ಎಲ್ಲ ಮಗ್ಗುಲಗಳನ್ನು ವ್ಯವಧಾನದಿಂದಲೇ ಪರಾಂಬರಿಸುತ್ತಾರೆ. ಬಡತನ, ಹಸಿವುಗಳೊಡನೆ ಹೆಣ್ತನವೂ ಮೇಳೈಸಿಕೊಂಡರಂತೂ ಅಲ್ಲೊಂದು ಸಮಾಜ ನಿರ್ಮಿತ ನರ್ಕ ತಾನೆ ತಾನಾಗಿ ವಿಜೃಂಭಿಸತೊಡಗುತ್ತದೆ. ಇದೆಲ್ಲವನ್ನೂ ಮಾನವೀಯ ಅಂತಃಕರಣದಿಂದಲೇ ಬಗೆಯುವ ಕೃಷ್ಣಪ್ಪ ರಾಚವ್ವಳ ಬದುಕಿಗೆ ನೈತಿಕ ಆಸರೆಯಾಗಿ ನಿಲ್ಲುತ್ತಾರೆ. ಅವಳ ಅಕೃತ್ರಿಮ ಸ್ವಚ್ಛಂದ ಪ್ರತಿಭೆ, ಅಪಾರವಾಗಿ ತುಂಬಿ ತುಳುಕುತ್ತಿದ್ದ ಹಾಡುಗಾರಿಕೆಯನ್ನು ಗುರುತಿಸುವ ಕೃಷ್ಣಪ್ಪ ಅವಳ ಬದುಕಿಗೆ ಹೊಸದೊಂದು ಲಯ ತುಂಬಲು ಹವಣಿಸುತ್ತಾರೆ. ಸಮಾಜದ ಎಲ್ಲ ಮೂಲಗಳಿಂದಲೂ ಅವಜ್ಞೆಗೆ ಒಳಗಾಗಿದ್ದ ರಾಚವ್ವಳಿಗೆ ಕೃಷ್ಣಪ್ಪನವರ ಗುರುತಿಸುವಿಕೆ ಅವಳ ಬದುಕಿನ ದಿಕ್ಕನ್ನೇ ಬದಲಿಸುತ್ತದೆ. ಆಗಲೇ ಮಧ್ಯ ವಯಸ್ಸಿಗೆ ಬಂದು ಹರೆಯದ ಬಯಕೆ, ಕಾಮನೆಗಳು ಮಾಗಿ ತಹಬಂದಿಗೆ ಬಂದಿರಲು ಸಾಕು. ಅಷ್ಟಕ್ಕೂ ಪ್ರತಿಯೊಂದು ಜೀವಿಗೂ ತನ್ನ ಅಸ್ತಿತ್ವದ ಹುಡುಕಾಟ ಇದ್ದೇ ಇರುತ್ತದೆ ಅಲ್ಲವೇ? ಕೃಷ್ಣಪ್ಪನಿಂದಾಗಿ ತನಗೂ ಸಮಾಜಮುಖಿಯಾದ ಒಂದು ಅಸ್ತಿತ್ವ ಇದೆ ಎಂದು ಗುರುತಿಸಿಕೊಂಡ ರಾಚವ್ವ ಮುಂದಿನ ಬದುಕನ್ನು ಕಲಾವಿದೆಯಾಗಿ ಕಳೆಯಲು ಬಯಸುತ್ತಾಳೆ. ಕೃಷ್ಣಪ್ಪನವರ ಸಮ್ಮುಖದಲ್ಲಿ ತನ್ನನ್ನು ತಾನು ಸಂಪೂರ್ಣ ತೆರೆದುಕೊಂಡು ಕಷ್ಟ, ನೋವುಗಳನ್ನು ಹೇಳಿಕೊಳ್ಳುತ್ತಾಳೆ. ತಾನೂ ಶರಣ–ಸಂತರ ಮೇಳದಲ್ಲಿ ಸೇರಿಕೊಂಡು ಭಜನೆ ಪರಂಪರೆಗೆ ಅರ್ಪಿಸಿಕೊಳ್ಳುವುದಾಗಿ ವಿನಂತಿಸಿಕೊಳ್ಳುತ್ತಾಳೆ. ಬದುಕನ್ನು ಪಾರದರ್ಶಕವಾಗಿ ಒಡ್ಡಿಕೊಂಡು ಕೃಷ್ಣಪ್ಪನವರಿಂದ 'ಗುರುಬೋಧೆ' ಪಡೆದುಕೊಂಡು ಅವರ ಶಿಷ್ಯಳಾಗುತ್ತಾಳೆ 'ಗಿರಿಯಲ್ಲಲ್ಲದೆ ಹುಲು ಮೊರಡಿಯಲ್ಲಾಡುವುದೇ ನವಿಲು' ಎಂಬಂತೆ ಈಗ ಅವಳಿಗೆ ಮುಡದಾರ ಮಲ್ಲಪ್ಪನ ಸಂಗ ಅಸಹ್ಯವೆನಿಸತೊಡಗುತ್ತದೆ. ಆದರೆ ಬೆದೆಬಂದ ಹೋರಿಯಂತೆ ಸದಾ ಮುಸುಗುಡುವ ಮಲ್ಲಪ್ಪನಿಗೆ ಮಾತ್ರ ರಾಚವ್ವಳ ಸಂಗ ಬಯಕೆ ಹಿಂಗಿರುವುದಿಲ್ಲ. ಅವಳು ದೂರಸರಿದಷ್ಟು ಈತನ ಪೀಡನೆ ಹೆಚ್ಚಾಗತೊಡಗುತ್ತದೆ. ಎಲ್ಲಕ್ಕಿಂತ ಹೆಚ್ಚಾಗಿ ತಾನು ಇಟ್ಟುಕೊಂಡ ಯಕಶ್ಚಿತ್ ಹೆಂಗಸೊಂದು ತನ್ನನ್ನು ತುಚ್ಛೀಕರಿಸಿತ್ತಲ್ಲ ಎಂಬ ಕೀಳರಿಮೆ ಅವನಿಗೆ ಕಾಡತೊಡಗುತ್ತದೆ. ಇದರಿಂದ ರೋಸಿಹೋದ ರಾಚವ್ವ ತನ್ನ ಕಷ್ಟವನ್ನು ಕೃಷ್ಣಪ್ಪನ ಎದುರು ತೋಡಿಕೊಳ್ಳುತ್ತಾಳೆ.

ಜೋಗಿ ಜಂಗಮನಾಗಿದ್ದ ಕೃಷ್ಣಪ್ಪ ಮತ್ತು ಅವನ ನಿರುಪದ್ರವಿ ಶಿಷ್ಯ ಸಮೂಹಕ್ಕೂ ಮಲ್ಲಪ್ಪನಂಥ ದರ್ಪಿಷ್ಟ ಜಮೀನ್ದಾರರನ್ನು ಎದುರು ಹಾಕಿಕೊಳ್ಳುವುದು ಕಷ್ಟವೇ ಆಗಿತ್ತು. ಸಂಪತ್ತು ಮತ್ತು ಗೂಂಡಾಗಿರಿಯ ಬಲದಿಂದಾಗಿ ಎಲ್ಲ ಬಗೆಯ ದುಷ್ಟತನಕ್ಕೂ ಆತ ಇಳಿಯುವ ಸಾಧ್ಯತೆಯಿತ್ತು. ಹೀಗಾಗಿ ಅವನನ್ನು ನೇರವಾಗಿ ಎದುರು ಹಾಕಿಕೊಳ್ಳುವುದಾಗಲಿ, ಕರೆಸಿ ಬುದ್ಧಿವಾದ ಹೇಳುವುದಾಗಲಿ ಸಾಧ್ಯವಿರಲಿಲ್ಲ. ಅಂಥ ಸಂದರ್ಭದಲ್ಲಿ ರಾಚವ್ವ ಮತ್ತು ಕೃಷ್ಣಪ್ಪ ಉಪಾಯೊಂದನ್ನು ಹೂಡುತ್ತಾರೆ. ಮಲ್ಲಪ್ಪನ ದೌರ್ಬಲ್ಯವೆಂದರೆ ಅವನ ದರ್ಪ, ಧೀಮಾಕು ಮಾತ್ರವಾಗಿದ್ದವು. ಒಂದು ಸಣ್ಣ ಅಪಮಾನದ ಮಾತನ್ನು ಆತ ಸಹಿಸುತ್ತಿರಲಿಲ್ಲ. ಈತನೊಂದಿಗೆ ಹಲವು ದಿನಗಳವರೆಗೆ ಸಂಸಾರ ಹೂಡಿದ್ದ ರಾಚವ್ವಳಿಗೆ ಅವನ ನಾಡಿಮಿಡಿತ ಚೆನ್ನಾಗಿ

ತಿಳಿದಿತ್ತು. ಗುರು ಕೃಷ್ಣಪ್ಪನವರ ಪ್ರೇರಣೆ ಮತ್ತು ಮಾರ್ಗದರ್ಶನದಿಂದಾಗಿ ಅವಳು ತತ್ವಪದವೊಂದನ್ನು ರಚಿಸಿದಳು. ಮುಡದಾರ ಮಲ್ಲಪ್ಪನ ದರ್ಪ, ದಬ್ಬಾಳಿಕೆಯನ್ನು ಪ್ರತಿಭಟಿಸಿ ಅವನ ಮಾನ ಹರಾಜಿಗಿಡುವಂತೆ ಪದವೊಂದನ್ನು ಬರೆದು ಅದನ್ನು ತುಂಬಿದ ಸಭೆಯಲ್ಲಿ ಎಲ್ಲರ ಇದಿರು ತನ್ನ ಉನ್ಮೀಲಿತ ಕಂಠದೊಂದಿಗೆ ಹಾಡತೊಡಗುತ್ತಾಳೆ ಅದು ಹೀಗಿದೆ.

*ನಾಚಿಕಿಲ್ಲೋ ಭಾಡ್ಯಾ ನಮಗ್ಯಾಕ ತಡವತಿ*
*ಛೀ ಛೀ ಅನಿಸಿಕೊಂಡಲ್ಲಿ ಬಂದು ಯಾಕ ಡೊಗ್ಗತಿ॥ಪ॥*
*ಗುರುವಿಗೊಪ್ಪಿಸಿದಂಥ ಚಿಟಕಿ ಹಿಂದಕ ಬೇಡತಿ*
*ಇಕ್ಕೂಳ ಜ್ವಾಳಾ ತಿಂದು ನೀನು ಕೈ ಬಾಯ್ ಹಾಕತಿ*
*ಬಟಗೇರಿಲಿಂದ ಸುಳ್ಳೇ ಪತ್ರ ತಂದು ತೋರಸತಿ*
*ಕರಮಣಿ ಕಟ್ಟಿಗೊಂಡೀನಿ ಅಂತ ನನ್ನ ಹಾಟ ಕುಡಿತಿ ॥1॥*
*ತುಡಗಾ ಮಾಡಿದಂಥ ಭಾಡ್ಯಾಗ ನಾಚಿಕಿಲ್ಲೇಲೊ*
*ನನ್ನ ಎಳಕೊಂಡ ಹೋಗಾ ಕುರಸಾಲ್ಯಾನ ತಾಯೇನ ಹಡದಾಲೊ*
*ಪಡಕೊಂಡಂಥ ಕೃಷ್ಣನ ಪಾದ ಬಿಟ್ಟವಳಲ್ಲೇಲೋ*
*ಮುಡದಾರ ಮಲ್ಲ್ಯಾನ ಎದಿಮ್ಯಾಲ ಒದ್ದು ತಿರಗುವ ಖೈನೂರ ಊರವಳೋ ॥*

ನೇರವಾಗಿಯೇ ಪ್ರತಿಭಟನೆಯ ಅಸ್ತ್ರದಂತಿರುವ ಈ ತತ್ವಪದವನ್ನು ಕೃಷ್ಣಪ್ಪನವರೇ ರಚಿಸಿ ರಾಚವ್ವಳಿಗೆ ಕೊಟ್ಟಿರಬೇಕೆಂಬ ಹೇಳಿಕೆಯು ಇದೆ. ಪದ ಯಾರೇ ರಚಿಸಿರಲಿ. ಆದರೆ ಅದನ್ನು ತುಂಬಿದ ಸಭೆಯಲ್ಲಿ ತನ್ನ ಗೆಣೆಕಾರನ ಸೋಬತಿಯನ್ನು ಧಿಕ್ಕರಿಸುವಂತೆ ಹಾಡಿದ ರಾಚವ್ವಳ ಎದೆಗಾರಿಕೆ ಮಾತ್ರ ಹುಬ್ಬೇರಿಸುವಂತೆ ಮಾಡುತ್ತದೆ.

# ಬದುಕ ಬಯಸಿ ನಿಂತವರು

'ಯಾ ಮಗಾ ಬಂದು ಮಠದಾಗಿಂದ ನಂಗ ಹೊರಗ ಹಾಕತಾನ, ಅದಾ? ಹಾಕವನ ಬಲ್ಲಿ ತಾಕತ್ತ, ಹೊರಗ ಹಾಕಪ್ಲೆ ಇದ್ರ. ಮಠದ ಮುತ್ತ್ಯಾಗ, ನಂಗಾ ಇಬ್ರಿಗ್‌ನೂ ಹಾಕನು" ಹೀಗೆ ಗಲಾಗಲಾ ಬಾಯಿ ಬಡಿಯುತ್ತಲೆ ವಿಭೂತಿ ಧರಿಸುತ್ತಿರುವ ಗುರುಬಾಯಿ ಎಂಬ ಮಹಿಳೆಯನ್ನು ನಾವು ಒಮ್ಮೆ ಪರಿಚಯಿಸಿಕೊಳ್ಳಲೇಬೇಕು. ಈಗ ಏನಿಲ್ಲವೆಂದರೂ ಎಪ್ಪತ್ತು ಎಂಭತ್ತು ವರ್ಷಗಳ ಹಿಂದಿನ ಮಾತಿರಬೇಕು. ಹೈದ್ರಾಬಾದ ಕರ್ನಾಟಕ ಏರಿಯಾ ಬಿಸಿಲು ಮತ್ತು ತೊಗರಿ ಬೇಳೆಗೆ ಹೇಗೆ ಪ್ರಸಿದ್ಧವೋ, ವೀರಶೈವ ಮಠ ಪರಂಪರೆಗೂ ಅಷ್ಟೇ ಪ್ರಸಿದ್ಧಿಯಾಗಿದೆ. ಪ್ರತಿ ಹಳ್ಳಿಗೂ ಕನಿಷ್ಠವೆಂದರೂ ಒಂದು ಮಠವಿರಲೇಬೇಕು. ಹಾಗೇ ನೋಡಿದರೆ ವಿರಕ್ತಮಠ, ಪಂಚಪೀಠದ ಮಠ, ಮಠಪತ್ತಿ, ಹಿರೇಮಠ ಹೀಗೆ ತರಹೇವಾರಿ ಮಠಗಳು ಈ ಭಾಗದಲ್ಲಿ ನೋಡಸಿಗುತ್ತವೆ. ವೀರಶೈವ ಪರಂಪರೆಯಲ್ಲಿ ಮಠಗಳು ಅವುಗಳ ಕಾರ್ಯವಿಧಾನ, ಅಧಿಕಾರ ವ್ಯಾಪ್ತಿ, ಸ್ಥಾನಮಾನ ಕುರಿತಂತೆ ಬಹುದೊಡ್ಡ ಇತಿಹಾಸವೇ ಇದೆ. ಅದಿರಲಿ. ಮಠದ ತಾತ್ವಿಕ ಪರಂಪರೆ ಒಂದೆಡೆ ಇದ್ದರೆ, ಅವುಗಳ ವಾಸ್ತವದ ಸಂಕೀರ್ಣ ಆಯಾಮಗಳೇ ಬೇರೆ ಇವೆ. ಇಂಥದ್ದೆ ಒಂದು ಮಠದ ಸನ್ಯಾಸಿಸ್ವಾಮಿಯ ಅನಧಿಕೃತ ಪ್ರೇಯಸಿಯ ಧೃತಿಗೆಡದ ಮಾತುಗಳು ಈ ಭಾಗದ ಹಳೆಯ ತಲೆಮಾರಿನ ಮುದುಕರ ಬಾಯಲ್ಲಿ ದಂತಕಥೆಯ ಸ್ವರೂಪ ಪಡೆದುಕೊಂಡಿವೆ.

ಸುತ್ತಲೂ ಹಬ್ಬಿರುವ ಹಳ್ಳಿಯ ನಡುವ ಸೀಮೆಯಲ್ಲಿರುವ ಮಠಕ್ಕೆ ಕನಿಷ್ಠವೆಂದರೂ ಸಾವಿರ ವರುಷಗಳ ಚರಿತ್ರೆ ಇರಬೇಕು. ಹತ್ತಾರು ತಲೆಮಾರಿಗೆ ಸೇರಿದವನಾಗಿರಬಹುದಾದ ಕೆಂಚಮುತ್ತ್ಯಾ ಎಂಬ ಸ್ವಾಮಿಯ ರಾಕುಠೀಕುಗಳೇ ಬೇರೆ. ಆತನ ಬದುಕೆಂದರೆ ಧಡಪ್‌ಶಾಹಿ, ನಿರ್ಭೀಢತನ, ಹುಂಬ ಧೈರ್ಯ, ಪಕ್ಕಾ ನವಾಬಿಶೈಲಿಯ ಸಂಗಮದಂತಿತ್ತು. ಎತ್ತರ ಕಟ್ಟುಮಸ್ತಾದ ಆಳು, ಕೆಂಪೆಂದರೆ ಗಜ್ಜರಿ ಬಣ್ಣ, ನುಣ್ಣಗೆ ಬೋಳಿಸಿದ ತಲೆ, ಗರಿಗರಿಯಾದ ಹುರಿಮೀಸೆ, ನಾಲ್ಕು ಬೆರಳಿಗೆ ಚಿನ್ನದ ಉಂಗುರ, ಕೊರಳಲ್ಲಿ ರುದ್ರಾಕ್ಷಿಸರ, ಗಾಢ ವಿಭೂತಿಪಟ್ಟಿ, ಕಾಠೇವಾಡಿ ಕುದುರೆಹತ್ತಿ ಮುತ್ತ್ಯಾ ಮಠದ ಹೊಲಕೆ ಹೊಂಟನು ಅಂದರೆ ಸುತ್ತಮುತ್ತಲಿನ ಭಕ್ತರು ಹಾದಿಯಲ್ಲಿ ನಿಂತು ನೋಡಬೇಕು. ಆ ತುದಿಯಿಂದ ಈ ತುದಿತನಕ ಭಕ್ತರೇ ಭಕ್ತರು. ಉದ್ದಕ್ಕೂ ಮುತ್ತ್ಯಾನ ಕಾಲಿಗಿ ಬಿದ್ದು ನಮಸ್ಕಾರ ಮಾಡಿ ಆಶೀರ್ವಾದ ಬೇಡುವ ದಂಡು. ಅವನು ಬಾಯಿ ತೆರೆದರೆ ಬ್ರಹ್ಮಾಂಡದ ಬಯ್ಗುಳಗಳು ಹಂಗೇ ಪಟಪಟನೆ ಮುತ್ತು ಉದುರಿದಂತೆ ಸುರಿಯುತ್ತಿದ್ದವಂತೆ. ಅಷ್ಟಕ್ಕೂ ಅವಧೂತತನದ ಎಲ್ಲ ಲಕ್ಷಣಗಳನ್ನು ಮೈಗೂಡಿಸಿಕೊಂಡಿದ್ದ ಅವನ ಇದಿರು ನಿಲ್ಲುವ ಧೈರ್ಯ ಸುತ್ತ ಹತ್ತಾರು ಫಾಸಲೆಯಲ್ಲಿ ಯಾವ ಊರಿನಗೌಡರು, ಕುಲಕರ್ಣಿ, ಸಾಹುಕಾರ,

ಫೋಜುದಾರ, ತಾಲೂಕುದಾರ ಯಾರಿಗೂ ಇರಲಿಲ್ಲವಂತೆ. "ಕೆಂಚಮುತ್ತ್ಯಾನ ನಾಲಿಗಿ ಕರಿ ಅದಾ. ಅಂವ ಅಂದ ಮಾತ ಹುಸಿ ಹೋಗಂಗಿಲ್ಲ. ವಾಕ್ಯಸಿದ್ಧಿ ಆಗ್ಯಾದ, ಅಂವ ಸಿದ್ದಾಟಿಕಿ ಪುರುಷ ಹನಾ" ಎಂಬುವ ನಂಬಿಕೆ ಇಲ್ಲಿನವರ ಮನಸ್ಸಿನಲ್ಲಿ ಆಳವಾಗಿ ಬೇರೂರಿಸಲು ಸಾಕು. ಇಂಥ ಮುತ್ತ್ಯಾನ ಮಠವೇನೊ ಪಕ್ಕಾ ಸನ್ಯಾಸಿ ಮಠವೇ ಖರೆ. ಆದರೆ ಅವನ ರಸಿಕತನದ ಪವಾಡರೂಪಿ ಕಥೆಗಳಿಗೂ ಇಲ್ಲಿ ಬರಗಾಲವಿಲ್ಲ. ಕೆಂಚಮುತ್ತ್ಯಾನ ಲಹರಿಯ ಬದುಕಿನಲ್ಲಿ ಶಕ್ತಿರೂಪಿಣಿಯ ಅವತಾರವಾಗಿ ಬಂದವಳೇ ಗುರುಬಾಯಿ ಎಂಬ ದಿಟ್ಟೆ.

ಮಠದ ಮುಂದಿನೂರಿನ ಐಗೋಳ ಗುರುಬಾಯಿಯು ಗಂಡ, ಅತ್ತೆ, ಮಾವ, ಮಕ್ಕಳು ಮರಿ ಭರ್ತಿ ಕುಟುಂಬ ಇದ್ದಾಕೆ. ಉಡುವುದಕ್ಕೂ, ಉಣುವುದಕ್ಕು ಹಂಗೇನು ಕೊರತೆ ಇರದ ಮನೆತನ. ಅವರ ಮನೆದೇವರು ಸದರಿ ಮಠದ ಕರ್ತೃಪುರುಷ. ಹೀಗಾಗಿ ಕೆಂಚಮುತ್ತ್ಯಾ ಅವರ ಮನೆಯ ಗುರುಗಳಾಗಿದ್ದರು. ಅಮವಾಸಿ, ಹುಣ್ಣಿಮೆ, ಶ್ರಾವಣ ಮಾಸ ಮಠಕ್ಕೆ ಹೋಗುವುದು. ಅಲ್ಲಿಯೇ ಉಳಿದು ಸೇವೆ ಮಾಡುವುದು ಆ ಮನೆತನದವರ ಪರಿಪಾಠವೇ ಆಗಿತ್ತು. ಹೀಗೆ ಸೇವೆ ಮಾಡುತ್ತಿರುವಾಗಲೇ ಕೆಂಚಮುತ್ತ್ಯಾನ ಮೋಹಕ ವ್ಯಕ್ತಿತ್ವ ಗುರುಬಾಯಿಯನ್ನು ಮೋಹಕಗೊಳಿಸಿರಲು ಸಾಕು. 'ವಿಧಿವಿಳಸನದ ನೆರಂಬಡೆಯೇ ಮನಸಿಜನ ಮಾಯೆ ಕೊಂದು ಕೂಗದೇ ನರರಂ" ಎಂಬ ಜನ್ನನ ವಾಣಿ ಯಾವತ್ತಿಗೂ ಅಳಿಸಲಾಗದ ಸತ್ಯ ತಾನೇ. ಹೀಗೆ ಮುತ್ತ್ಯಾನ ಪ್ರೇಮ ಪಾಶದಲ್ಲಿ ಬೀಳುವ ಗುರುಬಾಯಿಗೆ ಮುತ್ತ್ಯಾನಿಂದ ದೂರಹೋಗಲಾಗದ ಸ್ಥಿತಿಯಾಗಿ ಕಾಡಿದ್ದು ಊರವರ ಕೆಂಗೆಣ್ಣಿಗೆ ಗುರಿಯಾಗುತ್ತದೆ. ಹೊರಗೆ ಗುಸುಗುಸು ಮಾತಾಡುವ ಭಕ್ತರಿಗೆ ಮುತ್ತ್ಯಾನ ಎದುರು ಬರಲು ಮಾತ್ರ ಧೈರ್ಯವಿಲ್ಲ. ಈಗೀಗ ಮೂರುಹೊತ್ತು ಮಠದ ಮೇಲುಸ್ತುವಾರಿಯಲ್ಲಿ ನಿರತಳಾಗಿರುವ ಗುರುಬಾಯಿ ಎದುರು ಬರಲು ಕೂಡಾ ಎಲ್ಲರಿಗೂ ಏನೋ ಅಳುಕು. ಅಷ್ಟರಲ್ಲಿ ಇವರಿಬ್ಬರ ಪ್ರೇಮದ ಫಲ ಗರ್ಭಕಟ್ಟಿಕೊಂಡು ಸುತ್ತಲ ಹತ್ತು ಹಳ್ಳಿಯಲ್ಲಿ ಇದೊಂದು ದೊಡ್ಡ ಚರ್ಚೆಯೇ ಸುರುವಾಯ್ತು. ಗರ್ಭ ಬೆಳೆಯುತ್ತಿರುವಂತೆ ಭಕ್ತರ ಉದ್ವೇಗ, ಆವೇಶ, ಪ್ರತಿಭಟನೆಗಳು ಏರತೊಡಗಿದವು. ಗರ್ಭವಿಳಿಸಿಕೊಳ್ಳುವ ಸುಲಭ ಸಾಧನಗಳಾವುವು ಕೈಗೆಟುಕದಿರುವ ಆ ಕಾಲದಲ್ಲಿ ಇಂಥ ವಿಷಯಗಳು ರಾಣಾರಂಪಾಟವಾಗದೇ ಬೇರೆ ದಾರಿಯಿರಲಿಲ್ಲ.

ಇಂಥ ಸಂದಿಗ್ಧ ಸನ್ನಿವೇಶದಲ್ಲಿಯೇ ಮುತ್ತ್ಯಾನ ಸೇವಕಮರಿಯಾಗಿದ್ದ ಹುಡುಗ ನಿಜಲಿಂಗಯ್ಯನು ಅವ್ವನ ವಯಸ್ಸಿನಂತಿದ್ದ ಗುರುಬಾಯಿಯೊಂದಿಗೆ ಮಾತಿಗಿಳಿದಿದ್ದ. ದಿನಾಲೂ ಊರೂರುಗಳಲ್ಲಿ ಕಂತಿಭಿಕ್ಷೆ ಎತ್ತಲು ಹೋಗುತ್ತಿದ್ದ ನಿಜಲಿಂಗಯ್ಯನಿಗೆ ಭಕ್ತರ ಕ್ರೌರ್ಯ, ಪ್ರತಿಭಟನೆಗಳು ಅರಿವಿಗೆ ಬರತೊಡಗಿದ್ದವು. ಗುರುಬಾಯಿಯನ್ನು ಮಠದಿಂದ ಓಡಿಸಬೇಕೆಂದು ಕೆಲವರು, ಅವಳನ್ನು ಕೊಲೆಗೈಯ್ಯುಬೇಕೆಂದು ಕೆಲವರು, ತಲೆಬೋಳಿಸಿ, ಕತ್ತೆ ಮೇಲೆ ಊರಲ್ಲಿ ಮೆರವಣಿಗೆ ಮಾಡಿಸಬೇಕೆಂದು ಕೆಲವರು ಫರಮಾನು ಹೊರಡಿಸುತ್ತಿದ್ದದ್ದನ್ನು ನಿಜಲಿಂಗಯ್ಯ ಕಿವಿಯಾರೆ ಕೇಳಿದ್ದ. ಹೀಗೆಂದೇ ಅವನು ಸರುಹೊತ್ತಿನಲ್ಲಿ ಮಠಕ್ಕೆ ಓಡಿಬಂದವನೆ "ಯವ್ವಾ ಗುರುತಾಯಿ ನೀ ಮಠದಾಗ ಇರಬ್ಯಾಡವ್ವೊ, ಗೌಡ, ಕುಲಕರ್ಣಿ, ದೈವದವರು ನಿನಗ ಕಡದು ಬುಟ್ಟಿ ತುಂಬತಾರವ್ವೊ

ಎಂದು ಅವಲತ್ತುಕೊಳ್ಳುತ್ತಿದ್ದ. ತನ್ನ ಹಿಂದೆ ಮುಂದೆ ನಡೆಯುತ್ತಿದ್ದ ವಿದ್ಯಮಾನಗಳನ್ನು ಗಮನಿಸುತ್ತಲೇ ಇದ್ದ ಗುರುಬಾಯಿಗೆ ಈಗ ನಿಜಕ್ಕೂ ದಿಗಲು ಕಾಣಿಸಿಕೊಂಡಿತ್ತು. ತಾಳಿಕಟ್ಟಿದ ಗಂಡನೇ ತಿಂಗಳೊಪ್ಪತ್ತು ಹಿಂದೆ ಹೆಂಡತಿಗೆ ಪರಿಪರಿಯಾಗಿ ಬುದ್ಧಿ ಹೇಳಿದ್ದ. ಸನ್ಯಾಸಿ ಸೋಬತಿ ಛಲೋ ಅಲ್ಲ. ಏನಾಗಿದ್ದು ಆಗ್ಯಾದ. ಈಗರೇ ಸುಮ್‌ಗಪ್ಪಾಗಿ ವಾಪಸ್ ಮನಿಗಿ ಬಾ. ನಾ ಮನ್ಯಾಗ ಎಲ್ಲಾರಿಗಿ ಸಂಭಾಳ್‌ಸ್ತಿನಿ ಅಂದಿದ್ದ. ಅದಕ್ಕೆ ಗಟ್ಟಿಗಿತ್ತಿ ಗುರುಬಾಯಿಯು "ಈಕಾ ಹಿರ್‍ಯಾ ನನ್ ದೈವದಾಗ ಏನಿತ್ತೊ ಸನ್ಯಾಸಿ ಸೋಬತಿ. ಅದು ಬಂದು ಪದರಿಗಿ ಬಿದ್ದಾದs. ಆಯ್ತು ಒಮ್ ಮನಾ ಜಾರ್‍ಯಾದಾ, ಭೂಲ್‌ಚೂಕ್ ಆಗ್ಯಾದ. ಆದ್ದದ್ದು ಆಗ್ಯಾದ. ಹ್ಯಾಂಗ್ಯಾs ಜಾರತನ ಮಾಡೀನಿ, ಹಿಂಗಾ ಮಾಡೀನಿ. ನನ್ನ ಮರ್ತು ಬಿಡು. ಮಠದವನ ಪದರಿಗಿ ಬಿದ್ದೀನಿ. ಅಂವಾ ಮ್ಯಾಲಾ ಕುಂತಾನಲ್ಲಾ! ಆ ಮುಂಡೇ ಮಗಾ ದೇವರಾ. (ಮುಗಿಲಿಗಿ ಕೈ ಮಾಡಿ) ನನಗಾ ಅಂವಗಾ ತಳಕ ಹಾಕ್ಯಾsನ. ಏನಾರ ಆಗ್ಲಿ. ಇಲ್ಲ್ಯೆ ನಂದು ಮುಕ್ತಿ ಆಗಲಿ. ನೀ ಸುಮ್ಮ ಮನಿಗಿ ಹೋಗು. ಇಕಾ ಇನ್ನೊಂದು ಮದಿ ಮಾಡಕೊ" ಅಂತ ಹೇಳಿ ಗಂಡನ ಪರಲು ಕಡಕೊಂಡಿದ್ದಳು. ಆದರೆ ಗಂಡನಿಗೆ ಅಂಜಿಸಿ ಕಳಹಿಸಿದಷ್ಟು ಸುಲಭವಾಗಿ ದೈವದವರನ್ನು (ಊರವರು) ಎದುರಿಸುವುದು ಸಾಧ್ಯ ಇರಲಿಲ್ಲ. ಹೇಳಿ ಕೇಳಿ ಅದು ಸನ್ಯಾಸಿ ಮಠ. ಒಂದಲ್ಲ ಸುತ್ತ ಹತ್ತ ಹಳ್ಳಿಯ ಸೀಮೆಯಲ್ಲಿರುವ ಬಹು ದೊಡ್ಡ ಮಠ. ಅಂಥ ಮಠದಾಗ ಇಂಥಾ ಭಾನಗಡಿ ಅಂದ್ರ ಜಿಲ್ಲೆಗೆ ಜಿಲ್ಲೆಯೇ ಉಸಿರು ಬಿಗಿ ಹಿಡಿದು ಕುಂತಿತ್ತು.

ಗುರುಬಾಯಿಗೆ ಮುಂದಿನ ದಾರಿ ಶೂನ್ಯವೆನಿಸತೊಡಗಿತ್ತು. ನಿಜಲಿಂಗಯ್ಯ ಹೇಳಿದಂಗೆ ಮಠ ಬಿಟ್ಟು ಓಡಿ ಹೋಗುವುದಾದರೂ ಎಲ್ಲಿಗೆ? ತನ್ನೂರಿನ ಸೀಮೆ ಬಿಟ್ಟು ಇನ್ನೊಂದು ಸೀಮೆ ನೋಡದ ಅವಳಿಗೆ ಹೊರ ಪ್ರಪಂಚವೇ ಗೊತ್ತಿಲ್ಲ. ಈಗ ಇದ್ದ ಬಂಧು, ಬಳಗವೂ ಅವಳನ್ನು ಸ್ವೀಕರಿಸಲಾರರು. ಮಠದಲ್ಲಿ ಮೈ ಮುರಿದು ದುಡಿದು ಮಠದಯ್ಯನ ಎಲ್ಲಂದದ ಸೇವೆ ಮಾಡುವುದು ಬಿಟ್ಟರೆ ಮತ್ತೊಂದು ಕೆಲಸವು ಗೊತ್ತಿಲ್ಲ. ಇಂಥ ಸಂದರ್ಭದಲ್ಲಿ ಗುರುಬಾಯಿಗೆ ಇದ್ದ ಏಕೈಕ ಅಂತಿಮ ಆಸರೆ ಅಂದರೆ ಅವಳ ಮೊಂಡ ಧೈರ್ಯ. ಅದೆಲ್ಲಿಂದ ಅಷ್ಟು ಛಲ, ಧೈರ್ಯ, ಮೊಂಡುತನ ಜಮೆಗೊಂಡಿತ್ತೊ ಗೊತ್ತಿಲ್ಲ. ನಿಜಲಿಂಗಯ್ಯನು ತಂದ ವಾರ್ತೆಯಿಂದ ಒಂದು ಕ್ಷಣ ವಿಚಲಿತಳಾದವಳಂತೆ ಕಂಡರೂ ಮರುಕ್ಷಣವೇ ಸೆಟೆದು ನಿಲ್ಲುತ್ತಾಳೆ. ತುಂಬಿದ ಹೊಟ್ಟೆಯ (ಗರ್ಭಿಣಿ) ನಿಗರ್ತಿಕ ಗ್ರಾಮೀಣ ಮಹಿಳೆ ಅವುಡಗಚ್ಚಿ, ಗಂಡುಗಚ್ಚೆ ಹಾಕಿ ನಿಂತವಳೆ "ಬರ್‍ಲಿ ಯಾ ಭಾಡ್ಯಾ ನನಗೆ ಕೊಲ್ಲಂವ ಹನಾ ಬರ್‍ಲಿ. ನನಗ ಮಠಾ ಬಿಡಸ್‌ಬೇಕಂದ್ರ ಮೊದಲ್ ಸ್ವಾಮಿಗಿ ಹೊರಗ ಹಾಕ್ಲಿ. ಯಾಕಾs ಅಂವಾ ಹಾದರ್ ಮಾಡಿಲ್ಲಾ. ನಾನೇ ಮಾಡಿನ್ಯಾ...... ಯಾ ಯಾ ಊರಾsಗ ಎಷ್ಟು ಗರತೇರು ಹರಾ ಅಂತ ನಂಗೊತ್ತಿಲ್ಲಾ... ಎಂದು ಒದರಾಡತೊಡಗಿದಳಂತೆ. ಅವಳ ರೌದ್ರಾವತಾರದ ಪರಿಗೆ ದೈವದವರ ರೊಚ್ಚು ಕುಳಿತಲ್ಲಿಯೇ ಠುಸ್ಸೆಂದಿರಲು ಸಾಕು. ಒಂದು ಕಡೆ ಅವಧೂತನಂತಿರುವ ಮುತ್ತ್ಯಾನ ಭಯ, ಇನ್ನೊಂದು ಕಡೆ ಗುರುಬಾಯಿಯ ಮೊಂಡ ಧೈರ್ಯ. ಈ ನಮೂನಿ ಎರಡು ಬಾಯಿಯ ಇಕ್ಕುಳ ಜನರ ಬಾಯಿಯನ್ನು ಮುಚ್ಚಿಹಾಕುತ್ತದೆ.

ಕೆಲವೊಂದು ದಿವಸ ಕುಳಿತಲ್ಲಿಯೇ ಹಾರಾಡಿದ್ದ ಭಕ್ತರು ಅಲ್ಲಲ್ಲಿಯೇ ತಣ್ಣಗಾದರಂತೆ. ಯಥಾಪ್ರಕಾರ ಗುರುಬಾಯಿ ದಿನಗಳು ತುಂಬಿ ಕಾಲಲಬ್ಧಿಗೆ ಬಂದೊಡನೆ ಎರಡು ಗಂಡು ಮಕ್ಕಳನ್ನು ಅವಳಿ-ಜವಳಿಯಾಗಿ ಹೆರುತ್ತಾಳೆ. ಮಠಧ ಕಸಗುಡಿಸುವ ಹರಿಜನ ಮುದುಕಿ ಈರವ್ವ ಬಾಣಾಂತಾನ ಮಾಡಿಸುತ್ತಾಳೆ. ಅದೇ ಆಗ ಹುಟ್ಟಿದ ಎರಡು ನಿಗಿನಿಗಿ ಕೆಂಡದಂತಿರುವ, ಥೇಟ್ ಮಠಧಯ್ಯನ ಪ್ರತಿರೂಪದಂತಿರುವ ಗಂಡು ಕೂಸುಗಳನ್ನು ತಂದು ಮಠದ ಮುತ್ತ್ಯಾನ ಇದಿರು ಮಂಚದ ಮೇಲೆ ಹಾಕುತ್ತಾಳೆ. ದಷ್ಟಪುಷ್ಟ ಆರೋಗ್ಯವಂತ ಮಕ್ಕಳನ್ನು ನೋಡಿ ಹಾಗ್ಹಾಗೆ ಖುಷಿಗೊಳ್ಳುತ್ತಿರುವ ಮುತ್ತ್ಯಾನಿಗೆ ಈಗ ಮಕ್ಕಳನ್ನು ಏನು ಮಾಡಬೇಕು ಎಂಬ ಚಿಂತೆ ಆವರಿಸಿಕೊಂಡಿರಬಹುದು. ಅಷ್ಟರಲ್ಲಿ ಪಕ್ಕದೂರಿನ ಮಕ್ಕಳಿಲ್ಲದ ದಂಪತಿಗಳಿಬ್ಬರು ದಾರಿಹೋಕರಾಗಿ ಮಠಕ್ಕೆ ಬಂದಿದ್ದರಂತೆ. ಮುತ್ತ್ಯಾ ಈ ಮಠದ ಮಹಿಮಾ ಅಪರಂಪಾರ ಅದಾ, ಇದು ಕಲಿಯುಗದ ಕಲ್ಪವೃಕ್ಷ, ಬೇಡಿದವರಿಗೆ ಬೇಡಿದ್ದು ಕೊಡುವ ಮಠಾ ಅದಾ ಅಂತ ಕೇಳೀವಿ. ನಮಗ ಭಾಳದಿನಾ ಆಯ್ತು ಮಕ್ಳಾಗಿಲ್ಲ, ಮಕ್ಳು ಕುಡು ಅಂದರಂತೆ. ಅಷ್ಟು ಕೇಳಿಸಿಕೊಂಡವನೆ ಮುತ್ತ್ಯಾ "ಈಗಾ ಮಕ್ಳಬೇಕಾs ಗುಡ್ಯಾನ ಶಿವನೇ ನಿಮಗ ಕಳಸ್ಯಾನ ಈಕಾ ತಕೋ ತಾಜಾ ತಾಜಾ ಗಂಡಸಮಗಾ ಏ ಪೋರಿ ಬಾರsಗ ಉಡಿ ಒಡ್ಡು ತಗೊ ಕೂಸೀಗಿ" ಎಂದವನೆ ಒಂದು ಮಗುವನ್ನು ಎತ್ತಿ ಅವರಿಗೆ ಕೊಟ್ಟನಂತೆ. ಮಾದರ ಕುಲಕ್ಕೆ ಸೇರಿದ ಆ ಕಾಯಕ ಜೀವಿ ದಂಪತಿಗಳು ದೂಸರಾ ಮಾತಿಲ್ಲದೆ ಮಗುವನ್ನು ಎತ್ತಿಕೊಂಡು ಸಾಕತೊಡಗುವರು. ಇನ್ನೊಂದು ಮಗು ಗುರುಬಾಯಿಯ ಆರೈಕೆಯಲ್ಲಿ ಬೆಳೆದು ಅವಳ ಗಂಡನ ಮನೆ ಸೇರುತ್ತದೆ. ಜಂಗಮರ ಮನೆ ಸೇರಿದ ಮಗು ಅಯ್ಯಾಚಾರ (ಜಂಗಮದೀಕ್ಷೆ) ಪಡೆದು ವಿದ್ಯಾಭ್ಯಾಸ ದಕ್ಕಿಸಿಕೊಳ್ಳುತ್ತದೆ. ವಯಸ್ಸಿಗೆ ಬಂದ ಜಂಗಮರ ಹುಡುಗ ಅದೇ ಮಠಕ್ಕೆ ಉತ್ತರಾಧಿಕಾರಿಯಾದರೆ, ಮಾದರ ಮನೆ ಸೇರಿದ ಹುಡುಗ ಹಲಗೆ ಬಾರಿಸುವುದನ್ನು ಕಲಿತು ಮಾದರ ಶಿವಪ್ಪನೆಂದು ಪರಿಚಿತನಾಗುತ್ತಾನೆ. ಒಂದೇ ತಾಯಿಯ ಸಂತಾನದಲ್ಲಿ ಒಬ್ಬ ಮಠದಯ್ಯನಾಗಿ ಸಿಂಹಾನರೂಢನಾಗುತ್ತಿದ್ದರೆ, ಇನ್ನೊಬ್ಬ ಅದೇ ಸ್ವಾಮಿಯ ಪಟ್ಟಾಭಿಸೇಕ ಸಮಾರಂಭದಲ್ಲಿ ಚಿಟ್ಟಲಗಿ ಭಾರಿಸುತ್ತ ದೊಡ್ಡವರು ಎಸೆಯುವ ದುಡ್ಡುಗಳನ್ನು ಬಾಚಿಕೊಳ್ಳುತ್ತಿದ್ದನು. ಇದನ್ನೆಲ್ಲ ಕಣ್ಣಾರೆ ಕಂಡು ಅನುಭವಿಸಿದವರೆಲ್ಲರೂ ಇವತ್ತಿಗೂ ಇದೆಲ್ಲವೂ ಆ ಅವಧೂತ ಸಂತನ ಲೀಲೆ ಎಂದೇ ಸ್ಮರಿಸಿಕೊಳ್ಳುತ್ತಾರೆ. ಅವರ ಭಾವುಕಭಕ್ತಿಯ ಪರಿಧಿಯಲ್ಲಿ ಮೌಲ್ಯ-ಅಪಮೌಲ್ಯಗಳು ಚಲಾವಣೆಯಲ್ಲಿ ಇರುವುದಿಲ್ಲ. ಎಷ್ಟೆಲ್ಲ ಬಗೆಯಾಗಿ ಇದನ್ನು ವಿವರಿಸುವ ಇಲ್ಲಿನವರು ಗುರುಬಾಯಿಯ ಆ ಧೈರ್ಯ, ಮೊಂಡಾಟ ವೈಭವೀಕರಿಸುವುದನ್ನು ಮರೆಯುವುದಿಲ್ಲ. ಒಳಗೊಳಗೆ ಅವಳ ಕೆಚ್ಚನ್ನು ಮೆಚ್ಚುವ ಅವರಿಗೆ ವಾಸ್ತವದ ನೆಲೆಯಲ್ಲಿ ಇಡೀ ಪ್ರಸಂಗವನ್ನು ಮುಖಾಮುಖಿಯಾಗುವ ಧೈರ್ಯವಿಲ್ಲವಾಗಿ "ಅವನಾಟಾ ಯಾರೀಗಿ ತಿಳಿತsದ ತಂಗೀ ಎಂದು ಸುಮ್ಮನಾಗುತ್ತಾರೆ. ಇಂಥ ಅಸಂಖ್ಯ ಗುರುಬಾಯಿಗಳು ನಮ್ಮ ನಾಡಿನುದ್ದಕ್ಕೂ ಎಲ್ಲ ತಿರಸ್ಕಾರಗಳ ನಡುವೆಯೂ ಬದುಕ ಬಯಸಿ ನಿಂತಿದ್ದಾರೆ.

# ಬದುಕೆಂಬ ಚಕ್ಕೀಯು ಪಾಟಾ

'ಏ! ತಾಯಿ ಲಗೂನೇ ಏಳು, ದಾದಾಗ ಎಬ್ಬಿಸು, ಹಬ್ಬಂದಥಾ ಹಬ್ಬ ನಾಡಿಗೆ ದೊಡ್ಡ ಹಬ್ಬಾ! ದೀಪಾವಳಿ. ಇಕಾ ಸೂರ್ಯ ನೆತ್ತಿ ಮ್ಯಾಗ ಬಂದು ತಾಸ್ಹೊತ್ತ ಆಗ್ಯಾದ. ಇನಾ ಕುಂಡಿ ಬಾಳ ಹಾಕಿ ಮಕ್ಕೊಂಡ್ರ ಹ್ಯಾಂಗ'. ಹೀಗೆ ಅವಾಜ ಮಾಡುತ್ತ ಐವತ್ತರ ಆಸುಪಾಸಿನ ಆ ಯಜಮಾನ ಅವತ್ತ ಮೂಡಲದಾಗ ಮಕ್ಕಳನ್ನು ಎಬ್ಬಿಸುತ್ತ ಮನೆ ತುಂಬ ಓಡಾಡುತ್ತಿದ್ದಾನೆ.

ಅರಮನೆ ಅಂತಲ್ಲವಾದರೂ ಸಿರಿಮನೆ ಎನ್ನುವಷ್ಟು ಮಧ್ಯಮ ಗಾತ್ರದ ದೊಡ್ಡ ಮನೆಯ ಒಂದು ಹಜಾರದ ಮೂಲೆಯಲ್ಲಿ ಚೆಂಡು, ಸೇವಂತಿಗೆ, ಕಾಕಡಾ ಹೂಗಳ ಸರ ಮಾಡುತ್ತ ಮುದುಕಿಯೊಂದು ಕುಳಿತಿದೆ. ಅಜಮಾಸು ಎಪ್ಪತ್ತು, ಎಪ್ಪತ್ತೈದರ ವೃದ್ಧಾಪ್ಯ. ಅವರೆ ಹೂವಿನಂಥ ಶುಭ್ರ ಬಣ್ಣ, ಖಡೀ ನೇಟ ಮೂಗು, ಮೊಳಕಾಲುದ್ದ ಕೂದಲು. ಎತ್ತಿ ಕಟ್ಟಿದ ಲಟ್ಟ ತುರುಬು, ಕಟ್ಟುಮಸ್ತಾದ ಆಳು. ಬಾಯಿ ತುಂಬಾ ಎಲೆ ಅಡಕಿ. ಥೇಟ್ ಪಾಕಿಜಾ ಸಿನೇಮಾದ ಮೀನಾಕುಮಾರಿಯ ಚಾಲ. ಮನೆಯ ಯಜಮಾನನಿಗೆ ಇವಳು 'ಛೋಟಿ ಮಾ' ಅಂತಾದರೆ, ನೆರೆ-ಹೊರೆಯವರಿಗೆ ಇವಳು 'ಮುನ್ನಾಖಾಲಾ', 'ಮನ್ನಾಬಿ', 'ಮನ್ನಾಬೇಗಂ', 'ಮನ್ನಾಜಾ' ಆಗಿದ್ದಾಳೆ. ಈ ಮುದುಕಿ ದೀಪಾವಳಿ ಹಬ್ಬದ ತಯಾರಿಯಲ್ಲಿ ವ್ಯಸ್ತಳಾಗಿರುವಂತೆಯೇ ಮೂಲೆಯ ಮಗ್ಗುಲಿಂದಲೇ ಮೊಮ್ಮಕಳನ್ನ, 'ಏ! ಸೀಮಾ, ಮಾಲತಿ, ಉದಯ್, ಕಿರಣ್, ಪಪ್ಪ್ಯಾ ಏಳ್ರೋ' ಎಂದು ಎಲ್ಲರನ್ನೂ ಹಬ್ಬಕ್ಕಾಗಿ ಎಬ್ಬಿಸುತ್ತಿದ್ದಾಳೆ. ಅಷ್ಟಕ್ಕೂ ಅದು ನಮ್ಮ ಭಾಗದ ದಿಗಂಬರ ಜೈನರ ಅವಿಭಕ್ತ ಕುಟುಂಬ. ಮನೆಯ ಯಜಮಾನ ಮೆಹರ್‌ಚಂದ ಶಹಾ ದೊಡ್ಡ ವ್ಯಾಪಾರಿ ಕುಳ. ಅವನ ಅಧಿಕೃತ ಪತ್ನಿ ಲಾಜವಂತಿ ಬೆಹನ್‌ಗೆ ಹುಟ್ಟಿದ್ದು ಒಂದು ಗಂಡು, ಒಂದು ಹೆಣ್ಣು ಮಗು ಮಾತ್ರ. ಆದರೆ ಅವನ ಖಯಾಲಿ, ರಸಿಕ ಬದುಕಿನ ಸಂಗಾತಿ ಮನ್ನಾಬೀಗೆ ಹುಟ್ಟಿದವರು ಅಮಿನಾಬಿ ಮತ್ತು ಹುಸೇನಬೀ ಎಂಬ ಇಬ್ಬರು ಹೆಣ್ಣು ಮಕ್ಕಳು. ಈಗ ಮೆಹರ್‌ಚಂದ, ಲಾಜವಂತಿ ಕಾಲವಶರಾಗಿ ದಶಕವೇ ಕಳೆದಿವೆ. ಏಕೈಕ ಮಗ ಕಾಂತಿಲಾಲನೇ ಮನೆಯ ಯಜಮಾನ. ಆತ ತನ್ನ ತಾಯಿಯಲ್ಲಿ ಹುಟ್ಟಿದ ಆಶಾ, 'ಛೋಟಿ ಮಾ'ಳಿಗೆ ಹುಟ್ಟಿದ ಹುಸೇನಬಿ ಈ ಮೂವರಲ್ಲಿ ಎಂದೂ ಭೇದ ಮಾಡಲಿಲ್ಲ. ತನ್ನ ಖಾಸಾ ತಂಗಿಯನ್ನು ಯಥಾಪ್ರಕಾರ ಜೈನರಿಗೆ ಕೊಟ್ಟು ಮದುವೆ ಮಾಡಿದ್ದಾನೆ. ಉಳಿದ ಇಬ್ಬರನ್ನು ಮುಸ್ಲಿಂ ಮನೆತನಕ್ಕೆ ಕೊಟ್ಟು ಮದುವೆ ಮಾಡಿದ್ದಾನೆ. ಈಗ ಮನೆಯಲ್ಲಿ ಛೋಟಿ ಮಾ ಯಾನೇ ಮನ್ನಾಬೀ ದೊಡ್ಡ ಯಜಮಾನತಿ. ಮಗ ಕಾಂತಿಲಾಲ ಎಲ್ಲವನ್ನು ಛೋಟಿ ಮಾ ಳಿಗೆ ಕೇಳಿಯೇ ಮಾಡುವುದು. ಹಬ್ಬ, ಮದುವೆ, ಸಮಾರಂಭಕ್ಕೆ ಎಲ್ಲರೂ ಸೇರುತ್ತಾರೆ. ಹೆಣ್ಣು ಮಕ್ಕಳಿಗೆ

ಕೊಡಬೇಕಾದ ವಸ್ತು, ಒಡವೆ, ಹಣ, ಆಸ್ತಿಯಲ್ಲಿ ಕಾಂತಿಲಾಲ ಎಂದೂ ಭೇದ ಮಾಡಲಿಲ್ಲ. ಮೋಸವಂತೂ ಸುಳಿಯಲೆ ಇಲ್ಲ.

ಗಂಡನ ಮನೆಗೆ ಹೋದ ಮುಸ್ಲಿಂ ಹೆಣ್ಣು ಮಕ್ಕಳು ತಮ್ಮ ಮನೆಯಲ್ಲಿ ತಮ್ಮ ಇಸ್ಲಾಂ ಪದ್ಧತಿಯಂತೆ ವಿಧಿ ಆಚರಣೆಗಳನ್ನು ನಡೆಸಿದರೆ, ತವರು ಮನೆಗೆ ಬಂದಾಗ ಮಾತ್ರ ದೀಪಾವಳಿಗೆ ಜೈನ ಅಣ್ಣನಿಗೆ ಆರತಿ ಬೆಳಗುತ್ತಾರೆ, ತಿಲಕ ಇಡುತ್ತಾರೆ. ಜೈನರ ಣಮೋಕಾರ ಮಂತ್ರ ಪಠಿಸುತ್ತಾರೆ. ದಸರಾ ಹಬ್ಬಕ್ಕೆ ಬಂದಾಗ ಜೈನರ ಮಹಾಕಾಳಿ ಹೆಸರಿನಲ್ಲಿ ವ್ರತ ಮಾಡುತ್ತಾರೆ. 'ದಾಂಡಿಯಾ' ಅಂದರೆ ಕೋಲಾಟ ಆಡುತ್ತಾರೆ. ಸ್ಥಳೀಯ ಜೈನರ (ದಿಗಬಂರ) ಮನೆ ಮಾತು ಮರಾಠಿ. ಜೈನರ ಮರಾಠಿಯೊಂದಿಗೆ ತಮ್ಮ ತಾಯಿಯ ಭಾಷೆ ಉರ್ದುವನ್ನು ಬೆರಕೆ ಮಾಡಿ ಮಾತಾಡುವ ಆ ಪರಿ ಇದೆಯಲ್ಲ, ಅದು ಕೇಳಿ ಮಾತ್ರ ಅನುಭವಿಸಬೇಕು. ಇನ್ನೊಂದು ಕಡೆ ಇಂಥವೇ ಇಸ್ಲಾಂ ಕುಟುಂಬಗಳು ಶುದ್ಧ ವೀರಶೈವರಂತೆ ಬದುಕುತ್ತಿವೆ. ಮಗುದೊಂದು ಕಡೆ ಥೇಟ್ ಗಂಗಾಮತಸ್ಥರಂತೆ ಬಾಳು ಹೂಡಿಕೊಂಡಿವೆ. ಹಾಗಾದರೇ ಧರ್ಮದಿಂದ ಇಸ್ಲಾಂ ಪರಂಪರೆಗೆ ಸೇರಿದ ಇವರು ಮೂಲದಲ್ಲಿ ಯಾರಿರಬಹುದು ಎಂದು ತಲೆ ತುರಿಸಿಕೊಳ್ಳುವಂತೆ ಆಗುತ್ತದೆ.

ಹೈದರಾಬಾದ ಕರ್ನಾಟಕ ಪ್ರದೇಶ ನವಾಬಗಿರಿ ಮತ್ತು ಮೊಘಲ ಶಾಹಿಗೆ ಪರ್ಯಾಯ ಪದವೆಂದು ಬೇರೆ ಹೇಳಬೇಕಿಲ್ಲ ತಾನೆ. ನಮ್ಮ ನವಾಬನಿಗೆ ಐದು ನೂರು ಬಾಇಜ್ಜತ್ ಹೆಂಡಂದಿರು ಇರುವಂತೆ ಸ್ಥಳೀಯ ಗೌಡ, ಕುಲಕರ್ಣಿ, ಸಾಹುಕಾರ, ಜಮೀನ್ದಾರರಿಗೆ ಕನಿಷ್ಠವೆಂದರೂ ಒಬ್ಬಿಬ್ಬರು ಉಪಪತ್ನಿಯರು ಇರಲೇಬೇಕು. ಹೀಗೆ ಉಪಪತ್ನಿಯರಾಗುವವರದೇ ಒಂದು ವಿಶಿಷ್ಟ ಜನಾಂಗ ಇಲ್ಲಿ ಇತ್ತು. ನಮ್ಮ ಹಳೆಯ ತಲೆಮಾರಿನ ಜನರು ಅವರನ್ನು 'ಪಾತ್ರದವರು' ಎಂದು ಕರೆಯುತ್ತಿದ್ದರು. ಈ ಪಾತ್ರದವರು ಧಾರ್ಮಿಕವಾಗಿ ಇಸ್ಲಾಂ ಮತಕ್ಕೆ ಸೇರಿದ್ದರೆ, ಸಾಂಸ್ಕೃತಿಕವಾಗಿ ಸ್ಥಳೀಯರೊಂದಿಗೆ ಅನ್ಯೋನ್ಯವಾಗಿ ಸೇರಿಕೊಂಡಿದ್ದರು. ನಮ್ಮ ಅಜ್ಜಂದಿರ ಕಾಲಕ್ಕೆ ಇಂಥ ನೂರಾರು ಕುಟುಂಬಗಳು ಗುಲಬರ್ಗಾ, ಬೀದರ್, ರಾಯಚೂರು ಜಿಲ್ಲೆಗಳಲ್ಲಿ ಹರಡಿಕೊಂಡಿದ್ದವು. ಒಂದೊಂದು ಪಾತರದ ಕುಟುಂಬ ಒಂದೊಂದು ಸಿರಿವಂತ ಮನೆತನದೊಂದಿಗೆ ಅವಿನಾಭಾವವಾಗಿ ಬೆಸೆದುಕೊಂಡಿತ್ತು. ಈ ಪಾತರದ ಕುಟುಂಬಗಳ ಬಗೆಗೆ ಅತ್ಯಂತ ರೋಚಕ ಕಥೆಗಳು ಇವೆ. ಕಥೆಗಳಷ್ಟೇ ಅಲ್ಲ ಅವರ ಬದುಕಿನ ಪಳೆಯುಳಿಕೆಗಳು ಇಲ್ಲೆಲ್ಲಾ ಹರಡಿಕೊಂಡಿದ್ದು, ಅವೆಲ್ಲಾ ಇತಿಹಾಸದ ಅವಜ್ಞೆಗೆ ಒಳಗಾದದ್ದು ಇದೆ. ಗುಲಾಬು ಅತ್ತಿ, ಮನ್ನಾಬೀಖಾಲಾ, ಹುನತ್ತಿ, ಅಮೀನು ಕಾಕಿ, ಚಾಂದಮಾ, ಅಲ್ಲಾಮಾ, ಬೀಯಾಮಾ ಈ ಎಲ್ಲ ವ್ಯಕ್ತಿತ್ವಗಳನ್ನು ಕುರಿತು ಕಣ್ಣಿಗೆ ಕಟ್ಟುವಂತೆ ಚಿತ್ರಣಗಳು ಮುದುಕರ ನೆನಪಿನ ಪೆಟಾರಿಗಳಲ್ಲಿ ಸುರುಳಿಸುತ್ತಿ ಕುಳಿತುಕೊಂಡಿವೆ. ಇಲ್ಲಿ ಮುಖ್ಯವಾಗಿ ಗಮನಿಸಬೇಕಾದ ಸಂಗತಿಯೆಂದರೆ, ಈ ಸ್ತ್ರೀಯರ ಬಗೆಗೆ ನಮ್ಮ ಹಿರಿಯ ತಲೆಮಾರಿನ ಜನರಿಗೆ ವಿಶಿಷ್ಟ ಆಕರ್ಷಣೆ, ವಿಶೇಷ ಆದರಗಳು ಇವೆ. ಗತಿಸಿಹೋದ ಅವರ ಬದುಕಿನ ಭಿತ್ತಿಗಳಲ್ಲಿ ಕಳ್ಳುಬಳ್ಳಿ ನಂಟುತನ, ಕ್ಲೀಷೆಗಳಿಲ್ಲದ ಒಡನಾಟ, ಒಂದು ವಿಚಿತ್ರ

ರೀತಿಯ (understnding) ಪರಸ್ಪರ ತಿಳುವಳಿಕೆ ಇವೆಲ್ಲ ಇದ್ದವು. ನಮ್ಮ ಮನೆತನಕ್ಕೆ ಸೇರಿದ ಗುಲಾಬು ಅಜ್ಜಿಯ ಬದುಕು ಬಿಚ್ಚಿಕೊಳ್ಳುವುದೇ ಹೀಗೆ. ನಮ್ಮ ಅಧಿಕೃತ ಅಜ್ಜಿಯ ಎಲ್ಲ ಬಾಣಂತನಗಳು, ಮಕ್ಕಳ ಪಾಲನೆ-ಪೋಷಣೆ ಮಾಡಿದವಳೇ ಗುಲಾಬು ಅಜ್ಜಿ. ಅಷ್ಟೇ ಏಕೆ, ನಮ್ಮಜ್ಜ ಎಲ್ಲ ರಾತ್ರಿಗಳನ್ನು ಗುಲಾಬುಳ ಬಳಿಯೇ ಕಳೆಯಬೇಕೆಂದು ಹಂಬಲಿಸಿದರೆ, ಗುಲಾಬು ಅಜ್ಜಿ ಮಾತ್ರ ಉಹುಂ ಇದಕ್ಕೆ ಒಪ್ಪುತ್ತಿರಲಿಲ್ಲವಂತೆ. ಒಂದು ದಿನ ತನ್ನ ಬಳಿ ಬಂದರೆ, ಇನ್ನೊಂದು ದಿವಸ ಕಡ್ಡಾಯವಾಗಿ ಅಧಿಕೃತ ಹೆಂಡತಿಯ ಬಳಿ ಹೋಗಲೇಬೇಕಂತೆ. ಇದು ಪ್ರಿಯಕರನಿಗೆ ಗುಲಾಬು ಹಾಕಿದ ಕಂಡೀಷನ್. ನನ್ನಜ್ಜಿ ನಮ್ಮ ಮಾವಂದಿರು, ಚಿಕ್ಕಮ್ಮಂದಿರನ್ನು ತೋರಿಸಿ 'ಇವರೆಲ್ಲ ನಮ್ಮಕ್ಕ ಗುಲಾಬುಳ ಆಶೀರ್ವಾದದಿಂದ ಹುಟ್ಟಿದವರು. ಅಂಥ ಪುಣ್ಯಾತಗಿತ್ತಿ ನಮ್ ಮನೆತನಕ್ಕ ಸಿಕ್ಕಿದಿಲ್ಲಂದ್ರ ನಿಮ್ಮ ಅಜ್ಜ ಎಲ್ಲಿ ನನ್ನ ಬಲ್ಲಿ ಬರುತ್ತಿದ್ದ ಪುಣ್ಯಾತ್ಮ' ಎಂದು ಎನ್ನುತ್ತಿದ್ದಳು. ನನ್ನಜ್ಜಿ ಬದುಕಿನ ಕೊನೆ ಕ್ಷಣದವರೆಗೂ ಗುಲಾಬುಳ ನೆನಪಿಲ್ಲಿ ಕಣ್ಣೀರು ಸುರಿಸುತ್ತ ಕಾಲಕಳೆದದ್ದು ಇವತ್ತಿಗೂ ಕಣ್ಣಿಗೆ ಕಟ್ಟಿದಂತಿದೆ. ಅವರಿಬ್ಬರ ನಡುವಿನ ಆತ್ಮೀಯತೆ, ಆದರಗಳನ್ನು ವಿವರಿಸಲು ಪದಗಳು ಸಾಕಾಗಲಾರವು.

ಹೀಗೆ ಅನಧಿಕೃತವಾಗಿ ತಮ್ಮ ಕೈಹಿಡಿದ ಪುರುಷರು ಮತ್ತು ಅವರ ಕುಟುಂಬಕ್ಕಾಗಿ ತಮ್ಮದೆಲ್ಲವನ್ನು ಸಮರ್ಪಿಸಿಕೊಂಡು ಬದುಕಿಹೋದ ನೂರಾರು ಮಹಿಳೆಯರ ಕಥೆಗಳು ಇಲ್ಲಿವೆ. ತಮ್ಮ ಉಸುರಿನಲ್ಲಿ ಅಲ್ಲಾಹುನನ್ನು ಇಂಬಿಟ್ಟುಕೊಂಡರೂ, ಪ್ರವೃತ್ತಿ ಮತ್ತು ಸಂಸ್ಕೃತಿಗಳಲ್ಲಿ ಪದುರಿಗೆ ಬಂದ ಎಲ್ಲ- ಎಲ್ಲರನ್ನೂ ಪ್ರೀತಿಸಿ, ಗೌರವಿಸಿ ಅವರು ದೊಡ್ಡ ಬಾಳನ್ನು ಬಾಳಿ ಹೋದರು. ಆದರೆ, ಅವರನ್ನು ವೈಭವೀಕರಿಸುವ ನಮ್ಮ ಹಿರಿಯರಿಗೆ ಅವರ ಹೃದಯ ಸಂಪುಟದ ಆಳಗಳನ್ನು ಬಗೆಯಲಾದೀತೆ ಎಂಬ ಗುಮಾನಿ ಕಥೆ ಕೇಳುವ ಸಂವೇದನಾಶೀಲರಿಗೆ ಕಾಡುತ್ತದೆ. ಸಂಪ್ರದಾಯಶೀಲ ಕಟ್ಟರ್ ಮುಸ್ಲಿಮರಿಂದಲೂ ಉಚ್ಚಾಟಿಸಲ್ಪಟ್ಟು, ಈಕಡೆ ಸ್ಥಳೀಯ ಜಮೀನ್ದಾರೀ ಕುಟುಂಬಗಳಿಂದಲೂ ಪರಕೀಯತೆಯನ್ನು ಅನುಭವಿಸಿದ ಆ ಕುಟುಂಬಗಳು ಈಗ ಎಲ್ಲಿ ಹೋಗಿವೆ, ಮತ್ತು ಅವರ ಸಂತಾನಗಳು ಏನಾಗಿದ್ದಾರೆ ಎಂದು ಅಧ್ಯಯನ ಮಾಡುವುದೇ ಸಮಾಜಶಾಸ್ತ್ರಜ್ಞರಿಗೆ ದೊಡ್ಡ ಸವಾಲಾಗಿ ಪರಿಣಮಿಸಬಹುದು. ಗುಲಾಬು ಅಜ್ಜಿ ಆ ಕಾಲದಲ್ಲಿ ನಸುಕಿನ ಮಾರಿಯಲ್ಲಿ ಎದ್ದು, ಪಡಸಾಲೆಯ ಮೂಲೆಯಲ್ಲಿರುವ ಬೀಸುವ ಕಲ್ಲಿನ ಬಳಿ ಕುಳಿತು, ಜೋಳದ ಮುಕ್ಕುಹಾಕುತ್ತ

*ಐರತ್ ಗೈರತ್ ಚಕ್ಕೀ ಕೀ ದೋ ಪಾಟಾ*
*ಮುಕ್ಕಾ ಫೇಕ್ ಮಾಈ ಸಾಂಇ ಕೀ ಕಮಾಯಿ ರೇ.*

(ಒಳ್ಳೆಯದು, ಕೆಟ್ಟದು ಎಂಬವುಗಳೇ ಬೀಸುವ ಕಲ್ಲಿನ ಎರಡು ಪಲಕುಗಳು. ನನ್ನ ಧಣಿಯ ಪರಿಶ್ರಮದ ಫಲವಾದ ಜೋಳದ ಮುಕ್ಕು ಹಾಕುತ್ತೇನೆ.)

ಎಂದು ರಾಗಬದ್ಧವಾಗಿ ಹಾಡುವ ಚಕ್ಕೀ ಪಾಟಾ (ಹಾಡು)ಗಳು

ಈಗ ನೆನಪು ಮಾತ್ರವಾಗಿ ಉಳಿದಿವೆ. ಈ ಪಾತರದ ಶೋಷಿತ ಮಹಿಳೆಯರು ಸೃಷ್ಟಿಸಿದ ಹಾಡು, ಗಾದೆ, ಒಗಟು, ಜಾಣ್ನುಡಿಗಳ ಕಣಜವೂ ಇಲ್ಲಿದೆ. ತಮ್ಮ ಮೇಲೆ

ಶೋಷಣೆ ಆಗುತ್ತಿದೆ. ಇದು ಮನುಷ ನಿರ್ಮಿತ ಅಸಹಾಯಕ ಸ್ಥಿತಿ ಎಂಬ ಅರಿವು ಇರದ ಆ ಮುಗ್ಧ ಜನಾಂಗದ ಔದರ್ಯವನ್ನು ಪ್ರಶಂಸಿಸುವವರಿಗೂ ಇಲ್ಲಿ ಕೊರತೆ ಇಲ್ಲ. ಇವೆಲ್ಲವುಗಳನ್ನು ಮೀರಿಯೂ ಅವರು ಪರಸ್ಪರ ಬೆಸೆದುಕೊಂಡಿದ್ದ ಭಾವಭಿತ್ತಿಗಳನ್ನು ಹಿಡಿದಿಡಲು ನಮ್ಮ ಸೀಮಿತ ಭಾಷಾ ಪರಿಕರಗಳಿಗೆ ಸಾಧ್ಯವಾಗುವುದಿಲ್ಲ ಎನಿಸುತ್ತದೆ.

# ಅಜೀಬ್ ತಮಾಷ್ಯಾದ ಪೊರ್ಯ್ಹಾಳೊ

*ಅಜೀಬ್ ತಮಾಷ್ಯಾದ ಪೊರ್ಹ್ಯಾಳೋ*
*ಅಜ ಹರಿ ರುದ್ರಗ ಮೀರ್ಯಾಳೊ*
*ಅಜಗಜ ಮಾತಿಗೆ ದೂರ್ಯಾಳೊ*
*ಮಜಮಹಾಜ್ಞಾನಕೆ ತೊರ್ಯಾಳೋ ॥ ಪ ॥*

ಕಡಕೋಳ ಮಡಿವಾಳಪ್ಪನವರ ತತ್ವಪದವೊಂದರ ಪಲ್ಲವಿಯ ಈ ಸಾಲುಗಳು ಹೈದ್ರಾಬಾದ ಕರ್ನಾಟಕದ ದಿಟ್ಟ ಮಹಿಳೆಯರ ಬದುಕನ್ನು ಅನಾವರಣಗೊಳಿಸುತ್ತವೆ. ಈ ಪದದ ಒಟ್ಟು ಅರ್ಥವನ್ನು ಆಧ್ಯಾತ್ಮಿಕ ನಿಗೂಢಾನುಭಾವಗಳಿಗೆ ಹೋಲಿಸುವವರು ಇದ್ದಾರೆ. ಆರೂಢ ಪರಂಪರೆಯವರು ಇದರ ಅರ್ಥವನ್ನು ಅಲೌಕಿಕ ಅನುಭಾವಗಳಲ್ಲಿ ಹುಡುಕುತ್ತಿರವಾಗಲೂ ವಾಸ್ತವವಾಗಿ ಇದು ಬಯಲು ಸೀಮೆಯ ರೈತಾಪಿ ಮಹಿಳೆಯರ ಬವಣೆಯನ್ನು ದಿಗ್ದರ್ಶಿಸುತ್ತದೆ. ಪುರುಷ ಪ್ರಧಾನ ಮೌಲ್ಯಗಳನ್ನೆ ನೆಚ್ಚಿಕೊಂಡಿರುವ ಜಮೀನ್ದಾರಿ ವ್ಯವಸ್ಥೆಯ ಕಪಿಮುಷ್ಠಿಯಲ್ಲೂ ಧೃತಿಗೆಡದೆ ಹಲವಾರು ಮಹಿಳೆಯರು ಈ ನೆಲದಲ್ಲಿ ಬಾಳುತ್ತಿದ್ದಾರೆ. ಇತಿಹಾಸದ ತೆಕ್ಕೆಗೆ ಒದಗದ ಇಂಥ ಅಸಂಖ್ಯ ಮಹಿಳೆಯರೇ ಮಡಿವಾಳಪ್ಪನಿಗೆ ರೂಪಕ, ಪ್ರತಿಮೆಗಳಾಗಿ ಒದಗಿ ಬಂದಂತಿದೆ. ಮೊನ್ನೆ ಗತಿಸಿಹೋದ ಚನ್ನಮ್ಮಾಯಿ ಎಂಬ ಮುದುಕಿಯಂಥವರೇ ಕವಿಗೆ ಅಜೀಬ್ ತಮಾಷೆಯ ಪೋರಿಗಳಾಗಿ ಕಂಡಿರಬಹುದು.

ವಯಸ್ಸು 80–90 ರ ಮಧ್ಯೆ ಇರಬಹುದು. ವೃದ್ಧಾಪ್ಯದಲ್ಲೂ ಬಾಗಿರದ ಖಟ್ಟಖಡಿ ಆಳು. ತಲೆ ತುಂಬ ಕಪ್ಪುಮಿಶ್ರಿತ ಬಿಳಿ ಕೂದಲು. ಬಾಯಿ ತುಂಬ ಮುತ್ತಿನಂತೆ ಥಳಥಳ ಹೊಳೆಯುವ ದಂತಪಂಕ್ತಿ. ಕಾಲ್ಗೇಟ ಜಾಹಿರಾತಿನ ಹುಡುಗಿಯರನ್ನು ಚೆನ್ನಮ್ಮಾಯಿಯ ಇದಿರು ನಿವಾಳಿಸಿ ಒಗೆಯಬೇಕು. ತುಸುವೇ ಮಂಜಾಗಿದ್ದರೂ ತೀಕ್ಷ್ಣದೃಷ್ಟಿ ಹರಿಸುವ ಕಣ್ಣುಗಳು. ವಯಸ್ಸಿಗೂ ಮೀರಿ ಚುರುಕಿರುವ ಕಿವಿಗಳು. ದುಂಡಮುಖ ಕಟ್ಟುಮಸ್ತಾದ ಮೈಕಟ್ಟು. ದೊಡ್ಡದೊಂದು ಬಿದಿರಿನ ಬಡಿಗೆ ಹಿಡಿದು ಖಟ್‌ಖಟ್ ಅವಾಜು ಮಾಡುತ್ತ ಹೊಂಟಳೇಂದರೇ ನಿಜಾಮ ಸರಕಾರವೇ ನಡೆದು ಬಂದಂತೆ ಸರಿ. ಗುಲಬರ್ಗಾ ಜಿಲ್ಲೆಯ ಚಿಂಚೋಳಿ ತಾಲೂಕಿನ ಕೊನೆಯ ಊರು ಪೆಂಚಂಪಳ್ಳಿ. ಎಡಕ್ಕೆ "ಮುಲ್ಲಾಮಾರಿ" ಹಳ್ಳ, ಬಲಕ್ಕೆ 'ಗೊಟ್ಟಂಗೊಟ್ಟಿ' ಅಭಯಾರಣ್ಯ. ಮಳೆಗಾಲ ಬಂದರೆ ಇದು ದ್ವೀಪವೇ ಸರಿ. ಈ ಹಳ್ಳಿಯಲ್ಲಿ ಹುಟ್ಟಿದವರು ತಮ್ಮೂರು ಬಿಟ್ಟು ಹೊರ ಬರುವುದೇ ಅಪರೂಪ. ಈ ಹಳ್ಳಿಯ ಗಾಂವಠಿ ಒಕ್ಕಲಿಗರ ಮನೆತನದಲ್ಲಿ ಹುಟ್ಟಿದ ಚೆನ್ನಮ್ಮಾಯಿ ಎಂಬ ಆ ಕಾಲದ ಪೋರಿಯ ಜೀವನಗಾಥೆಯು ಇಂದಿಗೂ ದಂತಕಥೆಯಾಗಿಯೇ ಉಳಿದಿದೆ. ಏಕೆಂದರೆ ಈ ಆಯೀ ಆ ಕಾಲಕ್ಕೇನೆ ಕ್ರಾಂತಿಕಾರಿ ಎಂಬಂಥ ಹೆಜ್ಜೆಗಳನ್ನು ತನಗರಿವಿಲ್ಲದಂತೆ ಇಟ್ಟವಳು.

ಚನ್ನಮ್ಮಾಯಿ ಮದುವೆಯಾದದ್ದು ತನ್ನ 8–9 ರ ವಯಸ್ಸಿನಲ್ಲಿ. ಮೊಗಲಾಯಿ ಏರಿಯಾದ ಈ ಪೋರಿ ಕೆಲಸ ಬೊಗಸೆಗೆ ಮಜಬೂತ್, ತಂದುರಸ್ತ ಇರುವುದರಿಂದ ಭರ್ತಿ ಒಕ್ಕಲಿಗ ಮನೆತನದವರು ಇವಳನ್ನು ತಮ್ಮ ಮನೆಗೆ ಸೊಸೆ ಮಾಡಿಕೊಂಡರು. ಹತ್ತು ಲಂಬರ್ ಎರೀಭೂಮಿ, ಎಂಟೆತ್ತಿನ ಒಕ್ಕಲತನ, ಹತ್ತಂಕಣ ಮನಿ, ಹಿಂಡಾ ದನಗೋಳು, ಆಳು ಕಾಳು, ಭತ್ತಾಭರಣಾ ಸಮೃದ್ಧ ಮನೆಯಾಗಿರುವುದರಿಂದಲೇ ನಾಲ್ಕು ಮಂದಿ ಅಣ್ಣತಮ್ಮಂದಿರು ಇದ್ದರೂ ಚನ್ನಮ್ಮಳ ಪಾಲಕರು ಹಿಂದಾ ಮುಂದಾ ವಿಚಾರ ಮಾಡದೆ ಮಗಳಿಗೆ ಧಾರೆ ಎರೆದಿದ್ದರು. ಊರಲ್ಲಿ ನಾಲ್ಕೈದು ಮನೆತನಗಳ ನಡುವೆ ಚನ್ನಮ್ಮಳನ್ನು ಸೊಸೆ ಮಾಡಿಕೊಳ್ಳಲು ಪೈಪೋಟಿ ನಡೆದಿರುವಾಗಲೇ ಆ ಕಾಲಕ್ಕೆ ದೀಡಸೆ (150/–) ರೂಪಾಯಿ ತೆರವು (ಕನ್ಯಾ ಶುಲ್ಕ) ಕೊಟ್ಟು ಸಂಗಪ್ಪಣ್ಣನು ತನ್ನ ಕಿರಿಯ ಮಗ ಶಂಭುರಾಯನಿಗೆ ಚನ್ನಮ್ಮಳನ್ನು ತಂದುಕೊಂಡಿದ್ದನು.

ಪೋರಿ ವಯಸ್ಸಿನಲ್ಲಿ ಸಣ್ಣವಳಿದ್ದರೂ ಕೆಲಸಕ್ಕೆ ಮಾತ್ರ "ಉಸ್" ಎನ್ನುತ್ತಿರಲಿಲ್ಲ. ನಸುಕಿನ ಮಾರಿಗಿ ಎದ್ದು ನೆಗೆಣ್ಣಿಯರ ಜೊತೆ ಸೇರಿ ನಾಲ್ಕು ಸೇರು ಜೋಳ ಬೀಸಬೇಕು. ಹೊತ್ತು ಮೂಡುವಷ್ಟರಲ್ಲಿ ದೊಡ್ಡ ಹೆಂಗಸರು ರೊಟ್ಟಿ ಬಡಿಯುತ್ತಿರಬೇಕಾದರೆ, ಚಿಕ್ಕ ಚನ್ನಮ್ಮ ಬಾಂವಿಲಿಂದ ಪನ್ನಾಸ (50) ಕೊಡ ನೀರ ಸೇದಬೇಕು. ಅಷ್ಟರಲ್ಲಿ ಮನೆಯ ಗಂಡಸರು ಹೆಂಡಿಕಸಾಬಳದು ದನಗೋಳು ಹೊಡಕೊಂಡು ಹೊಲಕ್ಕೆ ಹೋಗಿರುತ್ತಿದ್ದರು. ಚನ್ನಮ್ಮನಾದರೂ ಅತ್ತಿ ಹೊರಿಸಿದ ದೊಡ್ಡ ಬುತ್ತಿಗಂಟ ಹೊತ್ತುಕೊಂಡು ಹೊಲಕ್ಕ ಹೋಗಬೇಕು. ಗಂಡಸರು ಮುಂಜಾನಿ ನ್ಯಾರಿ (ಉಪಹಾರ) ಮುಗಿಸಿ ಏಳುವಷ್ಟರಲ್ಲಿ ಚನ್ನಮ್ಮನ ಅತ್ತೆಮ್ಮ ಹೊಲಕ್ಕೆ ಬರುವುದೇ ತಡ. ಆಕಿಗೂ ಒಂದು ರೊಟ್ಟಿ ತಿನ್ನಲು ಕೊಡುವಳು. ತಿಂದದ್ದೇ ಸರಿ. ಕೈಯಲ್ಲಿ ಖುರುಪಿ (ಹುಲ್ಲು ಕೊಯ್ಯುವ ಉಪಕರಣ) ಹಿಡಿದು ಅತ್ತಿ ಸಂಗಾಟ ಹುಲ್ಲಿ ಮಾಡಬೇಕು. ಮಧ್ಯಾಹ್ನ ಅನ್ನುವಷ್ಟರಲ್ಲಿ ನಾಲ್ಕು ಹುಲ್ಲ ಹೊರಿ ಹೊತಗೊಂಡು ಮನಿಗಿ ಬಂದು ಆಮ್ಯಾಲ ಸ್ನಾನ ಪೂಜಾ ಇತ್ಯಾದಿ ದಿನಕರ್ಮಗಳನ್ನು ಮುಗಿಸಬೇಕು. ಇದಾದ ನಂತರ ಮತ್ತೆ ದವಸ ಧಾನ್ಯಗಳ ಹಸನು, ದನಕರುವಿಗೆ ಮೇವು, ಸಂಜಿಗಿ ಹಂಚಿಟ್ಟು ನೆಗೆಣಿಯರ ಕೈಯಲ್ಲಿ ರೊಟ್ಟಿ ಬಡಿದು ಕೊಡಬೇಕು. ಒಟ್ಟಾರೆ ರಾತ್ರಿತನ ಪುರುಸೊತ್ತಿಲ್ಲದಂತೆ ದುಡತಿ. ರಾತ್ರಿ ಹಾಸಗ್ಯಾಗ ಕಾಲ ಚಾಚಿದ್ದೇ ತಡ ನಿದ್ರಾಭೂತಕ್ಕೆ ನಾಚಿಕೆ ಬರುವಷ್ಟು ಗಾಢನಿದ್ದೆ. ಇಂಥ ಗಾಣದೆತ್ತಿನಂಥ ಬದುಕಿನಾಗೇ ಚನ್ನಮ್ಮ ಹನ್ನೊಂದರ ನೆರಳು ಬೀಳುವಷ್ಟರಲ್ಲಿ ಮೈನೆರದೆ (ಋತುಮತಿ) ಬಿಟ್ಟಳು. ಅಂತೂ ಮೈನೆರದದ್ದೇ ಬಂತು. ಸಂಪ್ರದಾಯದ ಪ್ರಕಾರ ಇಪ್ಪತ್ತೊಂದು ದಿವಸ ಕೂಡಿಸಿ ಹಾಡುತ ಶೋಭನ ಕಾರ್ಯಕ್ರಮ ಮಾಡಿದರು. ಇಪ್ಪತೊಂದನೇ ದಿನದಂದು ಪಕ್ಕದಲ್ಲಿ ಶಂಭುರಾಯನಿಗೆ ಕೂಡಿಸಿ ಉಡಿ ತುಂಬಿಯೇ ಬಿಟ್ಟರು. ಪೋರನಿಗೆ ಅಬ್ಬಬ್ಬ ಅಂದರೆ ಹದಿನಾರು ಪೋರಿಗೆ ಹನ್ನೊಂದು ವಯಸ್ಸು. ಆದರೂ ಪ್ರಸ್ತ ಮಾಡಲು ನಮ್ಮ ಹಿರಿಯರಿಗೆ ಯಾವುದೇ ವೈಜ್ಞಾನಿಕ ಕಾರಣಗಳು ಅಡ್ಡಿ ಬರಲೇ ಇಲ್ಲ. ಅಂತೂ ಗಂಡು ಹೆಣ್ಣುಗಳ ಸಂಬಂಧ ಸಾಧ್ಯತೆಯ ಅರಿವಿರದಿದ್ದರೂ ಸಂಸಾರದಾಟ ಸುರುವಾಗಿಯೇ ಬಿಟ್ಟಿತು. ಉಳಿದಂತೆ ಚನ್ನಮ್ಮಳ ಬದುಕಿನ ದಿನಚರಿಯಲ್ಲಿ ಯಾವುದೇ

ಬದಲಾವಣೆ ಇರದೇ ರಾತ್ರಿ ಮಾತ್ರ ಗಂಡನ ಖೋಲಿಗೆ (ರೂಮಿಗೆ) ಹೋಗುವ ಹೊಸ ವರಸೆ ಸುರುವಾಗಿತ್ತು. ಹೀಗೆ ಒಂಬತ್ತು ಹತ್ತು ತಿಂಗಳು ಗತಿಸುವುದರಲ್ಲಿಯೇ ಚನ್ನಮ್ಮಳ ಗರ್ಭ ನಿರಾಂತಕವಾಗಿ ಕಟ್ಟಿಕೊಂಡೇ ಬಿಟ್ಟಿತು. ತವರಮನಿಯವರು ಹಿರಿಹಿಗ್ಗಿನಿಂದ ಮೂರು ತಿಂಗಳಿಗೆ ಕಳ್ಳಕುಬಸಾ (ಪ್ರಥಮ ಸೀಮಂತ) ಮಾಡಿದರು. ಬಯಕೆಗಳು ನಮೂನಿ ನಮೂನಿಯಾಗಿ ಕಾಡತೊಡಗಿದವು. ಮೈ ಕೈ ತುಂಬಿಕೊಂಡು ನಳನಳಿಸುವಷ್ಟರಲ್ಲಿ ಊರಿಗೆ ಪ್ಲೇಗ್ ಬಂತು. ಮಹಾಮಾರಿಗೆ ಬಲಿಯಾಗಿ ಊರಲ್ಲಿ ಸತ್ತವರ ಸಂಖ್ಯೆ ಲೆಕ್ಕ ಇಡಲು ಅಲ್ಲಿ ಕಲಿತವರು ಯಾರೂ ಇರಲಿಲ್ಲ. ಸತ್ತವರ ಸಾಲಿನಲ್ಲಿ ಚನ್ನಮ್ಮಳ ಗಂಡ ಶಂಭುರಾಯನದೇ ಮೊದಲ ಪಾಳಿ ಬರಬೇಕೆ? ಹನ್ನೆರಡರ ಹೊಸ್ತಿಲಲ್ಲಿರುವ ನಾಲ್ಕು ತಿಂಗಳ ಗರ್ಭಿಣಿ ಚನ್ನಮ್ಮಳಿಗೆ ಗಂಡನೆಂಬ ವ್ಯಕ್ತಿಯ ಸಹಚರ್ಯೆ ದಕ್ಕಿದ್ದೇ ಐದಾರು ತಿಂಗಳು ಮಾತ್ರ. ನಿಸರ್ಗಕ್ಕೆ ಹುಟ್ಟು ಸಾವುಗಳ ನಿರ್ಬಂಧವಾಗಲಿ, ವಿಧವೆ, ಮುತ್ತೈದೆ ಎಂಬ ಸ್ಥಿತ್ಯಂತರಗಳು ಇಲ್ಲವಾಗಿ ಮಸಣದ ಮನೆಯಲ್ಲಿಯೂ ಅವಧಿಗೆ ಸರಿಯಾಗಿ ಮಗು ಹುಟ್ಟಿತು. ಆಡುವ ಪೋರಿಗೊಂದು ಕಾಡುವ ಕೂಸು ಹುಟ್ಟಿ ಪ್ರಪಂಚದಾಟವು ಎಗ್ಗಿಲ್ಲದಂತೆ ಮುಂದುವರೆಯತೊಡಗಿತು.

ಹುಟ್ಟಿದ್ದು ಹೆಣ್ಣು ಕೂಸು. ಗಂಡನ ಕಳೆದುಕೊಂಡ ವಿಧವೆಗೆ ಹೆಣ್ಣು ಮಗು ಜನಿಸುವುದು ಎಂದರೆ ಅದು ದುರ್ವಿಧಿಯ ಪರಾಕಾಷ್ಠೆ ಎಂಬ ನಂಬಿಕೆ. ಸಮಾಜನಿರ್ಮಿತ ಪರಿಸ್ಥಿತಿಯ ಕಾರಣವಾಗಿ ಚನ್ನಮ್ಮಳ ಬದುಕಿನಲ್ಲಿ ಬಸುರಿತನ, ದೊಡ್ಡ ಕುಬಸಾ, ಬಾಣಂತಿತನ, ಮಗುವಿನ ಐದೇಸಿ, ನಾಮಕರಣ ಇತ್ಯಾದಿ ಸಾಂಸ್ಕೃತಿಕ ವೈಭವಗಳು ಬರಲೇ ಇಲ್ಲ. ಹುಟ್ಟುವಷ್ಟರಲ್ಲಿ ತಂದೆಯನ್ನು ನುಂಗಿದ ಪರದೇಶಿ ಎಂಬ ಕಾರಣಕ್ಕಾಗಿ ಮಗುವನ್ನು ಎತ್ತಿ ಮುದ್ದಾಡಿಸುವವರು ಇಲ್ಲ. ತಿಂಗಳು ನಾಲ್ಕು ಮುಗಿದು ಐದರ ನೆರಳಿಗೆ ಬಂದರೂ ಚನ್ನಮ್ಮಳನ್ನು ಕರೆಯಲು ಗಂಡನ ಮನೆಯವರು ಬರಲೇ ಇಲ್ಲ. ಈಗ ಗಂಡನ ಮನೆಯವರು ಕರೆಯಲು ಬರಲಾರರು ಎಂಬ ವಾಸನೆ ಹತ್ತಿ ತಾನೇ ಖುದ್ದಾಗಿ ಗಂಡನ ಮನೆ ಕಡೆ ನಡದೇ ಬಿಟ್ಟಳು ಚನ್ನಮ್ಮ. ಸಾಮಾನ್ಯ ಕೂಲಿಕಾರನಾಗಿರುವ ಅಪ್ಪನು ಚನ್ನಮ್ಮಳನ್ನು ಕುರಿತು "ಹೀಂಗ ಕರಿಲಾರ್ದೆ ಹೋಗಬ್ಯಾಡದು ಮಗಾ! ಅಲ್ಲಿ ನಮ್ಮ ವಸ್ತುನೇ ಹೊಂಟ ಹೋಗ್ಯಾದಾ ಅಲ್ಲಿ ನಿಂಗ್ ಕೇಳವ್ರು ಯಾರ್ ಭೀ ಇಲ್ಲಾ ಹ್ಯಾಂಗ್‌ಭೀ ನಮ್ಗ ದುಡ್ಯಾದು ತಪ್ಪಲ್ಲಾ. ಕಿಗಾ ಕಿಲ್ಲೆ ಕೂಲಿ ಮಾಡಿ ಬದುಕಾರಿ ಇದ್ದವ್ರ ಮನಿಗಿ ಹೋಗ್‌ಬ್ಯಾಡ್ದು ಬೇಟಾ! ನಮ್ಗ ಕಿಮ್ಮತ್ ಇರಲ್ದು" ಎಂದು ಸಮಝಾಯಿಸಿ ಹೇಳತೊಡಗಿದನು. ಚನ್ನಮ್ಮ ಮಾತ್ರ "ಯಾಕಾ ನಾ ಆ ಮನಿ ಸೊಸಿ ಅಲ್ಲೇನು, ಗಂಡ ಸತ್ರ ನಾಯೇನ್ ಮಾಡ್ಲಿ? ನಾ ಮುದುಕ್ಯಾಗಾಣಾ ನನ್ನ ಗಂಡ ಸತ್ತಿದ್ದಂದ್ರ ಕ್ಹಿಂಗೇ ಬಿಡ್‌ತ್ತಿದ್ರೇನು? ನಾ ಹೊಯ್ತಾ ಯಾ ಮಗಾ ರೊಕಾಸ್ತಾನಾ ರೊಕಾಸ್ಲಿ ನೋಡಮಿ" ಎಂದು ಬಾಯಿ ಬಡಿಯುತ್ತಲೆ ಗಂಡನ ಮನಿಯ ಹೊಸ್ತಲಿಗೆ ಬಂದೇ ಬಿಟ್ಟಳು. ಮಟಮಟ ಮಧ್ಯಾಹ್ನದಾಗ, ಒಂಟಿಪೋರಿ, ಕೈಯಾಗ ನಾಲ್ಕು ತಿಂಗಳ ಹಸಿಕೂಸಿಗಿ ಎತಕ್ಕೊಂಡು ಬಂದದ್ದು ಕಂಡು ಅತ್ತಿ ಶಂಕರೆಮ್ಮ ಮಾವ ಸಂಗಪ್ಪಣ್ಣ ಗಾಬರಿಯಾದರು. ಸ್ಥಬ್ದವಾಗಿದ್ದ ವಾತಾವರಣದ ನಡುವೆ ಶಂಕರೆಮ್ಮನೆ ಮುಂದೆ ಬಂದು "ಅಯ್ ತಂಗಿ ಹಿಂಗ್ಯಾಕ್ ಬಂದ್ಯೆ, ಮಾನ ಇಲ್ಲ ಮನ್ನುಣಕಿ ಇಲ್ಲ.

ಹಿಂದ್ ಇಲ್ಲ ಮುಂದ್ ಇಲ್ಲ ಇದೇನು ಬರಾ ಪದ್ಧತಿನಾ ನಿಮ್ಮ ಅವ್ವ ಅಪ್ಪಗರೇ ಬುದ್ಧಿ ಬ್ಯಾಡಾ" ಎಂದು ಒದರಾಡತೊಡಗಿದಳು. ಅದಕ್ಕೆ ಚನ್ನಮ್ಮಳು ಅಷ್ಟೇ ಖಡಕ್ ತಿರುಗಿ ನಿಂತು" "ಮತ್ತೇನ್ ಮಾಡ್ಲಿ ನೀವೇನ್ ಕರ್ಲ್ಯಾಕ್ ಬರಂಗ್ ಕಾಣ್‌ಲಿಲ್ಲ. ಮತ್ತಾ ಏಸ್ ದಿನಾ ಅಂತ ನಮ್ಮಪ್ಪಗ್ ಒಜ್ಜ್ಯಾಗಿರ್ಲಿ ಇದು ನನ್ ಮನಿ ಅದಾ ನಾ ಬಂದಿದ್ಯಾ ಯಾರ್‌ದೇನ್ ಅಂಜಿಕಿ ಅದಾನಾ" ಎಂದವಳೆ ಒಳಮನೆಗೆ ನಡೆದು ನಡುವೆ ತೂಗುಬಿದ್ದ ತೊಟ್ಟಿಲಲ್ಲಿ ಮಗುವನ್ನು ಮಲಗಿಸಿದಳು.

ಮರುದಿನದಿಂದಲೇ ತನ್ನ ಪಾಡಿಗೆ ತಾನು ದಣಿವರಿಯದ ದುಡಿತಕ್ಕೆ ಮೈಯೊಡ್ಡಿದಳು. ಅವಳ ಎರಡಾಳಿನ ದುಡಿತದ ಶಕ್ತಿಯ ಇದಿರು ಮನೆಯವರೆಲ್ಲ ಮೆತ್ತಗೆ ಬಿದ್ದರು. ಈಗೀಗ ಹೊಲವೇ ಅವಳ ಸರ್ವಸ್ವವಾಗಿ ಅಶ್ವಬಲದ ದುಡಿತ ಅವಳಿಗೆ ಕೃಷಿಕೃತ್ಯದ ಸಮೃದ್ಧ ಅನುಭವ ತಂದುಕೊಟ್ಟಿತು. ಒಕ್ಕಲುತನದಲ್ಲಿ ಸುತ್ತ ಹಳ್ಳಿಯವರಿಗೆ ಸಲಹೆ ಕೊಡುವಷ್ಟು ಪರಿಣತಿ, ಜೊತೆಗೆ ಸಾಂಸಾರಿಕ ಜಗಳಗಳಿಗೆ ನ್ಯಾಯ ಹೇಳುವಷ್ಟು ಹಿರಿತನವನ್ನು ಅವಳು ಮೈಗೂಡಿಸಿಕೊಂಡಳು. ಚನ್ನಮ್ಮ ತಾನು ದುಡಿಯುವುದಲ್ಲದೆ ಮನೆಮಂದಿಗೆಲ್ಲ ದುಪ್ಪಟ್ಟು, ತಿಪ್ಪಟ್ಟು ಕೆಲಸ ಹಚ್ಚಿದಳು. ಪರಿಣಾಮವಾಗಿ ಮನೆತನದ ಆದಾಯ ಹೆಚ್ಚಿ ಮಾವಂದಿರು ಒತ್ತೆ ಇಟ್ಟ ಹೊಲವನ್ನು ಲಾವಣಿ ಮಾಡ ಹತ್ತಿದಳು. ಸುತ್ತ ಮುತ್ತ ಹಳ್ಳಿಗೆ ಚನ್ನಮ್ಮಳ ಒಕ್ಕಲತನವೆಂದರೆ ಅದರ ದೌಲತ್ತೆ ಬೇರೆ ಎನ್ನುವಂತಾಯಿತು. ದುಡಿತದಲ್ಲಿ ಪಾರಜ (ಪಾದರಸ) ದಂಗ ದಿನಾಜಾರಿ ಚನ್ನಮ್ಮಳು ಊರವರಿಗೆಲ್ಲಾ ಚನ್ನಮ್ಮಕ್ಕ, ಚನ್ನಮ್ಮವ್ವಳಾಗಿ ನಡು ವಯಸ್ಸಿಗೆ ಬಂದಳು. ಕಾಲ ಪ್ರವಾಹದಲ್ಲಿ ಅವಳ ಮನೆಯಲ್ಲಿಯೂ ಹತ್ತಾರು ಸಂಗತಿಗಳು ಗತಿಸಿ ಭಾವಮೈದುನರ ಮಕ್ಕಳೂ ಹರೆಯಕ್ಕೆ ಬಂದರು. ಮಕ್ಕಳ ಮದುವೆಯೂ ನಡೆದು ಅವರ ಮನೆತನದ ಆಸ್ತಿ ಪಾಸ್ತಿ ಹಂಚಿಕೆಯ ಪ್ರಸಂಗ ಎದುರಾಯಿತು. ಚನ್ನಮ್ಮಳ ಏಕೈಕ ಪುತ್ರಿ ಶಿವಮ್ಮನು ಮದುವೆಗೆ ಬಂದಿದ್ದಳು. ಸಂಗಪ್ಪಣ್ಣನ ನಾಲ್ಕು ಮಕ್ಕಳಲ್ಲಿ ಕೊನೆಯ ಶಂಭುರಾಯನು ಸತ್ತು ಮೂವರು ಬದುಕಿದ್ದರು ತಾನೆ. ಈಗ ಆಸ್ತಿಯಲ್ಲಿ ಮೂರು ಪಾಲು ಮಾಡಬೇಕು. ಶಿವಮ್ಮಳಿಗೆ ಮದುವೆ ಮಾಡಬೇಕು. ಚನ್ನಮ್ಮಳು ಮೂವರು ಭಾವಂದಿರ ಪೈಕಿ ಯಾರಲ್ಲಿಯಾದರೂ ಇರುವುದೆಂದು ನಿರ್ಣಯಿಸಲಾಯಿತು. ನಿರ್ಣಯವೇನು ಬಂತು? ಹೀಗೆ ಚರ್ಚೆ, ಮಾತು ನಡೆಯುವಷ್ಟರಲ್ಲಿ ನ್ಯಾಯ ನಿಷ್ಠುರಿ ಚನ್ನಮ್ಮ ಸೆಟೆದು ನಿಂತಳು. ಸೀದಾ ಮುದುಕ ಮಾವನ ಬಳಿಗೆ ಬಂದವಳೇ "ಯಾಕ್ ಮಾಮಾ ಇದೇನ್ ಮಸಲತ್ ನಡಸಿರಿ. ಈ ಆಸ್ತ್ಯಾಗ ಸೀದಾ ಸಾಫ್ ನಾಕು ಪಾಲಾ ಆಗಬೇಕು. ಯಾಕ್ ನನ್ ಗಂಡ ನಿನಗ್ ಹುಟ್ಟಲಾರ್ದೆ ಮತ್ತ್ಯಾರಿಗರೇ ಹುಟ್ಟಿದ್ನೇನು? ಅಂವಾ ಸತ್ರ ಏನಾಯ್ತು. ಅಂವ್ನ ಕುಡೀ ಮಗಳು ಜಿಂದಾ ಅದಾ ಅಂಬಾ ಖಬರ್ ಅದಾನಾ ಇಲ್ಲಾ? ನನ್ ಮಗಳ್ ಪಾಲಾ ನಂಗ್ ಕುಡ್ರಿ. ಜಾಸ್ತಿ ಅವಾಜ್ ಇಲ್ಲ" ಎಂದು ಗರ್ಜಿಸಿದಳು. ಅದಕ್ಕೆ ಮಾವ ಸಂಗಪ್ಪನು "ಅಕೋನೇ ತಂಗೀ ನೀ ತಿಳ್‌ದಕ್ಕಿ ಇದ್ದು ಹೀಂಗ್ ಮಾತಾಡದ್ರ ಹ್ಯಾಂಗ್‌ಂತೀನಿ. ಹೆಂಗ್ಸರಿಗಿ ದುನಿಯಾದಾಗ್ ಯಾರರೇ ಆಸ್ತಿ ಕೊಟ್ಟಾರೇನು? ಹಾಂ ಹೆಣ್ಮಕ್ಕಳಿಗೆ ಛಂದನ ಮನಿ ನೋಡಿ ಮದಿ ಮಾಡಿಕೊಡಾದು ನಮ್ ಫರ್ಜ ಅದಾ.

ಫರ್ಜ್ ಬರಾಬರ್ ನಿಭಾಯಿಸ್ತೀನಿ" ಎಂದು ವಾದಿಸತೊಡಗಿದನು. "ಯಾಕಾ ಹೆಂಗ್ಸರಿಗಿ ಜೀಂವಾ ಇಲ್ಲಾ! ಅವ್‌ರಿಗಿ ಯಾಕ್ ಆಸ್ತಿಲಿಂದ್ ಬೇದಖಲ್ ಮಾಡ್‌ತೀರಿ. ಹಿಂದಿಂದು ನಂಗ್ ಗೊತ್ತಿಲ್ ನನ್ ಪಾಲಾ ನಾ ತೊಂಡೇ ಖರೇ ಆಗ್ತೀನಿ. ಯಾರ್ ಏನರೇ ಅಂಬಾಲ್ಯಾಕ್" ಎಂದು ಚನ್ನಮ್ಮ ಗಂಡುಗಚ್ಚಿ ಹಾಕಿಯೇ ನಿಂತಳು. "ಹಾಂಗಲ್ಲವ್ ಕಾಯ್ದಾ ಕಾನೂನ್ ನಿಂಗ್ ಗೊತ್ತಿಲ್ಲವ್. ನಿಜಾಂ ಹುಕುಂ ಪರಕಾರ್ ಹೆಣ್ಮಕ್ಕಳಿಗಿ ಆಸ್ತ್ಯಾಗ ಪಾಲಾ ಇಲ್ಲ. ಹೆಣ್ಮಕ್ಕಳು ಏನಿದ್ರೂ ಬಳೀ ಕುಬಸಾದ ಚಾಜದವ್ರು. ಅಷ್ಟಕ್ಕೆ ಇರಬೇಕವ್ವ" ಎಂದು ಮಾವ ಲೋಕರೂಢಿಯ ಮಾತು ಹೇಳತೊಡಗಿದರೆ, ಇದರಿಂದ ಕನಲಿದ ಚನ್ನಮ್ಮಳಾದರೂ "ಯಾಂವ್ ಮಾಡ್ಯಾನ್ ಇಂಥ ಕಾಯ್ದಾ.... ಕಾಯ್ದಾ ಮಾಡಿದ್ ಭಾಡ್ಯಾಗ ಹೆಣ್ಮಕ್ಕಳಿಗ್‌ನೂ ಜೀಂವ ಇರತಾದ ಅಂತ ಗೊತ್ತಿಲ್ಲಾ? ಅಲ್ಲಾ ಹೆಂಗಸ್ರು ಕತ್ತಿ ಹಂಗ್ ದುಡ್‌ದು ಆಸ್ತಿ ಜ್ವಾಕಿ ಮಾಡ್‌ಬೇಕು. ಮೈಗಳ್ಳರು, ಚುಟ್ಟಾ, ಗಾಂಜಾ ಸೇದಾ ಗಂಡಸ್ ಮಕ್ಕಳಿಗಿ ಆಸ್ತಿ ಕೊಡಬೇಕು. ವಾರೆವ್ವಾ ಇದ್ಯಾವ ನ್ಯಾಯಾನೊ ಮಾಮಾ. ಈ ಜಮೀನ್ ಹದಾಕ ತರ್ಲಾಕ್ ನನ್ ಜವಾನಿ ಹೋಗ್ಯಾದ್. ಸುಮ್ನ ಮೊದಲ್ ನನ್ ಪಾಲಾ ಕೊಟ್ ಮುಂದಿನ ಮಾತಾಡು" ಎಂದು ಗುರುಗುಟ್ಟತೊಡಗಿದಳು. ಅಷ್ಟರಲ್ಲಿ ಈವರೆಗೆ ಸುಮ್ಮನೆ ಕುಳಿತ ಭಾವಂದಿರು ತಂದೆಯ ಸಪೋರ್ಟಿಗೆ ನಿಂತರು. ಇಲ್ಲಿ ತನಾ ದುನಿಯಾದಾಗ್ ಯಾರೂ ಹೆಂಗ್ಸರಿಗೆ ಪಾಲಾ ಕೊಟ್ಟಿಲ್ಲಾ. ಮಂದಿ ಮಾಡಲಾರ್ದ ಕಾಯ್ದಾ ನಮ್‌ಗ್ ಮಾಡ್ಲಾಕ್ ಬರಾಂಗಿಲ್ಲ. ನಾಳೀಗಿ ಊರಾಗ್ ನಾಲ್ಕು ಮಂದಿ ಪಂಚರ್‌ಗಿ ನೆರಸಾಮಿ. ದೈವದವರು ಏನ್ ಪಂಚಾಯ್ತಿ ಮಾಡ್ತಾರಾ ಮಾಡ್ಲಿ" ಎಂದು ಹೇಳಿದರು. ಈ ಮಾತಿನಿಂದ ನಖಶಿಖಾಂತ ಉರಿ ಹತ್ತಿದವಳಂತೆ ಕೆರಳಿದ ಚನ್ನಮ್ಮ "ಅಯ್ ಹೋಗ್ರೋ ಖಸ್‌ಮೂಳ್‌ಗೋಳ್ಯಾ ಯಾ ಕುರಸಾಲ್ಯಾರೇನ್ ಸುದ್ದ್ ಹರಾ ಅಂತ್ ಕರೀತೀರಿ. ದೈವದವ್ರ ಹಕೀಕತ್ ನಂಗೆಲ್ಲಾ ಗೊತ್ತಾದಾ.... ಅವ್ರೇನ್ ನ್ಯಾಯಾ ಮಾಡತಾರ್. ಈಕಾ ಮಾವಾ ಊರ ಉಸಾಬರಿ ಬಿಡು. ಈ ಊರಾನ ಗಂಡಸರ್ ಮುಖದ ಮ್ಯಾಲ ಮೀಸಿ ಇದ್ರೆ ನಂಗ್ ಎದ್ಯಾಗ್ ಮೀಸಿ ಅಂವಾ ತಿಳಿತೇನ್ ಯಾ ಮಗಾ ನಂಗ್ ನ್ಯಾಯಾ ಹೇಳ್ಲಾಕ ಬರತಾನಾ ಬರ್ಲಿ" ಎಂದು ರುದ್ರನ ಅವತಾರ ತಾಳಿದಳು. ಅಸದಳ ದುಡಿಮೆಗಾರ್ತಿ ಚನ್ನಮ್ಮಳ ಇದಿರು ನಿಲ್ಲುವ ತಾಕತ್ತು ಆ ಊರಿನ ದೈವದವರಲ್ಲಿ ಇರಲಿಲ್ಲವಾಗಿ ಅಂತೂ ಅವಳು ಆಸ್ತಿಯಲ್ಲಿ ಸಮ ಪಾಲು ಪಡೆದಳು. ಚಿಂಚೋಳಿ ಸರಹದ್ದಿಗೆ ಆ ಜಮಾನಾದಲ್ಲಿ ಚನ್ನಮ್ಮ ಚರ್ಚೆಯ ವಸ್ತುವಾದಳು.

ಮುಂದೆ ಚನ್ನಮ್ಮವ್ವ ಮಗಳ ಮದುವೆ ಮಾಡಿ ಅಳಿಯನನ್ನು ಮನೆಯಲ್ಲಿಟ್ಟುಕೊಂಡಳು. ಮಗಳ ಹೊಟ್ಟೆಯಿಂದ ಮೂರು ಗಂಡು ಒಂದು ಹೆಣ್ಣು ಮಗುವಾಗಿವೆ. ಮೊಮ್ಮಕ್ಕಳು ಬೆಳೆದು ಅವರಿಗೂ ಮದುವೆಯಾಗಿ ಮರಿ ಮೊಮ್ಮಕ್ಕಳನ್ನು ಕಂಡರೂ ಇನ್ನುವರೆಗೆ ಕಾರಭಾರ ಮಾತ್ರ ಚನ್ನಮ್ಮಾಯಿ ಕೈಯಲ್ಲಿಯೇ ಇತ್ತು. ಉಸಿರಿನ ಕೊನೆವರೆಗೂ ಖಟಿ ರೊಟ್ಟಿ ಖಲ್ಯಾನ ಹಸಿಮೆಣಸಿನಕಾಯಿ ಖಾರಾ ಉಂಡ ಆಯೀ ದೇಹವೆಂದರೆ ಅದು ವಜ್ರಕಾಯವೇ ಆಗಿತ್ತು. ಆಯಿಗೆ ಖಯಾಲಿ ಬಂದಾಗ ನಾವೆಲ್ಲಾ ಏನ್ ಆಯಿ ಮದುವ್ಯಾಗಿ ಆರೇ ತಿಂಗಳದಾಗ ಗಂಡನ್ನ ಕಳಕೊಂಡು ಹ್ಯಾಂಗ್

ಬಾಳ್ಯಾ ಮಾಡ್‌ದಿ? ಅಲ್ಲಾ ನಿಂಗ್ ಮತ್ತ ಮತ್ತ್ ಗಂಡ ಬೇಕು. ಸಂಸಾರ ಸುಖಾ ಬೇಕು ಅಂತ್ ಅನ್‌ಸ್ಲಿಲ್ಲೇನು? ಎಂದು ಕಿಚಾಯಿಸಿದರೆ ಅಯ್ಯೋ ಅದೆಲ್ಲಾ ಏನ್ ಕೇಳತಿರಿ ತಂಗಿದೇರೇ ನನ್ ಸಂಸಾರಂದ್ರ ಹಕ್ಕಿ ಹಾರಿ ಹೋದಂಗ್, ಚಿಕ್ಕಿ ಕಡದು ಬಿದ್ದಂಗ್, ಮನದಾನ ದುಖ್ಖಾ ಯಾರಿಗಿ ಹೇಳಬೇಕು. ರಾತ್ರಿ ತಲೆದಿಂಬಿಗಿ ಹೇಳಬೇಕಿತ್ತ ತಂಗೀ ಎಂದು ಆಯೀ ಮುಗಿಲಿಗಿ ಮುಖ ಮಾಡುತ್ತಿದ್ದಳು. ಅಲ್ಲಾ ಆಯೀ ಭರ್ತಿ ಜವಾನಿದಾಗ ಹಗಲಾರಾತ್ರಿ ಒಂದ್ ಮಾಡಿ ಹೊಲದಾಗ ದುಡಿತಿದ್ದೆಲ್, ನಿಂಗ್ ಯಾರೂ ಕೆಣಕತ್ತಿದ್ದಿಲ್ಲೇನು? ಎಂದು ಮತ್ತಷ್ಟು ಚುಡಾಯಿಸಿದರೆ ಅದಕ್ಕೆ ಅವಳು "ತಂಗೀ ತೊಗಲಿನ ಚಟಕ್ ಬಿದ್ದು ಮುರಕಾ ಮಾಡವ್ರಿಗಿ ಚುಡಾಯಿಸ್ತಾರ ಆದ್ರ ಅದನ್ ಮೀರಿ ನಿಂತವ್ರಿಗೆ ಯಾರದೇನ್ ಅಂಜಿಕಿ ನೋಡವಾ ತೊಗಲಿಗಿ ತೊಗಲ ಒರಸದ್ರ ಆಗಾದೇನು? ಹೋಗಾದೇನು? ಅದರಾಗರೇ ಅಂಥದೇನು ಅದಾ ನ ಪೋರಿ. ಸಂಗ್ತಿ ಅಂಬಾದು ಒಂದಿನಾ ಮಾಡದ್ರೂ ಆಟೆ. ಒಂದ್ವರ್ಷ ಮಾಡದ್ರೂ ಆಟೆ, ಒಂದು ಪೂರಾ ಜಿಂದಗಿ ಮಾಡದ್ರು ಆಟಾ ಅದಾ. ಇಟ್ ತಿಳಕ್ಕೊಂಡು ನಮ್ ದಗದಾ ನಾವ್ ಮಾಡದ್ರ ಯಾ ಭಾಡ್ಯಾ ಮೋತಿ ಎತ್ತಿ ನೋಡ್ಡಂಗನಾ ಹೇಳು" ಎಂದು ಉತ್ತರ ನೀಡುತ್ತ ಮುಂದಿನ ಎಲ್ಲ ಕುತೂಹಲಕ್ಕೂ ಚನ್ನಮ್ಮಾಯಿ ಶಾಶ್ವತ ಷರಾ ಬರೆದುಬಿಡುತ್ತಿದ್ದಳು. ಈ ಚನ್ನಮ್ಮಾಯಿ ಅಂಥವರೇ ನಮ್ಮ ನಾಡಿನ ತತ್ವಪದಕಾರರಿಗೆ ಅಜೀಬ್ ತಮಾಷ್ಯಾದ ಪೋರಿಯರಂತೆ ಕಂಡಿರಲು ಸಾಕಲ್ಲವೆ? ಮೊನ್ನೆ ಗತಿಸಿದ ಈ ಚನ್ನಮ್ಮಾಯಿಯು ಇತಿಹಾಸದ ಅಪರೂಪದ ಪುಟವೊಂದು ತಿರುವಿ ಹಾಕಿದವಳಂತೆ ಭಾಸವಾದಳು.

# ಟೆಂಪೋರಾಣಿ ಮತ್ತು ಜಾಗತೀಕರಣ

ಕಿಕ್ಕಿರಿದ ಜನಸಂದಣಿ, ನಾಲ್ಕು ದಾರಿ ಸೇರುವ ವೃತ್ತ. ಹತ್ತಾರು ಸುತ್ತಮುತ್ತಲ ಹಳ್ಳಿಗಳಿಗೆ ಹೋಗಬೇಕಾದರೆ ಅಲ್ಲಿಂದಲೆ ಬಸ್, ಟೆಂಪೋ, ಜೀಪ್, ಇತ್ಯಾದಿ ವಾಹನಗಳನ್ನು ಹಿಡಿಯಬೇಕು. ಹೀಗಾಗಿ ಇಲ್ಲಿ ಜನಜಾತ್ರೆಯೋ ಜಾತ್ರೆ. ಸರ್ಕಾರಿ ವಾಹನಗಳು ಇವತ್ತಿಗೂ ನಮಗೆ ದುಬಾರಿಯೇ. ಅಷ್ಟಕ್ಕೂ ಅವು ಎಲ್ಲೆಂದರಲ್ಲಿ ನಿಲ್ಲಿಸುವುದಿಲ್ಲ. ಸಿಕ್ಕಾಬಟ್ಟೆ ಜನರನ್ನು ಅವು ಹತ್ತಿಸಿಕೊಳ್ಳುವುದಿಲ್ಲ. ಆದ್ದರಿಂದ ನಮಗೆ ಥೇಟ್ ನಮ್ಮೂರಿನ ದನದ ಕೊಟ್ಟಿಗೆಯಂತೆ ಸರ್ವತಂತ್ರ ಸ್ವತಂತ್ರ ವಾಗಿರುವ ಜೀಪ್ ಅಥವಾ ಟೆಂಪೋಗಳೇ ಆಗಬೇಕು. ಈಗೀಗಂತೂ ಖಾಸಗೀಕರಣದ ಸಂತೆಯಲ್ಲಿ ತರಹೇವಾರಿ ಮಾಡೆಲಿನ್ ಟೆಂಪೋಗಳು, ಮಿನಿ ಬಸ್ಸುಗಳು ಬಣ್ಣ ಬಣ್ಣದ ಮೆಟಡಾರ್ ಗಾಡಿಗಳು. ಹೈದ್ರಾಬಾದ್ ಕರ್ನಾಟಕದ ಮಂದಿಗೆ ಒಂದು ನಶೆ ಏರಿತ್ತೆಂದರೆ ಅದರ ಮಜವೇ ಬೇರೆ. ಶುದ್ಧ ವ್ಯಾಪಾರಿ ಲಯುಗಳನ್ನಾಗಲಿ, ಲಾಭ ಗಿಟ್ಟಿಸುವ ಕರಾಮತ್ತುಗಳನ್ನಾಗಲಿ ಇವರು ಅಷ್ಟಾಗಿ ಬಲ್ಲವರಲ್ಲ. ಹೀಗಾಗಿ ಒಬ್ಬಾತ ಒಂದು ಹೊಸ ದಂಧೆ (ವ್ಯಾಪಾರ) ಸುರು ಮಾಡಿದನೆಂದರೆ ಸಾಕು ಮರುದಿನ ಹೊತ್ತು ಮೂಡುವಷ್ಟರ್ಲಲಿ ಅದೇ ದಂಧೆಗೆ ನೂರು, ಸಾವಿರ ಜನ ಮುಗಿ ಬೀಳುತ್ತಾರೆ. ಆ ದಂಧೆಯ ಲಾಭ, ಹಾನಿ, ಸಾಧನ–ಬಾಧಕ, ಹಿಂದೆ, ಮುಂದೆ ಯಾವುದರ ಬಗ್ಗೆಯೂ ತಲೆ ಕೆಡಿಸಿಕೊಳ್ಳಲು ನಮ್ಮವರಿಗೆ ಪುರುಸೊತ್ತಿಲ್ಲ. ದುಡ್ಡು ಸಂಪಾದನೆಯೇ ಗುರಿಯಾಗಿದ್ದರೂ, ಅದರ ಮಾರ್ಗ ಮಾತ್ರ ನವಾಬಿ ಶೈಲಿಯ ಗತ್ತುಗಾರಿಕೆಯೊಂದಿಗೆ ಅವತರಿಸಿರುತ್ತದೆ. ಹೀಗಾಗಿ ಲಾಭದ ಪ್ರಮಾಣ ನಮ್ಮವರಿಗೆ ಮುಖ್ಯವಲ್ಲ. ದಂಧೆಯ ದೊಡ್ಡಸ್ತಿಕೆ, ಪಕ್ಕದ ಆಸಾಮಿಯೊಂದಿಗೆ ಪೈಪೋಟಿ, ನಾಲ್ಕು ಮಂದಿಯಲ್ಲಿ ಎದ್ದು ಕಾಣಿಸಬೇಕೆಂಬ ಹಂಬಲ ಇಷ್ಟೇ ಮುಖ್ಯ. ಇದಕ್ಕೆ ಸೂಕ್ತ ಸಾಕ್ಷಿಯಾಗಿ ನಮ್ಮ ಭಾಗದ ಖಾಸಗಿ ವಾಹನಗಳ ಅಬ್ಬರವೇ ನೋಡಬೇಕು. ಒಂದು ಮಾರ್ಗಕ್ಕೆ ಅವಶ್ಯಕತೆಕ್ಕಿಂತ ಹೆಚ್ಚು ಟೆಂಪೋ, ಮಿನಿ ಬಸ್ಸುಗಳು ಬೀದಿಗಿಳಿದು ಪ್ರಯಾಣಿಕರಿಗಾಗಿ ಪರದಾಟ, ಜಿಗಿದಾಟ, ಹಾರಾಟ ಹೆಜ್ಜೆ ತಪ್ಪಿದರೆ ಹೊಡೆದಾಟ, ಮಾರಾಮಾರಿ ಇವೆಲ್ಲ ಈಗ ನಮ್ಮಲ್ಲಿ ಮಾಮೂಲಿ.

ಟೆಂಪೋ ನಡೆಸುವುದು ಶುದ್ಧ ತರಲೆ ದಂಧೆ, ಅದೊಂದು ರೀತಿಯ ಮುಂಗೈ ಬಲವಿದ್ದವರ ಮಾಫಿಯಾ. ಇದನ್ನು ನಡೆಸುವ ಡ್ರೈವರ್, ಕಂಡಕ್ಟರ್, ಕ್ಲಿನರ್ ಇವರಿಗೆ ತಮ್ಮ ಕೆಲಸ ಮಾತ್ರ ಬಂದರೆ ಸಾಲದು. ಅವರಿಗೆ ಗಿರಾಕಿಗಳನ್ನು ಸೆಳೆಯಲು ಕುಶಲತೆ, ಪಕ್ಕದ ಟೆಂಪೋದವನನ್ನು ಯಾಮಾರಿಸುವ ಕಲಾವಂತಿಕೆ, ಟ್ರಾಫಿಕ್ ಪೋಲೀಸ್, ಸಂಚಾರಿ ಕಛೇರಿ ಸಿಬ್ಬಂದಿಯನ್ನು ಪುಸಲಾಯಿಸುವ ಚಾಣಾಕ್ಷತೆ, ಎಲ್ಲಕ್ಕಿಂತ ಹೆಚ್ಚಾಗಿ ತಮ್ಮ ಮಾರ್ಗಕ್ಕೆ (ರೂಟಿಗೆ) ಇತರ ವಾಹನದವರು ಕಾಲಿಡದಂತೆ

ಗೂಂಡಾಗಿರಿ ಎಲ್ಲವೂ ಮೈಗೂಡಿಸಿಕೊಂಡಿರಬೇಕು. ನಮ್ಮ ಭಾಗದ ಲೋಕಲ್ ಸಾರಿಗೆ ಉದ್ಯಮವೆಂದರೆ ಛೋಟಾ, ಮೋಟಾ ಗೂಂಡಾಗಿರಿ ದಂಧೆ ಎಂದೇ ಅಭಿವೃದ್ಧಿಪಡಿಸಲಾಗಿದೆ. ಇಂಥ ಉದ್ಯಮದಲ್ಲಿ ಮಹಿಳೆಯರು ಪಾಲುದಾರರಾಗುವುದು ಕನಸಿನಲ್ಲಿಯೂ ಎಣಿಸಲಾಗದು ಎಂದು ಭಾವಿಸುವವರು ಇದ್ದಾರೆ. ರಾತ್ರಿ ಏಳು ಗಂಟೆಯಾದರೆ ಸಾಕು ಖಾಸಗಿ ಅಥವಾ ಸರ್ಕಾರಿ ವಾಹನಗಳಲ್ಲಿ ಮಹಿಳೆಯರು ನಿರ್ಭಿಡೆಯಿಂದ ಪ್ರಯಾಣಿಸುವುದೇ ಕಷ್ಟ. ಏಕೆಂದರೆ ರಾತ್ರಿಯಾಯಿತೆಂದರೆ ಸಾಕು ಡ್ರೈವರ್, ಕಂಡಕ್ಟರ್, ಸಹ ಪ್ರಯಾಣಿಕರು ನೂರಕ್ಕೆ ನೂರಷ್ಟು ಎಲ್ಲರೂ ಝೋಲಿ ಹೊಡೆಯುವವರೆ. ಅವರವರ ಅಂತಸ್ತು, ಯೋಗ್ಯತಾನುಸಾರ ಎಲ್ಲರೂ ಸೋಮರಸ ಪಾನಿಗಳು, ಈಗ ಈ ಹೊತ್ತಿನಲ್ಲಿ ಯಾರನ್ನೂ ಮಾತಾಡಿಸುವಂತಿಲ್ಲ. ಇಂಥ ಭರ್ತಿ ಸುರಾಪಾನಿಗಳ ಲೋಕದಲ್ಲಿ ಮತ್ತೇರಿಸಿಕೊಳ್ಳದವರು ಮಾತಾಡಿದರೆ ಯಾವ ಕವಡೆಗೆ ಕಿಮ್ಮತ್ತಾದೀತು ಹೇಳಿ. ಇಷ್ಟೆಲ್ಲಾ ರಿಸ್ಕು, ಕೀಳರಿಮೆ ಇರುವ ಈ ದಂಧೆಯಲ್ಲಿ ಮಹಿಳೆಯರು ನುಗ್ಗಲಾದೀತೇ? ಅದೂ ಶತಮಾನಗಳುದ್ದಕ್ಕೂ ನಿಜಾಮಶಾಹಿಯ ಪರದಾ ಪದ್ಧತಿಯ ಹಿಂದೆ ನಾಲ್ಕು ಗೋಡೆಗಳ ನಡುವೆ ಕಾಲ ಕಳೆದಿರುವ ಮೊಗಲಾಯಿ ಮಹಿಳೆಯರು ಬಸ್ಸುಗಳಲ್ಲಿ ಟೆಂಪೊಗಳಲ್ಲಿ ಪ್ರಯಾಣಿಸುವುದೆಂದರೇ: ಛೇ, ಛೇ. ಅದೊಂದು ಪರಮ ಸಾಹಸವೇ ಸರಿ. ಅಂಥದರಲ್ಲಿ ಗಾಬರಿ ಬೀಳುವ ಸನ್ನಿವೇಶವೊಂದು ಹೀಗಿದೆ.

ಅವರಾದ, ಮಹಾಗಾಂವ, ಕಮಲಾಪುರ ಬರ್‍ರಿ ಬರ್‍ರಿ ಖಾಲಿ ದಸ್ ರೂಪಾಯ್, ಕಾಕಾ, ಮಾಮಾ, ಆಯೀ, ಅರೇ ಚಾಚಾ ಇದರ್ ಆಜಾವೋ, ಅಭೀ ಛೋಡೆ ದೇಖೋ ಬಚ್ಚಾ ಚಲೋ ರೇ! ಹುಂ ರೈಟ್! ಅ ಹೀಗೆ ಒಂದೆ ಸಮನೆ ಗಂಟಲು ಹರಿಯುವಂತೆ ಮಾಕ್ಸಿಕ್ಯಾಬ್‌ನ(ಟೆಂಪೋ) ಬಾಗಿಲಲ್ಲಿ ನಿಂತು ಒದರುತ್ತಿದ್ದಾಳೆ ಆಕೆ. ಹೆಚ್ಚು ಕಡಿಮೆ ಅಂದರೆ ಮುವತ್ತು, ಮುವತ್ತೈದು ವಯಸ್ಸಿರಬೇಕು. ಮೈ, ಕೈ ತುಂಬಿಕೊಂಡು ಒಂದಿಷ್ಟು ದಢೂತಿ ದೇಹವೇ ಸರಿ. ಕಂದು ಮಿಶ್ರಿತ ಬಿಳಿ ಬಣ್ಣ, ಗಾಢ ಕಲರಿನ ಪಾಲಿಸ್ಟರ್ ಸೀರೆ, ಮ್ಯಾಚಿಂಗ್ ಬ್ಲೌಸ್, ಎರಡೇ ಬಟ್ಟಿನಷ್ಟು ಸಣ್ಣ ಹಣೆಯ ಮೇಲೆ ದೊಡ್ಡ ಕುಂಕುಮ ಟಿಕಳಿ, ಕೈ ತುಂಬಾ ಹಸಿರು ಬಳೆ. ಬಾಯಾಗ ಭರ್ತಿ ಗುಟಕಾ. ಪಿಚಕ್ ಎಂದು ಉಗುಳುತ್ತಲೆ ಜನರನ್ನು ಕರೆಯುವ ಅವಳ ಪರಿಗೆ ನಾವೆಲ್ಲಾ ಪ್ರಾಧ್ಯಾಪಕರು ಒಂದಷ್ಟು ಗಾಬರಿ ಬಿದ್ದದಂತು ಖರೇ. ಗುಲಬರ್ಗಾದಿಂದ ಕಮಲಾಪುರಕ್ಕೆ ಹೋಗುವ ವಾಹನಗಳಿಗಾಗಿ ನಾವು ಕೆಲವು ಮಹಿಳಾ ಪ್ರಾಧ್ಯಾಪಿಕೆಯರು ನಿಂತಿದ್ದೆವು. ಮಹಿಳಾ ಸಂಘ ಕಟ್ಟಿಕೊಂಡು ಮಹಿಳೆಯರ ವಿಮೋಚನೆ, ಸ್ತ್ರೀ ಸಬಲೀಕರಣ, ಸ್ತ್ರೀವಾದ, ಹಕ್ಕಿನ ಹೋರಾಟವೆಂದು ಚಳುವಳಿಗಳಲ್ಲಿ ತುಸುವೇ ತೊಡಗಿಸಿಕೊಂಡಿರುವ ನಮಗೆ ಈ ಟೆಂಪೋ ರಾಣಿಯನ್ನು ಕಂಡು ಒಂದಷ್ಟು ಕುತೂಹಲ ಕೆರಳಿರಲಿಕ್ಕೂ ಸಾಕು. ಅವಳ ಟೆಂಪೋ ವ್ಯವಹಾರದ ಪರಿಯಿಂದ ಆಕರ್ಷಿತರಾಗಿ ನಾವೆಲ್ಲ ಅವಳ ಗಾಡಿ ಏರಿ ಕುಳಿತೆವು. ಅಷ್ಟರಲ್ಲಿ ಪಕ್ಕದಲ್ಲಿ ನಾಲ್ಕಾರು ಟೆಂಪೋಗಳು ಮೊದಲೇ ಬಂದು ನಿಂತಿದ್ದವು. ಇವಳು ಸುತ್ತ ನೋಡಿದಳು. ಮೊದಲೇ ನಿಂತ ಟೆಂಪೋಗಳಲ್ಲಿ ಗಿರಾಕಿಗಳು ಏರಿ ಕುಳಿತಿದ್ದರು. ಅವರೆಲ್ಲ ಆ ಕಡೆ ಈ ಕಡೆ ನೋಡುತ್ತಾ, ತಮ್ಮ ತಮ್ಮಲ್ಲೆ ಹರಟೆ ಹೊಡೆಯುತ್ತಾ, ಗಂಡಸರು ಬೀಡಿ ಸೇದುತ್ತಾ

ಕುಳಿತಿದ್ದರು. ಈಕೆ ಪಿಚಕನೆ ಗುಟಖಾ ಉಗಳಿದವಳೇ ಇಪ್ಪತ್ತು ವಯಸ್ಸು ಆಸುಪಾಸಿನಲ್ಲಿರುವ ಡ್ರೈವರನನ್ನು ಕರೆದಳು. ರಾಮ್ಯಾ, ಬಾರಲೇ ಸನ್ಯಾಸಿ ಎಕಾಡಿ ಹೋತಿ! ಮೊದಲ್ ಆ ಟಿ.ವಿ. ಚಾಲೂ ಮಾಡು ಅಂದಳು. ಆ ಹುಡುಗ ಟೆಂಪೊದಲ್ಲಿನ ಟಿ.ವಿ. ಚಾಲೂ ಮಾಡಿ ಯಾವುದೋ ಹಳೇ ಕ್ಯಾಸೆಟ್ ಹಚ್ಚಿದನು. ಅವಳು ಒಂದು ದೃಷ್ಟಿ ಸ್ಕ್ರೀನಿನತ್ತ ಬೀರಿದಳು. ಮರುಗಳಿಗೆಯೇ 'ಏ! ಕತ್ತಿ ಲೌಡಿ ಮಗನೇ ಯಾ ಯಾಳ್ಯಾದಾಗ ಯಾ ಕ್ಯಾಸೆಟ್ ಹಾಕಬೇಕೆಂಬುದು ಖಬರ ಇಲ್ಲಲೋ! ಮೂಳಾ, ಹಳಿ ಮೂಳಾ ಅದು ತೆಗಿ. ಕದು ಕದು ಮುಂಜಾನಿ ತಂದಿದು 'ಕಿಚ್ಚ' ಹಚ್ಚೋ ಭಾಡಕೋ' ಅಂದಳು. ಆ ಹುಡುಗ ಅಂಜುತ್ತಲೇ 'ಕಿಚ್ಚ' ಕ್ಯಾಸೆಟ್ ಲೋಡ್ ಮಾಡಿದನು. 'ಫುಲ್ ಸೌಂಡ ಬಿಡು ಅಲೇ ಇದು ಬಾಜಾರ ಅದಾ. ಇದು ಗಂಡಾ ಹೆಂಡ್ತಿ ಮಲಗಾ ಖೋಲಿ ಅದಾ ಅಂತ ತಿಳಿದ ಏನ್' ಎಂದು ಬಯ್ದಾಡುತ್ತಲೇ ತಾನೇ ಹೋಗಿ ಪೂರ್ತಿ ವಾಲೂಮ್ ತಿರುವಿದಳು. ಸುತ್ತಲಿನ ಟೆಂಪೋಗಳಲ್ಲಿ ಕುಳಿತವರ ಕಿವಿಗಳು ನಿಮಿರಿದವು. ಅವರೆಲ್ಲ ಕಿಟಕಿಗಳಿಂದ ಈ ಇವಳ ಟೆಂಪೋ ನೋಡಿದವರೆ ' ಅರೇ ಕಮಲಾಬಾಯಿ ಗಾಡಿ ಬಂತು ನಡಿರೋ ಎಂದವರೇ ಧಡಧಡ ಇಳಿದು ಬಂದವರೇ ಇವಳ ಟೆಂಪೋ ಏರತೊಡಗಿದರು.

ನೋಡ ನೋಡುವಷ್ಟರಲ್ಲಿ ಇವಳ ಗಾಡಿ ಭರ್ತಿಯಾಯಿತು. 'ಹುಂ ರೈಟ್'ರಾಮ್ಯಾ ಬಿಡು ಅಲೇ ಗಾಡಿ ಎಂದಳು. ಡ್ರೈವರ್ ಗಾಡಿ ಬಿಡಬೇಕೆಂದು ಚಾವಿ ತಿರುವುತ್ತಿದ್ದಾನೆ. ಆದರೆ ಗಾಡಿ ಮಾತ್ರ ಘೋಢಢ ಘೊಡ್ ಎಂದು ಶಬ್ದ ಮಾಡುತ್ತಾ ನಿಂತು ಜಲ್ದಿ ಚಾಲೂ ಆಗಲೇ ಇಲ್ಲ. ಇವಳಿಗೆ ತಾಳ್ಮೆ ತಪ್ಪತೊಡಗಿತು. ಏ! ಅಪ್ಪೇಸಿ, ಏನಾಗ್ಯಾದೊ ಕತ್ತಿ ಮಗನೆ ನಾ ಮೊದಲೇ ಗಾಡಿ ಚೆಕ್ ಮಾಡು ಅಂದಿಲ್ಲಾ? ನಿಮ್ಮವ್ವನ ನಿಮಗ ಪಗಾರ ಪುಗಸೆಟ್ಟಿ ಕೊಟ್ಟಂಗದಾ ಎಂದು ಒದರಾಡತೊಡಗಿದಳು. ಇದೆಲ್ಲಾ ಐದು ನಿಮಿಷದ ಅವಧಿಯಲ್ಲಿ ನಡೆಯುತ್ತಿತ್ತು. ಅಷ್ಟರಲ್ಲಿ ಅಕ್ಕಪಕ್ಕದ ಟೆಂಪೋ ಡ್ರೈವರ್, ಕ್ಲಿನರ್‌ಗಳಿಗೆ ತಲೆ ತಿರುಗಿ ಹೋಗಿತ್ತು. ಏಕೆಂಥರೆ ಇವಳ ಚಾಲಾಕಿತನದಿಂದಾಗಿಯೇ ಅವರ ಗಾಡಿಗಳಲ್ಲಿ ಕುಳಿತ ಗಿರಾಕಿಗಳು ಇಳಿದು ಇವಳ ಗಾಡಿಗೆ ಬಂದಿದ್ದರು. ಮೊದಲೇ ವಿಪರೀತ ಗಾಡಿಗಳಿಂದಾಗಿ ಅಸಹ್ಯ ಮತ್ತು ಕ್ರೂರವಾದ ಪೈಪೋಟಿ ಇವರ ಮಧ್ಯೆ ತಾರರಕ್ಕೆ ಏರಿತ್ತು. ಗಿರಾಕಿಗಳಿಗೆ ಅಸಹನೀಯ ಕಿರಿಕಿರಿ, ಜಿಗುಪ್ಸೆ ಹುಟ್ಟುವ ಮಟ್ಟಿಗೆ ಖಾಸಗಿ ವಾಹನಗಳ ನಡುವೆ ಅನಾರೋಗ್ಯಕರ ಪೈಪೋಟಿ ಏರ್ಪಟ್ಟಿದೆ. ಒಂದರ್ಥದಲ್ಲಿ ನಮ್ಮ ಕಡೆ ಖಾಸಗಿ ವಾಹನ ಮಾಲೀಕರುಗಳ ಮಾಫಿಯಾ ಕೂಡಾ ಬೆಳೆಯುತ್ತಿದೆ. ಅಂಥದರಲ್ಲಿ ಇವಳು ಹೇಗೆ ನಿಭಾಯಿಸಬಲ್ಲಳು ಎಂಬ ಎದೆಗುದಿ ನಮಗೆ ಸುರುವಾಯ್ತು ಅನ್ನಿ.

ಅಕ್ಕಪಕ್ಕದ ಟೆಂಪೋ ಚಾಲಕರು, ಗಿರಾಕಿಗಳನ್ನು ಗಾಡಿಗಳಿಗೆ ತುಂಬಿಸುವ ದಲ್ಲಾಳಿಗಳು, ಬೌವ್, ಬೌವ್ ಎಂದು ಇವಳ ಮೈ ಮೇಲೆ ಏರಿ ಬರತೊಡಗಿದರು. ಒಬ್ಬ 'ಏ, ನಿನ್ನವ್ವನ್, ಕೈ ಮಾಡಿ ಗಿರಾಕಿಗೋಳಿಗಿ ಕರಿತೀ ಏನೇ? ಏ! ಕೆಳಗ ಬಾರೇ ಬಾರೇ,' ಅಂದರೆ ಇನ್ನೊಬ್ಬ 'ಸುವರ್ ಕೀ! ತೇರಿ ತೋ ಕ್ಯಾ ಸಮ್‌ಝಿರೇ ತು,

ಅಪನೇ ಆಪಕೊ ದಾದಾ ಸಮ್‌ಜ್‌ತೀ ಕ್ಯಾ' ಎನ್ನುತ್ತಾನೆ. ಮಗುದೊಬ್ಬ 'ತಾಯಿಗ್ಗಂಡನಾ ಹಡಾ ನಾವು ಏನ್ ಇಲ್ಲಿ ಝಕ್ ಮರಾಸ್ಲಕ್ ಕುಂತಿವೇನು ಏನೇ ಏನು ನಮ್ಮ ಗಾಡ್ಯಾನ ಗಿರಾಕಿಗಿ ನೀ ಕರದಿ ಹ್ಯಾಂಗೇ! ಜರಾ ದಂಧಾ ಸೀದಾ ಮಾಡಾದು ಕಲಿ' ಅನ್ನುತ್ತಾನೆ. ಅವರು ಆ ಗಂಡಸರು ಹೆಚ್ಚು ಕಡಿಮೆ ಗೂಂಡಾಗಳಂತೆ ವದರಾಡುವ, ಚೀರುವ, ಇವಳ ಮೈ ಮೇಲೆ ಏರುವ ಪರಿಗೆ ಈಗ ಏನೋ ಆಘಾತವಾಗಲಿದೆ ಎಂದು ನಾವೆಲ್ಲ ಉಸಿರುಗಟ್ಟಿ ಹಿಡಿದು ಕುಳಿತಿದ್ದೆವು. ಆದರೆ ಈ ನಮ್ಮ ಟೆಂಪೋ ರಾಣಿ ಕಿಂಚಿತ್ತೂ ಭಯ ಬೀಳದೆ ಅವರೆಲ್ಲರನ್ನು ಮೀರಿಸುವ ತಾರಕ ಧ್ವನಿಯಲ್ಲಿ ಚೀರುತ್ತಾ 'ಏ ! ಭಾಡಕೊಗೊಳ್ಯಾ ನಾ ಯಾಕ ಕರಿಲ್ರೋ! ಅವರೇನು ಸಣ್ಣವರ ಹರಾನಾ! ನಾ ಏನ್ ಪೆಪರ್‌ಮೆಟಿ (ಚಾಕ್‌ಲೇಟ್) ಗೋಲಿ ಕೊಟ್ಟಿನ್ಯಾ! ಯಾಕ ಒದರ್ಲಾಕತ್ತೀರಿ ಕಿವಿ ಕಿತ್ತಿದ ನಾಯಿ ಒಳ್ಳದಂಗ. ಹಿಮ್ಮತ್ ಇದ್ರ ಬರ್ರೋ ಮಕ್ಕಳ್ಯಾ ಎಂದು ಬುಸ್‌ಗುಡ ತೊಡಗಿದಳು. ಒಬ್ಬ ಹರೆಯದ ಹುಡುಗ 'ಏ! ಏನಂದೇ ನಿನ್ನವ್ವನ್. ಈ ರೋಡಿಗಿ ನಾ ಅರೇ ಇರಬೇಕು, ಇಲ್ಲಾ ನೀ ಅರೇ ಇರಬೇಕು! ಮಾದರ್‌ಚೌದ್' ಎಂದು ಮತ್ತೆ ಏನೇನೋ ಅವಾಚ್ಯ ಶಬ್ದಗಳನ್ನು ಬಯ್ಯುತ್ತ ಟೆಂಪೋ ಹತ್ತಿ ಇವಳ ಕಡೆ ಬಂದನು. ನಾವು ಹೋ ಎಂದು ಎದ್ದು ನಿಂತೆವು. ಅವಳು ನಮ್ಮನ್ನ ಕಂಡು ನೀವು ಸುಮ್ಮ ಕೂಡ್ರಿ ಬಾಯಾರೇ. ಈ ಮಕ್ಳಿಗಿ ಏನ್ ಮಾಡಬೇಕು ಅಂಬಾದು ನನಗ ಗೊತ್ತ ಅದಾ ಅಂದವಳೇ ಏ ! ರಾಮಾ ತರಬೋ ಗಾಡಿ ತರಬೋ(ನಿಲ್ಲಿಸು) ಎಂದು ಹೇಳುತ್ತಲೇ ಏರಿ ಬಂದ ಹುಡುಗನ ಶರ್ಟ್ ಹಿಡಿದವಳೇ ಫಡಾಫಡ್ ಕೆನ್ನೆಗೆ ನಾಲ್ಕು ಬಿಗಿದೇ ಬಿಟ್ಟಳು. ಏಯ್ ಭಾಡಕೋ ತೆಲಿಗೇರ್ಯಾದೇನೋ! ಮಗನೇ ದಿನಾ ನನ ಬಲ್ಲಿ ರೊಕ್ಕಾ ತಿಂದು ನನಗೆ ಏರಿ ಬರತ್ಯಾ ಕತ್ತಿಮಗನಾ ನಿನ್ನ ಹಲ್ ಮುರಿತೀನಿ ಹಲ್ಲಾ' ಎಂದು ದುರ್ಗೆ ಅವತಾರ ತಾಳಿದಳು.

ಹುಡುಗನ ಕಾಲರ್ ಪಟ್ಟ ಜೋರಾಗಿ ಹಿಡಿದಿದ್ದಾಳೆ. ದುಂಡಗಿನ ಅವಳ ಕೆನ್ನೆಗಳು ಕುಣಿಯುತ್ತಿವೆ. ದೊಡ್ಡ ಕಂಗಳ ತುಂಬ ಬೆಂಕಿ ಉಂಡೆ ಉಂಡೆಯಾಗಿ ಉಗುಳುತ್ತಿದ್ದಾಳೆ. ಅವಳ ಸಹಾಯಕ ಡ್ರೈವರ್ ರಾಮ್ಯಾ ಹಿಂದಿನಿಂದ ಹುಡುಗನ ಕೈ ಒತ್ತಿ ಹಿಡಿದಿದ್ದಾನೆ. ಪೆಟ್ಟು ತಿಂದ ಹುಡುಗ 'ಬಿಡು ಬಿಡು ಕೈ ಬಿಡು ಭಾಳ ಶಾಣ್ಯಾಕಿದ್ದಿ ಸಾಕು ಬಿಡು' ಎಂದು ಕೊಸರಿಕೊಳ್ಳುತ್ತಿದ್ದಾನೆ. ಇವಳು 'ಬಿಡು ಅಂತ್ಯಾ ಮಗನಾ ಹಲಕಟ್ ದಲಾಲಗಿರಿ ಮಾಡತ್ಯಾ! ಗಿರಾಕಿ ತಾವೇ ಬಂದ್ರ ನಾ ಏನ ಮಾಡಬೇಕೋ! ದಮ್ ಇದ್ರ ನೀವು ಗಿರಾಕಿಗೆ ಕರ್‌ದ ಮಣಿ ಹಾಕ್ರಿ' ಎಂದು ಒದರಹತ್ತಿದಳು. ಇವಳ ದುರ್ಗಿಯ ಅವತಾರ ನೋಡಿ, ಆ ಹುಡುಗನ ಫಜೀತಿ ನೋಡಿ ಉಳಿದ ಡ್ರೈವರ್ ಕಂ! ಮಾಲಕರು ತಮ್ಮತಮ್ಮಲ್ಲೇ ಏನೋ ಬಯ್ದಾಡುತ್ತ ಸುಮ್ಮನೇ ತಮ್ಮ ಗಾಡಿಗಳತ್ತ ನಡೆದರು. 'ಹುಂ ಆಯ್ತು. ನಡಿಯೋ ರಾಮ್ಯಾ, ಚಾಲು ಮಾಡೋ' ಅಂದ್ಳು. ಮೇಲೆ ಟಿ.ವಿ. ಒದರುತ್ತಲೇ ಇತ್ತು. ಎಂಥೆಂಥದೊ ದೃಶ್ಯಗಳು ಸರಿದು ಹೋಗುತ್ತಲೇ ಇದ್ದವು. ರಾಮ್ಯಾ ಗಾಡಿ ಚಾಲೂ ಮಾಡಿದ. ಮತ್ತೆ ಚಾಲೂ ಆಗದೆ ಗಾಡಿ ಸತಾಯಿಸತೊಡಗಿತು. ಥತ್ತೇರಿ ಇದಿಮಾಯಿ ಎನ್ನುತ್ತ ಕೆಳಗಿಳಿದವಳೆ ಗಾಡಿಯಲ್ಲಿರುವ ಹೊಡಿಸಿಕೊಂಡ ಹುಡುಗನನ್ನು ಮತ್ತು ಇತರ ಲಂಬಾಣಿ ಗಂಡಸರನ್ನು ಅವರ

ಲಂಬಾಣಿ ಭಾಷೆಯಲ್ಲಿ ಕೆಳಗೆ ಕರೆದಳು. ಅವರಾದರೋ ದುಸರಾ ಮಾತಿಲ್ಲದೆ ಕೆಳಗಿಳಿದು ಇವಳು ಹೇಳಿದಂತೆ ಗಾಡಿ ತಳ್ಳ ತೊಡಗಿದರು. ಅಂತೂ ಗಾಡಿ ಚಾಲೂ ಆಯ್ತು. ಏದುಸಿರು ಬಿಡುತ್ತಾ ಮೇಲೇರಿ ಬಂದಳು. ಹಂ ರೈಟ್ ಅ. ಹಾಂ. ಮುಂದ ನಡ್ರೀ ಇನಾ ಮುಂದ್ಯ ಏ ! ಕಾಕಾ ಆ ಮುದುಕಿಗಿ ಜಾಗ ಬಿಡು! ಹಾಂ ಅಣ್ಣಾ ಮಹಾಗಾಂವ ಒಬ್ಬರಿಗಿ ಎಂಟು ರೂಪಯಿ ತೆಗಿ' ಹೀಗೆ ಗಾಡಿ ಮುಂದೆ ನಡೆಯಿತು.

ಗಾಡಿ ತಳ್ಳಿ ಮತ್ತು ಪೆಟ್ಟು ತಿಂದು ಹೈರಾಣಾಗಿದ್ದ ಹುಡುಗನು ಏನೂ ನಡೆದಿಲ್ಲ ಎಂಬಂತೆ ಗಾಡಿಯಲ್ಲಿ ಅವಳ ಸೀಟಿನಲ್ಲಿ ಬಂದು ಕುಳಿತನು. ಇವಳು ರೊಕ್ಕ ಎಲ್ಲ ಇಸಿದುಕೊಂಡ ಮೇಲೆ ಯಥಾಪ್ರಕಾರ ತನ್ನ ಸೀಟಿನಲ್ಲಿ ಹುಡುಗನ ಬದಿಯಲ್ಲಿ ಕುಳಿತಳು. ಆ ಹುಡುಗನೊಂದಿಗೆ ಏನೂ ಆಗಿಲ್ಲ ಎಂಬಂತೆ ಮಾತಿಗಿಳಿದಳು. ಆತನು ಅಷ್ಟೇ ಸಲೀಸಾಗಿ ಅವಳೊಡನೆ ಮಾತನಾಡುತ್ತಾ, ನಗುತ್ತ ನಿಲುದಾಣ ಬಂದಲ್ಲಿ ನಿಲ್ಲಿಸುತ್ತ ಮತ್ತೆ ರೈಟ್ ಎನ್ನುತ್ತ ಕುಳಿತನು. ನಮಗೋ ಆಶ್ಚರ್ಯವೇ. ಮಹಾಗಾಂವ ಎಂಬ ಊರು ದಾಟಿದ ಮೇಲೆ ಸ್ವಲ್ಪ ಜನಜಂಗುಳ ಕಡಿಮೆಯಾಗಿ ನಾನು ಸಾವಕಾಶವಾಗಿ ಅವಳೊಂದಿಗೆ ಮಾತಿಗಿಳಿದೆ. ಅವಳು ಯಾರು, ಯಾವ ಊರು, ಈ ವೃತ್ತಿಯನ್ನು ಆಯ್ದುಕೊಂಡದ್ದು ಏಕೆ? ಲಾಭ ಹಾನಿ ಇತ್ಯಾದಿ ಕೇಳತೊಡಗಿದೆ.

ಅವಳು ಗುಲಬರ್ಗಾ ಜಿಲ್ಲೆ ಪಕ್ಕದೂರಿನವಳು ಹೆಸರು ಕಮಲಾ. ಮದುವೆಯಾಗಿದೆ. ಮೂರು ಗಂಡು ಮಕ್ಕಳು ಒಂದು ಹೆಣ್ಣು ಮಗು ಇದೆ. ಗಂಡ ಮಾಸ್ತರ ಗಂಡನ ಸಂಬಳ ಸಂಸಾರದ ನಿರ್ವಹಣೆಗೆ ಸಾಕಾಗುತ್ತಿಲ್ಲ. ಅದಕ್ಕಾಗಿ ಟೆಂಪೋ ಓಡಿಸುವ ದಂಧೆಗೆ ಇಳಿದಿದ್ದಾರೆ. ಅವಳೇ ಹೇಳುವಂತೆ ಈ ದಂಧೆಯಲ್ಲಿ ಬಹಳ ಕಿರಿಕಿರಿ, ರಿಸ್ಕು ಎಲ್ಲಾ ಇದೆ. ಆದರೆ ಏನು ಮಾಡಬೇಕು. ಎಲ್ಲಾ ಹಳ್ಳಿಗಳ ವ್ಯಾಪಾರ, ಒಕ್ಕಲುತನ, ಇತರ ಕಸಬುಗಳು ನೆಲಕಚ್ಚಿ ಹೋಗಿವೆ. ಇದರಾಗ ಜರಾ ಮೈ ಛಳಿ ಬಿಟ್ಟು; ಮೆಹನತ್ ಮಾಡಿದ್ರ ಎಲ್ಲಾ ಖರ್ಚು ಹೋಗಿ ದಿನಕ್ಕೆ ಏನಿಲ್ಲಂದ್ರೂ 150 ರಿಂದ 200 ರೂಪಾಯಿಗಳವರೆಗೆ ಉಳಿಯುತ್ತದೆ ಎನ್ನುತ್ತಾಳೆ. ಅಲ್ಲಮ್ಮ ಆ ಹುಡುಗನಿಗೆ ಹೊಡಿದಿ ಆದ್ರೂ ಆ ಹುಡುಗ ಮತ್ತ ನಿನ್ನೊಂದಿಗೆ ಇದ್ದಾನಲ್ಲ ಅಂದ್ರೆ 'ಆಯ್ಯೋ ಅವನಾ ನಮ್ಮ ಪಾರೇ ಹನಾ ಗುಲ್ಬರ್ಗಾ ಬಸ್ ನಾಕಾದಾಗ ಗಿರಾಕಿಗೊಳಿಗಿ ಕರದ್ ಕುಂಡ್ರಸಾ ದಲಾಲಿ ಕೆಲಸಾ ಮಾಡತಾನ. ಹೀಂಗೆ ಒಮ್ಮೊಮ್ಮೆ ದಳಾ ಬರತಾವ ಮತ್ ತಾನೇ ಸೀದಾ ಬರತಾವ್' ಅಂತಾಳೆ. ಅಲ್ಲಮ್ಮ ಇಂಥ ಅಪಾಪೋಲಿ ಹುಡುಗರು, ಅವರ ಅಶ್ಲೀಲ ಭಾಷೆ, ಜಗಳ, ಹೊಡೆದಾಟ ಇವೆಲ್ಲ ಭಯವಾಗುವುದಿಲ್ಲವೇ ಎಂದರೆ; ಅಯ್ಯೋ ಅಶ್ಲೀಲ ಭಾಷೆ, ಜಗಳ, ಬಾಯೋರೆ ಇದು ನಮ್ಮ ರೂಟ್ (ರಸ್ತೆ) ಅದಾರಿ. ಬಿಜಿನೆಸ್ ಅದಾರಿ, ದುನಿಯಾದ ಕಾಂಪಿಟೇಷನ್ ಅದಾರಿ. ದಿನಾ ಮಾಡಿ ನೋಡಿ ರಾಟಿ ಬಿದ್ದಾದರಿ ಮೇಡಮ್ಮೊರೆ ನಿಮ್ಮಂಗ್ ನಾಲ್ಕು ಅಕ್ಷರ ಕಲಸದ್ರ ತೆಕಿಗಟ್ಲೆ ರೊಕ್ಕಾ ಸಿಗಬೇಕಲ್‌ರ್ರೀ. ಎಂದು ಹೇಳುತ್ತಲೇ ಮುಂದಿನೂರಿಗೆ ಹೂಂ ರೈಟ್ ಚಲೋ ಎನ್ನತೊಡಗಿದಳು.

ಹೌದು. ಜಾಗತೀಕರಣದ ವಿದ್ಯಮಾನಗಳು ಹಳ್ಳಿಗಳ ಮಧ್ಯಮ, ಕೆಳವರ್ಗದವರ ಬದುಕಿನಲ್ಲಿ ದೊಡ್ಡ ಬಿರುಗಾಳಿಯನ್ನೇ ಬೀಸಿವೆ. ಅವರ ದೇಶದ ಪಾರಂಪಾರಿಕ

ಉದ್ಯೋಗಗಳು ಸಂಪೂರ್ಣ ನೆಲ ಕಚ್ಚಿವೆ. ಆಯ್ಕೆಯ ಅವಕಾಶಗಳಿಲ್ಲದೆ, ಉನ್ನತ ವಲಯಗಳನ್ನು ಅರಸಿಕೊಂಡು ಹೋಗುವ ತಾಕತ್ತಿಲ್ಲದೆ ಜನತೆ ದಿಕ್ಕೆಟ್ಟು ಹೋಗಿದೆ. ಇಂಥ ಸರ್ವಶೂನ್ಯ ನಿರಾಲಂಬ ಸ್ಥಿತಿಯಲ್ಲಿ ಈ ಭಾಗದ ಮಹಿಳೆಯರು ಎಲ್ಲ ಒತ್ತಡ, ಅಪಾಯ, ಅವಘಡಗಳನ್ನು ಹೆಗಲಿಗೇರಿಸಿಕೊಂಡು ಬದುಕಿನೊಂದಿಗೆ ಗುದ್ದಾಟಕ್ಕೆ ಇಳಿದಿದ್ದಾರೆ. ನಾವು ಟೆಂಪೋ ರಾಣಿಗೆ ಪರವಾಗಿಲ್ಲ ಎಂದೆಲ್ಲ ಅವಳ ಸಾಹಸ, ಪರಿಶ್ರಮ ಕುರಿತು ದೊಡ್ಡ ದೊಡ್ಡ ಮಾತಾಡತೊಡಗಿದೆವು. ಅವಳು 'ಛೇ ಛೇ ಅವೆಲ್ಲ ಏನೂ ತಿಳಂಗಿಲ್ಲ ಬಿಡ್ರಿ_ ನಮ್ಮ ಹೊಟ್ಟಿ ತಿಪ್ಪಲ್ ಅದಾ ಅಲ್‌ರೀ. ಇದು ಬಕ್ಕುಳ ಖರಾಬ್ ಅದಾರಿ ಅದರಪ್ಪನ ಎಲ್ಲಾ ದಂಧಾ ಮಾಡ್ಲಾಖ ಹಚ್‌ತಾದ್ರಿ, ಎಲ್ಲಾ ಕಡಿ ಬಗ್ಗಲಾಕ್ ಹಚ್ಚತಾದ್ರಿ' ಎನ್ನುತ್ತಾಳೆ. ಈಗ ಹುಬ್ಬೇರಿಸುವ ಸರದಿ ನಮ್ಮದಾಗಿತ್ತು.

# ಮನದ ಸೂತಕ ಹಿಂಗಿಸಲಾದಿತೆ?

ಇದೇ ಮೇ ತಿಂಗಳಲ್ಲಿ ಬೀದರ ಜಿಲ್ಲೆಯ ಹಮುನಾಬಾದ ತಾಲ್ಲೂಕು ಸಮಿತಿಯು ಜನವಾದಿ ಮಹಿಳಾ ಸಂಘಟನೆಯ ಕಾರ್ಯರ್ತೆಯರಿಗಾಗಿ ಅಧ್ಯಯನ ಶಿಬಿರವೊಂದನ್ನು ಏರ್ಪಡಿಸಿತ್ತು. ಅಲ್ಲಿ ಸುತ್ತಲಿನ ಹಳ್ಳಿಗಳಿಂದ ಸಾಮಾನ್ಯ ಮಹಿಳೆಯರು ತಮ್ಮ ಬದುಕುವ ಹಕ್ಕಿನ ಹಂಬಲಕ್ಕಾಗಿ ನೆರೆದಿದ್ದರು. ಅವರೆಲ್ಲ ಕಳೆದು ಎರಡು ವರ್ಷಗಳಿಂದ ಉದ್ಯೋಗ ಖಾತ್ರೆ ಕಾಯ್ದೆಗಾಗಿ ಸಂಘರ್ಷ ನಡೆಸಿ ಕೂಲಿ ಪಡೆದವರಾಗಿದ್ದರು. ಅಧಿಕಾರಶಾಹಿ ಮತ್ತು ಆಡಳಿತಶಾಹಿ ಪ್ರತಿನಿಧಿಗಳೊಂದಿಗೆ ನಿರಂತರ ಗುದ್ದಾಡಿಯೆ ಕೆಲಸ ಪಡೆಯಲು ಸಾಧ್ಯವಾಗಿತ್ತು. ಆದಾಗ್ಯೂ ಅವರಲ್ಲಿ ಇನ್ನು ಅನೇಕರಿಗೆ ಕೆಲಸ ಸಿಕ್ಕಿರಲಿಲ್ಲ. ಕೆಲವು ಗ್ರಾಮ ಪಂಚಾಯಿತಿಗಳಲ್ಲಿ ಕೆಲಸ ಮಾಡಿದರೂ ಕೂಲಿ ಸಿಕ್ಕಿರಲಿಲ್ಲ. ಕೆಲವೊಂದೆಡೆ ಸುಳ್ಳು ಹಾಜರಿಗಳನ್ನು ಭರ್ತಿ ಮಾಡಿ ಸ್ಥಳೀಯ ಪ್ರತಿನಿಧಿಗಳು ಹಣವನ್ನು ಲಪಟಾಯಿಸಿದ್ದರು. ಇನ್ನು ಹತ್ತಾರು ಕಡೆ ಯಂತ್ರಗಳನ್ನು ಬಳಸಿ ಕೆಲಸ ಮಾಡಿಸಿ ದುಡಿಯುವವರ ಅನ್ನ ಕಸಿದುಕೊಳ್ಳಲಾಗಿತ್ತು. ಮತ್ತೂ ಕೆಲವೊಂದೆಡೆ ಕೆಲಸ ಕೇಳಲೆಂದು ಬಂದ ಕೂಲಿಕಾರರನ್ನು ಬೆದರಿಸಿ, ಗದರಿಸಿ ದೂರ ಅಟ್ಟಲಾಗಿತ್ತು. ಸ್ಥಳೀಯ ಮರಿ–ಕಿರಿ ಪುಢಾರಿಗಳು ಸದರಿಕಾಯ್ದೆಯನ್ನು ಅನುಷ್ಠಾನಗೊಳಿಸಲಾಗದಂತೆ ತಮ್ಮ ಶಕ್ತ್ಯಾನುಸಾರ ಪ್ರಯತ್ನ ನಡೆಸಿದ್ದರು. ಈ ಎಲ್ಲ ಜ್ವಲಂತ ಸಮಸ್ಯೆಗಳನ್ನು ಕುರಿತು ಚರ್ಚಿಸಲೆಂದು ಕೃಷಿ ಕೂಲಿಕಾರರ ಸಂಘ ಮತ್ತು ಜನವಾದಿ ಮಹಿಳಾ ಸಂಘಟನೆಗಳು ಜಂಟಿಯಾಗಿ ಸಂವಾದ ಶಿಬಿರವೊಂದನ್ನು ಹಮ್ಮಿಕೊಂಡಿದ್ದರು.

ಉದ್ಯೋಗ ಖಾತ್ರಿ ಕಾಯ್ದೆ ಜಾರಿಗೊಳಿಸಿದ್ದರ ಹಿನ್ನೆಲೆ, ಈ ಕಾಯ್ದೆಯ ಬಳಕೆಯಿಂದಾಗುವ ಅಭಿವೃದ್ಧಿಯ ಸಾಧ್ಯತೆ. ಸದರಿ ಕಾಯ್ದೆಯ ಅನುಷ್ಠಾನದಲ್ಲಿ ಎದುರಾಗುತ್ತಿರುವ ಅಡ್ಡಿ–ಆತಂಕಗಳು ಮತ್ತು ಅವುಗಳಿಗೆ ಕಾರಣಗಳು ಕುರಿತು ವಿಷಯತಜ್ಞರು ಪಾಠ ಮಾಡುತ್ತಿದ್ದರು. ಹೀಗೆ ಪಾಠ ಮಾಡುತ್ತಿರುವಾಗಲೇ ಜನರನ್ನು ಸಂವಾದಕ್ಕೆ ಎಳೆಯಲಾಗುತ್ತಿತ್ತು. ಜನಸಾಮಾನ್ಯರಿಂದ ಮಾತನಾಡಿಸುವ ಮೂಲಕವೇ ಸಮಸ್ಯೆಯ ಸಂಕೀರ್ಣತೆಯನ್ನು ಭೇದಿಸುವ ಪ್ರಯತ್ನ ನಡೆದಿತ್ತು. ತನ್ಮೂಲಕವೇ ಸಂಘಟನೇ ಏಕೆ ಕಟ್ಟಬೇಕು? ಆಯಾ ದುಡಿಮೆ ವರ್ಗದವರ ಸಂಘಟನೆ ಕಟ್ಟುವ ಮೂಲಕ ಹೋರಾಟವನ್ನು ಹೇಗೆ ಅಣಿ ನೆರೆಸಬೇಕು? ಹೋರಾಟದ ಮೂಲಕವೇ ನಮ್ಮ ಹಕ್ಕುಗಳನ್ನು ಪಡೆದುಕೊಳ್ಳಲು ಹೇಗೆ ಸಾಧ್ಯವಾಗುತ್ತದೆ ಎಂಬಿತ್ಯಾದಿ ಪ್ರಾಯೋಗಿಕ ಚರ್ಚೆ ನಡೆದಿರುವಾಗಲೇ ಮೂಲೆವೊಂದರಿಂದ ಜೋರಾಗಿ ಕಿರುಚುವ ಶಬ್ಧ ಬರತೊಡಗಿತ್ತು. ಅದು ಸುಮಾರು 18–20ರ ನಡುವಿನ ಹರೆಯದ ಮಹಿಳೆಯ ವಿಕಾರ, ವಿಕೃತ ಅಳುವಿನ ಧ್ವನಿಯಾಗಿತ್ತು. ಅಳುವು ಅಂದರೆ ಅದು ಅಳುವು ಆಗಿರಲಿಲ್ಲ. ಒಂದು ನಮೂನಿ ಹುಚ್ಚು ಅರಚಾಟವಾಗಿತ್ತು. ಹೌದು ಆಕೆ ಹುಟ್ಟು ಹುಚ್ಚಿಯಾಗಿದ್ದಳು.

ಭರ್ತಿ ಜವಾನಿಯಿಂದ ಬೀಗುತ್ತಿರುವ ದೇಹದ ಉನ್ಮಾದ ಅವಳ ಮಾನಸಿಕ ಅಸ್ವಸ್ಥತೆಯನ್ನು ಮೀರಿ ತೊನೆಯತೊಡಗಿತ್ತು. ಚರ್ಚೆಯಿಂದ ಸರಿದು ಎಲ್ಲರ ಗಮನ ಅವಳ ಕಡೆಗೆ ಹರಿಯಿತು. ಯಾರೋ ಅಂದರು. ಅಯ್ಯಾ ಬಾಯಾರೇ ಆಕಿ ಹುಚ್ಚಿ ಹಳಾರಿ. ಆಕಿಗೀ ಒಂದ್ ರೂಪಾಯಿ ಬಂದಿ (ನಾಣ್ಯ) ಕೊಟ್ರ ಸುಮ್ ಇರತಾಳ್ರೀ......

ಸರಿ ಪಕ್ಕದ ಮಹಿಳೆಯೋರ್ವಳು ತನ್ನ ಚಂಚಿಯಿಂದ ರೂಪಾಯಿ ನಾಣ್ಯ ತೆಗೆದುಕೊಟ್ಟಳು. ಆಕೆ ಅದನ್ನು ಪಡೆದು ಬ್ರಹ್ಮಾಂಡವೇ ಕೈಗೆಟುಕಿದ ಖುಷಿಯಿಂದ ನಡದೇಬಿಟ್ಟಳು. ಆದರೆ ಹತ್ತು ನಿಮಿಷಕ್ಕೆ ವಾಪಸ್ಸು ಬಂದು ಅದೇ ಮೊದಲಿನ ಧ್ವನಿಯಲ್ಲಿ ಚೀರತೊಡಗಿದಳು. ಮತ್ತದೇ ರೂಪಾಯಿ ಬಂದಿಗಾಗಿ ತಗಾದೆ. ಯಾರೋ ಇನ್ನೊಂದು ನಾಣ್ಯ ಕೊಟ್ಟರು. ಅಷ್ಟೇ ಖುಷಿಯಿಂದ ಹೋದಳು. ಆದರೆ ಮುಂದೆ ಹತ್ತು-ಹದಿನೈದು ನಿಮಿಷಕ್ಕೊಮ್ಮೆ ಅವಳ ರಂಪಾಟ ಪುನರಾವರ್ತನೆಯಾಗುತ್ತಲೆ ಇತ್ತು. ಅವಳು ಒಂದರ್ಥದಲ್ಲಿ ಇಡೀ ಸಭೆಯನ್ನು ಅಸ್ತವ್ಯಸ್ತಗೊಳಿಸಿ ಹಾಕಿದ್ದಳು. ಅವಳು ಯಾವ ಊರಿನವಳು ಯಾರು ಕರೆದುಕೊಂಡು ಬಂದಿದ್ದಾರೆ ಎಂದೆಲ್ಲ ಚೌಕಾಸಿ ನಡೆಯುತ್ತಿರುವಾಗಲೇ ಅವಳು ಪಕ್ಕದ ಗಡವಂತಿ ಊರಿನವಳು. ಅವಳ ಸಂಬಂಧಿಗಳ ಬೆನ್ನುಹತ್ತಿ ಜಿದ್ದಿನಿಂದ ಬಂದಿದ್ದಳು. ಅವಳನ್ನು ನಿಯಂತ್ರಿಸುವಲ್ಲಿ ಶತಾಯ-ಗತಾಯ ಸಾಹಸ ಮಾಡಿ ಅಂತೂ ಆ ದಿನದ ಸಭೆ ಮುಗಿಸಲಾಯಿತು. ಆದರೆ ನನಗೆ ಮಾತ್ರ ಆ ಹುಡುಗಿಯ ಚೀರಾಟ, ಅವಳ ಅಸ್ತವ್ಯಸ್ತ ದಿರಿಸು, ಅವಳು ಮಾಡುವ ಹಾವ-ಭಾವ. ಅವಳನ್ನು ಕೆಣಕಿದವರಿಗೆ ತನ್ನದೇ ಸ್ವರದಲ್ಲಿ ಬಯ್ಯುವ ಪರಿ, ವಿಶೇಷವಾಗಿ ಅವಳು ಮಾಡುತ್ತಿದ್ದ ಅಶ್ಲೀಲ ಸನ್ನೆ ಇವೆಲ್ಲ ಒಂದು ತಳಮಳವನ್ನು ಹುಟ್ಟಿಸಿದ್ದವು. ದೀರ್ಘ ವಿಷಾದವೊಂದು ಮಡುಗಟ್ಟಿ ನಿಂತಂತಾಗಿತ್ತು.

ಮುಂದೆ ತಿಂಗಳೊಪ್ಪತ್ತಿನಲ್ಲಿ ಗಡವಂತಿಗೆ ಉದ್ಯೋಗ ಖಾತ್ರಿ ಕಾಯ್ದೆ ಸಭೆಗೆ ಹೋಗುವ ಪ್ರಸಂಗ ಬಂತು. ನಾನು, ಮೀನಾ ಭೋರಾಳಕರ್ (ಜನವಾದಿಯ ಕಾರ್ಯಕರ್ತೆ) ಇಬ್ಬರೂ ಸಭೆ ನಡೆಯುವ ಸ್ಥಳಕ್ಕೆ ಬರುತ್ತಿರುವಾಗಲೇ ಆ ಹುಡುಗಿ ನಮ್ಮನ್ನು ನೋಡಿ ಜಿಗಿದು ಓಡಿ ಬಂದಳು. ಅದೇ ವಿಕೃತ ಸ್ವರದಲ್ಲಿ ರೂಪಾಯಿ ಕೊಡುವಂತೆ ಸನ್ನೆ ಮಾಡತೊಡಗಿದಳು. ಅವಳನ್ನು ಕಂಡದ್ದೆ ತಡ ಹಳೆಯ ಗಾಯದ ಹಕ್ಕಳಿಕೆ ಕಿತ್ತಿ ರಕ್ತ ಮತ್ತೆ ಒಸರತೊಡಗಿದಂತೆ ಭಾಸವಾಯ್ತು. ಹೌದಲ್ಲವೇ ಪುರುಷ ಪ್ರಧಾನ ವ್ಯವಸ್ಥೆಯೇ ಮೇಲುಗೈ ಸಾಧಿಸಿರುವ ಈ ನಾಡಿನಲ್ಲಿ ಇಂಥ ಅಬ್‌ನಾರ್ಮಲ್, ಅಸಹಾಯಕ ಮಹಿಳೆಯರನ್ನು ಕಾಪಾಡುವವರು ಯಾರು? ಎಂಬ ಪ್ರಶ್ನೆ ಹುಳುವಾಗಿ ಕೊರೆಯತೊಡಗಿತ್ತು. ಅಸಹಾಯಕ, ದುರ್ಬಲ ಮಹಿಳೆಯರಿಗೆಂದೇ ನಡೆಸುತ್ತಿರುವ ಅಬಲಾಶ್ರಮ, ರಿಮಾಂಡ್‌ಹೋಂ, ಸಾಂತ್ವನ ಕೇಂದ್ರ ಇವೆಲ್ಲವುಗಳ ವ್ಯವಸ್ಥೆ ಗೊತ್ತಿರುವಂಥದ್ದು ತಾನೆ? ಮಾನಸಿಕ, ಶಾರೀರಿಕವಾಗಿ ಸದೃಢವಾಗಿರುವ ಮಹಿಳೆಯರಿಗೆ ಸಿಗಬೇಕಾದ ಸೌಲಭ್ಯ, ಆಸರೆಗಳು ಸಿಗದಿರುವಾಗ ಇಂಥ ಹುಚ್ಚಿ ಬಡ ಮಹಿಳೆಯರ ಗತಿ ಏನಾಗಿರಲಿಕ್ಕೆ ಸಾಧ್ಯ ಎಂಬ ಚಿಂತೆಯೊಂದು ಬೇಗುದಿಯಾಗಿ ಕಾಡತೊಡಗಿತ್ತು. ಅಷ್ಟರಲ್ಲಿ ನಾವು ಕುಳಿತಿದ್ದ ಕಡೆ ಸುಮಾರು 50-55 ವಯೋಮಾನ ಆಸುಪಾಸಿನ ಮಹಿಳೆಯೊಬ್ಬಳು ಬಂದಳು. ತೀರ ದಯನೀಯವಾಗಿ ಅವಳು "ಬಾಯೋರೇ ಈ

ಹುಚ್ಚಿಗಿ ಏನರೇ ಸರಕಾರದಿಂದ ರೊಕ್ಕಾ ಬರಂಗ್ ಮಾಡ್ರಿ. ನಮಗೆ ಭಾಳ್ ಹೈರಾಣ ಆದಾರಿ". ಅಂದ್ಳು. ನಾವು ಹೌದಾ ಸರಿ. ಇಕೀ ನಿನ್ನ ಮಗಳೇನವಾ? ಹುಚ್ಚಿ ಹುಡಗಿಗಿ ಹೀಂಗ್ ಖಿಲ್ಲಾ ಬಿಟ್ರ ಹ್ಯಾಂಗವಾ ಎಂದು ಕೇಳುತ್ತಿರುವಾಗಲೇ; ಅವಳು "ಇಲ್‌ರಿ ಈಕಿ ನಮ್ ಅಣ್ಣ ಮಗಳ್ ಹಳಾರಿ. ಅಂದ್ರ ನಂಗ್ ಸ್ವಾದರ ಸೊಸಿ ಹಳಾರಿ. ಈಕೀ ಹುಟ್ಟತ್ಲೆ ಇವ್ರ ಅವ್ವ ಸತ್ ಹೋಗ್ಯಾಳ್ರಿ. ನಮ್‌ಣ್ಣ ಮತ್ ಬ್ಯಾರೇ ಮದಿ ಮಾಡಕೊಂಡಾನ್ರೀ. ಇದಕ್ ಯಾರು ದಿಕ್ಕಿಲ್ಲ್‌ದಂಗಾಗಿ ನಂಬಲ್ಲೆ ಇಟ್‌ಕೊಂಡ್ರಿನೀ" ಮಾರುತ್ತರಿಸಿದಳು. ಆ ಅಸ್ಪಷ್ಠ ಹುಡುಗಿ ನಮ್ಮ ಹತ್ತಿರ ಬಂದು ಕುಳಿತು ಏನೇನೋ ಸನ್ನೆ ಮಾಡತೊಡಗಿದಳು. ಅಷ್ಟರಲ್ಲಿ ಸುಮಾರು ಒಂದೂವರೇ ಎರಡು ವರ್ಷದ ಗಂಡು ಮಗುವೊಂದು ಬಂದು ಆ ಹುಚ್ಚ ಹುಡುಗಿಗೆ ಮೊಲೆ ಕುಡಿಸುವಂತೆ ಪೀಡಿಸತೊಡಗಿತ್ತು. ಮಗು ರಚ್ಚೆಯಿಂದ ಅವಳ ಎದೆಗೆ ಕೈ ಹಾಕುತ್ತಿದ್ರೆ, ಅವಳೊ ಅಷ್ಟೆ ರಭಸವಾಗಿ ಮಗುವನ್ನು ದೂರ ತಳ್ಳುತ್ತಿದ್ದಳು. ಅದಕ್ಕೆ ರಪರಪ ಹೊಡೆಯುತ್ತಿದ್ದಳು. ಅವಳ ಸೋದರತ್ತೆಯಾದ ಈ ಮಧ್ಯ ವಯಸ್ಸಿನ ಮಹಿಳೆಯು ಅವಳಿಗೆ ಏನೇನೊ ಸನ್ನೆ ಮಾಡಿ ಮಗುವಿಗೆ ಹಾಲು ಕುಡಿಸುವಂತೆ ಪುಸಲಾಯಿಸುತ್ತಿದ್ದಳು. ಅಷ್ಟರಲ್ಲಿ ಸುಮಾರು 65–70 ವಯಸ್ಸಿನ ಮುದುಕನೊಬ್ಬ ಆರೇಳು ವರ್ಷದ ಗಂಡು ಮಗುವೊಂದನ್ನು ಎತ್ತಿಕೊಂಡು ನಮ್ಮ ಬಳಿಗೆ ಬಂದನು. ಆ ಮುದುಕ ಮತ್ತು ಮಗುವನ್ನು ನೋಡಿ ಈ ಹುಡುಗಿ ಇನ್ನಷ್ಟು ಜೋರಾಗಿ ವಿಚಿತ್ರವಾಗಿ ಚೀರತೊಡಗಿದಳು. ನಮಗೆಲ್ಲಾ ಇದೆಲ್ಲಾ ನೋಡಿ ಒಂದು ನಮೂನಿ ಗಾಬರಿ. ಮಧ್ಯವಯಸ್ಸಿನ ಮಹಿಳೆಗೆ ಕೇಳಲಾಗಿ ಅವಳು ಹೇಳಿದ ಸಂಗತಿಗಳು ನಮ್ಮನ್ನು ಮೂಕವಿಸ್ಮಿತರನ್ನಾಗಿದವು. ಅವಳು ಹೇಳಿದ್ದೇನೆಂದರೇ ಆ ಎರಡು ಮಕ್ಕಳು ಹುಚ್ಚಿಯ ಹೊಟ್ಟೆಯಿಂದ ಹುಟ್ಟಿವೆ. ಇವಳು ತನಗೆ ಮಕ್ಕಳಾಗಿಲ್ಲವೆಂದು ಮನೆಗೆ ದೀಪ ಹಚ್ಚುವವರು ದಿಕ್ಕಿಲ್ಲದಂತೆ ಆಗಬಾರದೆಂದು ತನ್ನ ಗಂಡನೊಂದಿಗೆ ಹುಚ್ಚಿಯ (ಸೋದರ ಸೊಸೆ) ಮದುವೆ ಮಾಡಿರುವಳಂತೆ. ಮುದುಕನಿಗೆ ಅರವತ್ತು ವಯಸ್ಸಿನ ಆಸುಪಾಸಿನಲ್ಲಿರುವಾಗ ಈ ಹುಡುಗಿ ದೊಡ್ಡವಳಾದಳಂತೆ. ಹೇಗೋ ತನಗೆ ಮಕ್ಕಳಿಲ್ಲ ಮತ್ತು ಈ ಹುಚ್ಚಿಗೆ ಅನ್ನವಂತೂ ಹಾಕಬೇಕಲ್ಲ. ಪುಗಸಟ್ಟೆ ಅನ್ನ ಏಕೆ ಹಾಕಬೇಕು? ಎರಡು ಮಕ್ಕಳಾದರೂ ಹಡೆದು ಋಣ ತೀರಿಸಲಿ ಎಂದು ಊರಿನ ಹಿರಿಯರು ಸೇರಿ ಈ ಮದುವೆ ಮಾಡಿಸಿದರಂತೆ. ಹುಚ್ಚಿಯೊಂದಿಗೆ ಒತ್ತಾಯಪೂರ್ವಕವಾಗಿ ನಡೆಸಿದ ದಾಂಪತ್ಯ ಅದಾಗಿತ್ತು.

ಈಗ ಹುಚ್ಚು ಹಿಡಿಯುವ ಸರದಿ ನಮ್ಮದಾಗಿತ್ತು. ಆ ಮಧ್ಯವಯಸ್ಸಿನ ಮಹಿಳೆ, ಮುದುಕ ಮತ್ತು ಎರಡು ಮಕ್ಕಳು ಹಾಗು ಬುದ್ಧಿಮಾಂದ್ಯ ಮಹಿಳೆಯೊಂದಿಗೆ ಇಡೀ ಕುಟುಂಬ ನಮ್ಮ ಇದಿರು ದಯನೀಯವಾಗಿ ಕುಳಿತು ಬದುಕಿಗೆ ಬಾಷ್ಯ ಬರೆಯುವಂತೆ ಒತ್ತಾಯಿಸುತ್ತಿತ್ತು. ನಮಗಾದರು ಏನು ಬರೆಯಲು ಸಾಧ್ಯವಿತ್ತು. ಹೆಣ್ಣಿನ ಹೆಣ್ತನದ ಸಂಕೇತವಾದ ಗರ್ಭ ಮತ್ತು ಶಿಶುವಿಗೆ ಹಾಲೂಡಿಸುವ ಮೊಲೆಗಳು ಪಾತಾಳದಿಂದ ಆಕಾಶದೆತ್ತರಕ್ಕೆ ಬೆಳೆದು ನಿತಾಂತವಾಗಿ ಅಣಿಕಿಸುತ್ತಿದ್ದವು. ಇಲ್ಲಿ ಯಾರಿಗೆ ಯಾರು ಆಸರೆಯಾಗಿರುವರೊ? ಅಥವಾ ಯಾರಿಗೆ ಯಾರು ಶೋಷಣೆ ಮಾಡುತ್ತಿರುವರೋ? ಒಂದನ್ನು ನಿಷ್ಕರ್ಷೆ ಮಾಡಲಾಗದಷ್ಟು ಸಮಸ್ಯೆ ಜಟಿಲವಾಗಿತ್ತು.

ದುಡಿಯಲು ಎರಡು ಸಮೃದ್ಧ ಕೈಗಳಿಲ್ಲದ, ತಿನ್ನಲು ತುತ್ತು ಅನ್ನಕ್ಕೂ ಗತಿಯಿಲ್ಲದ ಆ ಕುಟುಂಬ ಸಮಾಜವೆಂಬ ಕನ್ನಡಿ ಇದಿರು ನಿಂತು ತನ್ನನ್ನು ಸಿಂಗರಿಸಿಕೊಳ್ಳುವ ತವಕದಲ್ಲಿತ್ತು. ಹುಚ್ಚಿಯಾದರೋ ರಪರಪ ಬಡಿಯುತ್ತಲೇ, ಜೋರಾಗಿ ಜಿಗುಟತಲೆ ಕೂಸಿಗೆ ಮೊಲೆ ನೀಡುತ್ತಿದ್ದಳು. ಅವಳ ಗಂಡನೆನಿಸಿಕೊಂಡ ಮುದುಕ ಅಸ್ತಮಾ ತೇಕೆ ಹಾಕುತ್ತಲೆ ದೈನೇಸಿ ಕಂಗಳಿಂದ ಏನನ್ನೊ ಅರಸುತ್ತಿದ್ದನು. ಮಧ್ಯವಯಸ್ಸಿನ ಮಹಿಳೆಯು ಸಂಘ-ಸಂಸ್ಥೆ ಸರಕಾರ, ಸಾಹುಕಾರ ಯಾರಿಂದಲಾದರೂ ಸಹಾಯ ಸಿಕ್ಕಿತೆ? ತನ್ಮೂಲಕ ಎರಡು ಜೋಡು ದೀಪಗಳನ್ನು ದೇದೀಪ್ಯಮಾನ್ಯವಾಗಿ ಬೆಳಗಿಸಲಾದಿತೆ ಎಂಬ ತವಕದಲ್ಲಿದ್ದಳು. ಆಗ ಥಟ್ಟನೆ ನೆನಪಾಯ್ತು. ಅಕ್ಕನ ವಚನದ ಸಾಲು. "ಗಂಡು ಗಂಡಾದಡೆ ಹೆಣ್ಣಿನ ಸೂತಕ, ಹೆಣ್ಣು ಹೆಣ್ಣಾದಡೆ ಗಂಡಿನ ಸೂತಕ. ಮನದ ಸೂತಕ ಹಿಂಗಿದಡೆ ತನುವಿನ ಸೂತಕಕ್ಕೆ ತರಹುಂಟೆ?

# ಹಬ್ಬಕ್ಕೆ ತಂದ ಹರಕೆಯ ಕುರಿ

ಹೆಚ್ಚೆಂದರೆ ಹದಿನೇಳು, ಹದಿನೆಂಟರ ವಯೋಮಾನವಿರಬಹುದು. ತೀರ ಕಿಶೋರಿ ಧ್ವನಿಯೊಂದು ಮೊಬೈಲ್‌ನಲ್ಲಿ ಉಲಿಯುತ್ತದೆ. “ಮೇಡಮ್ಮೋರೆ ನಾ ರೇಖಾರ್ರಿ ನಿಮ್ಮ ಮಗಳ ಕ್ಲಾಸ್‌ಮೆಂಟರ್ರಿ....... ನೀವು ನಮ್ಮೂರಿಗಿ ಜಾಥಾಕ್ಕಂತ ಬಂದಿದ್ದಲ್ರಿ....... ಆಗಾಗ ನಿಮ್ಮ ಭಾಷಣಾ ಕೇಳೀನ್ರಿ......... ಈಗ, ಈಗ ನಂಗ್ ಮದಿ ಮಾಡಾಕತ್ತ್ಯಾರ್ರಿ. ನಂಗ್ ಹಿನಾ ಮದಿ ಬ್ಯಾಡಾಗ್ಯಾದ್ರಿ. ಮತ್ತss ಮತ್ತss ನಂಗ್ ಮದಿ ಮಾಡಕೊಂಬಾ ಹುಡುಗsಗ ಮೊದಲೊಂದುಮದಿ ಆಗ್ಯಾದ್ರಿ. ಅಂವಂದು ಪೈಲಾ ಹೇಣ್ತಿಗಿ ಅಂವಾ ಕೊಂದಾನಂತ್ರಿ ಅವನಿಗೊಂದು ಕೂಸ್‌ಭಿ ಅದ್ರಾರ್ರಿ ಅಂಥವಿನ್ಗಿ ಕೊಟ್ಟು ನಂಗ ಮದಿ ಮಾಡ್ಲಾಕತ್ತ್ಯಾರಿ ..... ಹ್ಯಾಂಗಾರೇ ಮಾಡ್‌ರ್ರಿ ಈ ಲಗ್ನಾ ತಪ್ಪ್‌ಸ್ರಿ ಮೇಡೊಮ್ಮೊರೇ ಪ್ಲೀಜ್‌ssಜ್ ರ್ರೀ.... ಹಾಂ. ಹಾಂ.” ಅಳುತ್ತಿರುವ, ಅಳು ನುಂಗುತ್ತಿರುವ ಬಿಕ್ಕುವ ಧ್ವನಿ ಆ ಕಡೆಯಿಂದ ಕೇಳಿ ಬರುತ್ತದೆ. ಇಷ್ಟು ಮಾತುಗಳು ಕೇಳುತ್ತಿರುವಂತೆ ದೀರ್ಘ ಆಲೋಚನೆಗಿಳಿಯುವ ನಾವೆಲ್ಲಾ ಗೆಳತಿಯರು ಮಾತಿನ ಜಾಡನ್ನು ಅರಸಲು ಸುರುವಿಟ್ಟಕೊಳ್ಳುತ್ತೇವೆ.

ಗುಲಬರ್ಗಾ ಜಿಲ್ಲೆಯ ಯಾದಗಿರಿ, ಸುರಪೂರ, ಶಹಾಪುರ ತಾಲೂಕುಗಳಂತೂ ಆದಿವಾಸಿ ಬದುಕಿನ ಪಳಿಯುಳಿಕೆಗಳಂತೆ ಇವತ್ತಿಗೂ ಕತ್ತಲಯುಗದಲ್ಲಿ ತೆವಳುತ್ತಲೆ ಇವೆ. ಅಲ್ಲಿ ನಾವು ನಡೆಸಿದ ಸಮೀಕ್ಷೆ ಪ್ರಕಾರ ಪ್ರತಿ ಹತ್ತು ಮದುವೆಗಳಲ್ಲಿ ಸರಾಸರಿ ಆರರಿಂದ ಏಳು ಮದುವೆಗಳು ಬಾಲ್ಯ ವಿವಾಹಗಳೇ ಆಗಿರುತ್ತವೆ.ಆಶ್ಚರ್ಯವೆಂದರೆ ಅಲ್ಲಿಯ ಜನತೆಗೆ ಅಲ್ಪಸ್ವಲ್ಪ ಅಕ್ಷರ ಬಲ್ಲವರಿಗೂ ಕೂಡ ಬಾಲ್ಯವಿವಾಹ ನಿಷೇಧ ಕಾಯ್ದೆ ಇದೆ ಎಂಬುದೇ ಗೊತ್ತಿಲ್ಲ. ಚಿಕ್ಕಮಕ್ಕಳಿಗೆ ಮದುವೆ ಮಾಡುವುದು ತಪ್ಪು. ಕಾನೂನುರೀತ್ಯಾ ಇದು ಅಪರಾಧ ಎಂದು ಹೇಳಿದರೆ ಅವರು ನಕ್ಕು ಬಿಡುತ್ತಾರೆ. ಹೀಗೆ ಮಾಡಿದರೆ ಶಿಕ್ಷೆಯಾಗುತ್ತದೆ ಎಂದು ಹೇಳಿದರೆ “ಅಯ್ ಬಿಡಂಗೆ ಬಲೆಟ್ಟಿಗೆ ಗಮ್ಮತ್ ಮಾಡಬ್ಯಾಡಂಗೆss ನಮ್ ಪಾರಗೋಳ ಮದಿ ನಾವ್ ಮಾಡತೀವಿss ಯಾ ಭಾಡ್ಯಾ ಏನ್ ಮಾಡ್ಡಂಗ್‌ಹನಾ, ಅದು ಬ್ರಹ್ಮ ಹಾಕಿದ ಗಂಟ್ ಅದಾ ಯಾರ್‍ಯಾರ ದಾನಾ ಪಾಣಿ ಎಲ್ಲಾದೋ ಯಾರಿಗಿ ಖೂನಾ ಅದಾನೊs” ಎಂದು ಗದರಿಸಿ ಬಿಡುತ್ತಾರೆ. ಇಂಥ ಕುಟುಂಬಗಳಲ್ಲಿ ಬೆಳೆದ ರೇಖಾ ಅಪರೂಪಕ್ಕೆಂಬಂತೆ ಗುಲಬರ್ಗಾಕ್ಕೆ ಶಾಲೆ ಕಲಿಯಲು ಬಂದಳು. ತನ್ನ ವಾರಗೆಯ ಪಟ್ಟಣದ ಹುಡುಗಿಯರ ಮಧ್ಯೆ ಒಂದೆರಡು ವರ್ಷಗಳು ಕಳೆದ ಪರಿಣಾಮವಾಗಿಯೇ ರೇಖಾಳಲ್ಲಿ ಒಂದಷ್ಟು ಪ್ರಜ್ಞೆ ಮೊಳೆಯಲು ಪ್ರಾರಂಭವಾಗಿತ್ತು. ತನ್ನದೆ ಕನಸಿನ ಲೋಕವೊಂದನ್ನು ಕಟ್ಟಿಕೊಂಡು ಯೌವ್ವನಕ್ಕೆ ಇನ್ನೇನು ಕಾಲಿಡಬೇಕು. ಅಷ್ಟರಲ್ಲಿ ಅವಳ ಮದುವೆಗೆ ಮನೆಯಲ್ಲಿ ಸಕಲ ಸಿದ್ಧತೆಗಳು ತಯಾರಾಗತೊಡಗಿದವು. ರೇಖಾ ಈ ಸಲದ ಪರೀಕ್ಷೆ ಮುಗಿಸಿ

ತನ್ನೂರು ಯಾದಗಿರಿ ತಾಲೂಕಿನ ಶಿವಪೂರಕ್ಕೆ ಹೋಗಿದ್ದಾಳೆ. ಅಲ್ಲಿ ಅವಳಿಗಾಗಿ ಮಧ್ಯವಯಸ್ಸಿನ ವರನೊಬ್ಬನನ್ನು ನಿಶ್ಚಯಿಸಿದ್ದಾರೆ. ಅಷ್ಟಕ್ಕೂ ವರನ ಮೊದಲ ಹೆಂಡತಿ ಆತ್ಮಹತ್ಯೆ ಮಾಡಿಕೊಂಡು ಸತ್ತಿದ್ದಾಳೆ. ಒಂದು ವರ್ಷದ ಮಗುವೊಂದು ಅವನ ಬಳಿ ಇದೆ. ಇಂಥ ಮುಂಡನಿಗೆ ಕೈತುಂಬ ಸಂಬಳ ತರುವ ನೌಕರಿ ಇದೆ ಎಂಬ ಒಂದೇ ಒಂದು ಕಾರಣಕ್ಕಾಗಿ ರೇಖಾಳ ಪಾಲಕರು ಎರಡನೇ ಮದುವೆ ಮಾಡಲು ಸಿದ್ಧರಾಗಿದ್ದಾರೆ.

ರೇಖಾ ತನಗೆ ಈಗ ಮದುವೆ ಬೇಡ. ತಾನು ಇನ್ನು ಓದಬೇಕು ಎಂದು ಕೇಳಿಕೊಂಡರೂ ಅವಳ ಮಾತಿಗೆ ಸೊಪ್ಪು ಹಾಕುವದಿಲ್ಲ. ಸುತರಾಂ ಮದುವೆ ಒಲ್ಲೆ ಎಂದು ಅತ್ತಿದ್ದಾಳೆ, ರಂಪ ಮಾಡಿದ್ದಾಳೆ. ಉಪವಾಸಬಿದ್ದಿದ್ದಾಳೆ. ಆ ಪುಟ್ಟ ಹುಡುಗಿಯಿಂದ ಏನೆಲ್ಲ ಸಾಧ್ಯವೋ ಅದೆಲ್ಲವನ್ನು ಮಾಡಿದ್ದಾಳೆ. ಅದೊಂದು ಅರಣ್ಯರೋದನ. ಉಹುಂ ಅವಳ ಮಾತನ್ನು ಕೇಳಿಸಿಕೊಂಡು ಅರ್ಥ ಮಾಡಿಕೊಳ್ಳುವ ಹೃದಯಗಳೇ ಅಲ್ಲಿಲ್ಲ. ಕೊನೆಗೆ ಅವಳು ತುಂಬಾ ಹತಾಶಳಾಗಿ ಜನವಾದಿ ಮಹಿಳಾ ಸಂಘದ ಅಂಗ ಸಂಸ್ಥೆಯಾಗಿರುವ ಪ್ರಜ್ಞಾ ಕಾನೂನು ಸಲಹಾ ಸಮಿತಿಗೆ ಫೋನು ಮಾಡಿದ್ದಾಳೆ. ವಿಷಯದ ಗಂಭೀರತೆಯನ್ನು ಅರ್ಥ ಮಾಡಿಕೊಂಡ ಅವರು ರೇಖಾಳಿಗೆ ಬೇಗನೆ ಒಂದು ದೂರು ಪತ್ರ ಕೊಡುವಂತೆ ಕೇಳಿದ್ದಾರೆ. ಆದರೆ ಪಾಲಕರು ಅವಳನ್ನು ಅಕ್ಷರಶಃ ಗೃಹಬಂಧನದಲ್ಲಿ ಇಟ್ಟಿದ್ದಾರೆ. ಅವಳು ಹೊರಗೆ ಬರುವಂತಿಲ್ಲ. ಯಾರೊಂದಿಗೆ ಮಾತಾಡುವಂತೆಯೂ ಇಲ್ಲ. ಅವಳ ಪಾಲಕ ಮಹಾಶಯರು ಎಷ್ಟು ಮಜಬೂತಾಗಿ ಪ್ಲಾನ್ ಮಾಡಿದ್ದಾರೆಂದರೆ, ಅವಳಿಗೆ ಇದೇ ಜೂನ್ ತಿಂಗಳು 11ನೇ ತಾರೀಖಿನಂದು ಹದಿನೇಳು ಮುಗಿದು ಹದಿನೆಂಟು ವಯಸ್ಸಿಗೆ ಕಾಲಿಡುತ್ತಾಳೆ. ಜೂನ್ 13ರಂದು ಮದುವೆ ತಿಥಿ ಇಟ್ಟಿದ್ದಾರೆ. ಕಾನೂನಿನ ಕೈಗೆ ಸಿಗದಂತೆ ಪಾರಾಗುವ ಎಲ್ಲ ತಂತ್ರಗಳನ್ನು ಅವರು ಸುಸಂಬದ್ಧವಾಗಿ ಹೆಣೆದುಕೊಂಡಿದ್ದಾರೆ. ಆದರೂ ಮಹಿಳಾ ಸಂಘದ ಪದಾಧಿಕಾರಿಗಳು ಹರಸಾಹಸಪಟ್ಟು ಅವಳ ಗೆಳತಿಯ ಮೂಲಕ ರೇಖಾಳೊಂದಿಗೆ ಸಂಪರ್ಕ ಏರ್ಪಡಿಸಿಕೊಂಡರು. ತನಗೆ ಈ ಮದುವೆ ಇಷ್ಟವಿಲ್ಲ ಎಂದು ಎರಡು ಸಾಲು ಬರೆದು ಒಂದು ಪತ್ರವನ್ನು ಹೇಗಾದರೂ ಮಾಡಿ ಪೋಸ್ಟ್ ಮಾಡಲು ಹೇಳಿದರು. ಮೊಬೈಲ್ ಮೂಲಕ ಎಲ್ಲ ರೀತಿಯ ಧೈರ್ಯ ಮತ್ತು ಮಾರ್ಗೋಪಾಯಗಳನ್ನು ಅವಳಿಗೆ ಹೇಳಿದರು. ರೇಖಾ ಕೂಡಾ ತನ್ನೆಲ್ಲ ಬುದ್ಧಿ ಮತ್ತು ಶಕ್ತಿಯನ್ನು ಬಳಸಿ ಸದರಿ ಮದುವೆ ನಿಲ್ಲಿಸುವಂತೆ ಮಹಿಳಾ ಸಂಘಕ್ಕೆ ಪತ್ರವನ್ನು ಕಳುಹಿಸಿದಳು. ತಕ್ಷಣವೇ ಕಾರ್ಯಪ್ರವೃತ್ತರಾದ ಮಹಿಳಾ ಮುಖಂಡರು ಸ್ಥಳೀಯ ಆಡಳಿತ ಯಂತ್ರ, ಮಾಜಿ ಶಾಸಕರು ಮತ್ತು ಅವಳ ಸಂಬಂಧಿಕರೂ ಆಗಿರುವ ಘುಡಾರಿಗಳನ್ನು ಕಂಡು ವಿಷಯ ತಿಳಿಸಿದರು. ಬಾಲಕಿಯ ಇಚ್ಛೆಗೆ ವಿರುದ್ಧವಾಗಿ ಮದುವೆ ಮಾಡುವುದು ಅಪರಾಧವಾಗುತ್ತದೆ. ಆದ್ದರಿಂದ ತಕ್ಷಣವೇ ಈ ಮದುವೆ ನಿಲ್ಲಿಸಬೇಕೆಂದು ಅವರಿಗೆ ಮನವರಿಕೆ ಮಾಡಿಕೊಟ್ಟರು. ಶಿವಪೂರದ ಮುಖ್ಯಸ್ಥರು, ಪಂಚಾಯತ ಸದಸ್ಯರು ಮತ್ತು ತಾಲೂಕಿನ ಮುಖಂಡರ ಗಮನಕ್ಕೂ ತಂದು ರೇಖಾಳ ಪಾಲಕರ ವಿರುದ್ಧ ಜಿಲ್ಲೆಯಾದ್ಯಂತ ಚಳುವಳಿ ನಡೆಸುವುದಾಗಿ ಎಚ್ಚರಿಕೆ ನೀಡಲಾಯಿತು.

ಯಾದಗಿರಿ ತಾಲೂಕಿನ ಮಾಜಿ ಶಾಸಕರು ಮತ್ತು ಕಳೆದ ಅವಧಿಯಲ್ಲಿ ಮಂತ್ರಿಗಳೂ ಆಗಿದ್ದ ಮುಖಂಡರು ರೇಖಾಳ ಪಾಲಕರಿಗೆ ಸಿಟ್ಟು ಮಾಡಿದರು. ಯಾವುದೇ ಕಾರಣಕ್ಕೂ ಈ ಮದುವೆ ಮಾಡಬಾರದೆಂದು ರೇಖಾಳ ತಂದೆಯ ಸಂಬಂಧಿಕರ ಮೂಲಕ ಎಚ್ಚರಿಕೆ ಕೊಡಿಸಿದರು. ಅಂಗೈಯಗಲದಷ್ಟಿರುವ ಊರಿನ ತುಂಬ ಸುದ್ದಿ ಕಾಳ್ಗಿಚ್ಚಿನಂತೆ ಹರಡಿ ಭಯಾನಕ ವಾತಾವರಣ ಸೃಷ್ಟಿಯಾಗಿರಲಿಕ್ಕು ಸಾಕು. ಊರಿನಲ್ಲಿರುವ ರೇಖಾಳ ಪಾಲಕರು, ಸಂಬಂಧಿಕರು, ಜಾತಿಯವರಿಗೆ ಇದೊಂದು ಪ್ರತಿಷ್ಠೆಯ ವಿಷಯವಾಯಿತು. ಫ್ಯೂಡಲ್ ಮನೋಭಾವದ ಸ್ಥಳೀಯ ಮೇಲ್ಜಾತಿಯ ಜನರಿಗೆ ಅದರಲ್ಲೂ ಪುರುಷರಿಗೆ ಮದುವೆ ಹೇಗೆ ನಿಲ್ಲಿಸುತ್ತಾರೆ ನೋಡೋಣ ಎಂಬ ಛಲ ಮೂಡಿತು. ರೇಖಾಳ ಪಾಲಕರು ಮೊಬೈಲ್ ಮೂಲಕ ಮಹಿಳಾ ಸಂಘದ ಮುಖಂಡರೊಂದಿಗೆ ಮನಬಂದಂತೆ ಒದರಾಡತೊಡಗಿದರು. ವಾಚಾಮಗೋಚರವಾಗಿ ಬಯ್ಯುವುದು, ರಾಜಕೀಯವಾಗಿ ತಾವೆಷ್ಟು ಬಲಿಷ್ಠರೆಂದು ಧೀಮಾಕು ತೋರಿಸುವುದು ಎಲ್ಲ ನಡೆಯಿತು. ಅಷ್ಟಕ್ಕೂ ಮಹಿಳಾ ಮುಖಂಡರು ಅವರೊಂದಿಗೆ ತುಂಬಾ ಸೌಜನ್ಯದಿಂದ ಮಾತಾಡಿ ವಿಷಯವನ್ನು ಮನವರಿಕೆ ಮಾಡಲು ಪ್ರಯತ್ನಿಸಿದರು. ವಯಸ್ಸಿನಲ್ಲಿ ತುಂಬಾ ದೊಡ್ಡವನು, ಮೊದಲ ಹೆಂಡತಿಯನ್ನು ಕೊಲೆ ಮಾಡಿರುವನೆಂಬ ಆರೋಪ ಹೊತ್ತಿರುವವನು, ಮಗುವೊಂದರ ತಂದೆಯೂ ಆಗಿರುವಂಥ ನಾಲಾಯಕ್ ವ್ಯಕ್ತಿಗೆ ಪುಟ್ಟಹುಡಗಿಯನ್ನು ಕೊಡಬೇಡಿ. ಅವಳ ಭವಿಷ್ಯದ ಮೇಲೆ ಕಲ್ಲುಹಾಕಬೇಡಿರಿ ಎಂದು ಎಷ್ಟೆಲ್ಲ ಮನವೊಲಿಸಲು ಪ್ರಯತ್ನಪಟ್ಟರೂ ಜಮೀನ್ದಾರಿ ಕ್ರೌರ್ಯವನ್ನು ಮೈಗೂಡಿಸಿಕೊಂಡಿರುವ ಅವರು ಮಣಿಯಲೇ ಇಲ್ಲ. "ನಮ್ಮ ಮಗಳ ಭವಿಷ್ಯದ ಬಗ್ಗೆ ಚಿಂತಿ ಮಾಡುವರು ನೀವ್ಯಾರ್ರೀ ಯಾ ಕಾನೂನರ್ರೀ, ನಮ್ ತಿಪ್ಪಲ್ ನಮ್ದು, ಇದರಾಗ ಬರಬ್ಯಾಡ್ರಿ, ಲೀಡರ್, ಫೀಡರ್ ಯಾರಿಗ್‌ನೂ ಅಂಜಲ್ಲ. ಏನ್ ಮಾಡ್‌ತಿರಿ, ಮಾಡ್ರೀ" ಎಂದು ಒದರಾಡತೊಡಗಿದರು. ಹುಡುಗಿಯ ಇಷ್ಟಕ್ಕೆ ವಿರುದ್ಧ ಮದುವೆ ಮಾಡಾಕತ್ತೀರಿ. ಆಕೀ ಈಗ ಸ್ವತಂತ್ರಹಳಾ, ಆಕಿ ಮ್ಯಾಗ ಅನ್ಯಾಯ ಮಾಡ್ಲಾಕ್ ನಿಮಗ್ ಹಕ್ಕಿಲ್ಲ. ನೀವು ಆಕಿನ ಹೆತ್ತಿರಬೌದು. ಆದ್ರ ಅವಳ ಜೀವನಾ ಹಾಳ ಮಾಡಾ ಅಧಿಕಾರ ಇಲ್ಲ. ಅಷ್ಟಕ್ಕು ನೀವು ಮುಂದವರಿದ್ರ ಪೊಲೀಸ್ ಕೇಸ್ ಮಾಡಬೇಕಾಗತಾಽದ ಎಂದು ಮಹಿಳಾ ಮುಖಂಡರು ಧಮಕಿ ಹಾಕಿದರು.

ಆಗ ಅವರೆಲ್ಲ ಮೆತ್ತಗಾದಂತೆ ಕಂಡರಾದರೂ ಒಳಗೊಳಗೆ ಮಸಲತ್ತು ನಡೆಸಿದರು. ಒಂದೆರಡು ದಿನ ಕಳೆಯುವುದರಲ್ಲಿ "ರೇಖಾ ಎಂಬ ಈ ಹುಡುಗಿ ಖುದ್ದು ಫೋನು ಹಚ್ಚಿ" ಮೇಡಂ ಪೊಲೀಸ್ ಕೇಸ್‌ಗೀಸ್ ಮಾಡಬ್ಯಾಡ್ರಿ, ನಾನೇ ಲಗ್ನಾ ಆಗಾಽಕ ತಯಾರಾಗೀನ್ರಿ ಎಂದು ಉಲ್ಟಾ ಹೇಳಿಕೆ ಕೊಡತೊಡಗಿದಳು. ಆಗ ಮುಖಂಡರು ರೇಖಾಳ ಕುರಿತು ಯಾರೇ ಬೆದರಿಕೆ ಹಾಕಿದರೂ ಅಂಜಬಾರದು. ದಯವಿಟ್ಟು ಪಾಲಕರ ಒತ್ತಾಯಕ್ಕೆ ಮಣಿಯಬಾರದು. ಮಹಿಳಾ ಸಂಘ ಅವಳಿಗೆ ಎಲ್ಲ ರೀತಿಯ ರಕ್ಷಣೆ, ಸೌಲಭ್ಯ ಸಹಕಾರ ನೀಡುವುದು. ಪಾಲಕರು ಹಲವಾರು ಸಲ ಎಮೊಷ್ನೆಲ್ ಬ್ಲಾಕ್‌ಮೇಲ್ ಮಾಡುತ್ತಾರೆ. ಅವರ ಮಾತಿಗೆ ಒಪ್ಪದಿದ್ದರೆ ಅವರು ಸಾಯುವದಾಗಿ ಬೆದರಿಕೆ ಹಾಕುತ್ತಾರೆ. ಇದೆಲ್ಲಾ ಮಾಮೂಲಿ ಇದಕ್ಕೆ ಸೊಪ್ಪು

ಹಾಕಬಾರದೆಂದು ಎಲ್ಲ ಸಾಧ್ಯತೆಗಳನ್ನು ವಿವರಿಸಿ ಹೇಳಿದರು. ಮಹಿಳಾ ಸಂಘದವರು ಅವಳಲ್ಲಿ ಎಷ್ಟೆಲ್ಲಾ ಧೈರ್ಯ ಮತ್ತು ಆತ್ಮವಿಶ್ವಾಸ ಮೂಡಿಸಲು ಪ್ರಯತ್ನಪಟ್ಟರು. ಏಕೆಂದರೆ ರೇಖಾಳನ್ನು ಖಂಡಿತವಾಗಿಯೂ ಭಾವನಾತ್ಮಕ ಶೋಷಣೆಗೆ ಒಳಪಡಿಸಲಾಗಿತ್ತು. ಅವಳ ಬಂಧು ಬಳಗದವರೆಲ್ಲಾ ಸೇರಿ ಅವಳ ಮೇಲೆ ನೈತಿಕ, ಸಾಮಾಜಿಕ ಒತ್ತಡಗಳನ್ನು ಹೇರತೊಡಗಿದ್ದರು. ಮದುವೆ ನಿಂತರೆ ಅವರ ಸಂಸಾರವೇ ಹಾಳಾಗುವುದು. ರೇಖಾ ತನ್ನ ಸ್ವಾರ್ಥಕ್ಕಾಗಿ ಕುಟುಂಬವನ್ನು ಬಲಿಕೊಡಬಾರದು. ಮನೆತನದ ಮರ್ಯಾದೆಗಾಗಿ ಅವಳು ಮದುವೆ ಮಾಡಿಕೊಳ್ಳುವ ಮೂಲಕ ತ್ಯಾಗ ಮಾಡಬೇಕು ಎಂದೆಲ್ಲಾ ತಲೆ ತುಂಬಿದ್ದರು. ಪಾಳೇಗಾರಿ ನಂಬಿಕೆಗಳನ್ನೆ ಹಾಸುಂಡು ಮಲಗಿರುವ ಇಲ್ಲಿನ ಸಮಾಜ ಯಾವತ್ತೂ ಒಂದು ಸಣ್ಣ ಪ್ರತಿಭಟನೆಗೂ ಮುಂದಾಗುವುದಿಲ್ಲ ಎಂಬುದಕ್ಕೆ ಸಾಕ್ಷಿ ಎಂಬಂತೆ ರೇಖಾ ಎಂಬ ಹುಡುಗಿಯು ಮಹಿಳಾ ಸಂಘದವರ ಎಲ್ಲ ಆಸರೆಯನ್ನು ತಿರಸ್ಕರಿಸಿಯೂ ಒಲ್ಲದ ಮದುವೆಗೆ ಸಿದ್ಧಳಾದಳು. ಎರಡು ದಿನ ಮೊದಲು ಬರೆದ ತನ್ನ ಪತ್ರವನ್ನು ವಾಪಸ್ಸು ಕೊಡಬೇಕು. ತನಗೆ ಯಾರೋ ತಪ್ಪು ತಪ್ಪಾಗಿ ತಲೆ ತುಂಬಿದ್ದರು. ಆದ್ದರಿಂದ ಮದುವೆಗೆ ಒಲ್ಲೆ ಎಂದಿದ್ದೆ. ಆದರೆ ಈಗ ನನಗೆ ಈ ಮದುವೆ ಇಷ್ಟವಿದೆ. ನಾನು ಮೆಜಾರಿಟಿಗೆ ಬಂದಿದ್ದೇನೆ. ನನ್ನ ಅಭಿಪ್ರಾಯ ನನ್ನದು ಎಂದು ಸಂಘದವರ ವಿರುದ್ಧ ತಿರುಗಿಬಿದ್ದಳು. ಅಷ್ಟರಲ್ಲಿ ಮಾಜಿ ಶಾಸಕರ ಪರಿವಾರದವರು ಫೋನು ಮಾಡಿ "ಮೇಡಂ ಮದುವೆಯಾಗಲು ಹುಡುಗಿಯೇ ಸಿದ್ಧವಾಗಿದ್ದಾಳೆ. ಅವರ ಅಪ್ಪ ಮಹಾದುಷ್ಟ ಅದಾಽನ ಅಂವಾ ಏನ್ ಮಾಡಾಕೂ ಹೇಸುದಿಲ್ಲ. ಈ ಲಫಡಾದಾಗ ಹೋಗಬ್ಯಾಡ್ರಿ" ಎನಬೇಕೆ. ಆದರೂ ಮಹಿಳಾ ಸಂಘದವರು ಮತ್ತೆ ಮತ್ತೆ ರೇಖಾಳಿಗೆ ವ್ಯವಸ್ಥೆ ವಿರುದ್ಧ ಹೋರಾಡುವಂತೆ ಪ್ರೇರೇಪಿಸಲು ಪ್ರಯತ್ನಪಟ್ಟರೂ ಫಲಕಾರಿಯಾಗಲಿಲ್ಲ. ಎಚ್ಚೆತ್ತ ಪ್ರಜ್ಞೆಯ ಮಹಿಳೆಯರ ಎಲ್ಲ ಸಾಹಸ, ಪ್ರಯತ್ನ, ಚೀರಾಟಗಳ ನಡುವೆಯೂ ರೇಖಾಳ ಮದುವೆ ನಿಶ್ಚಿತ ದಿನದಂದು ನಡದೆಹೋಯಿತು. ಮೆಜಾರಿಟಿಗೆ ಬಂದ ರೇಖಾ ಸ್ವಂತ ತಾನೇ ಒಪ್ಪಿಕೊಂಡು ಮದುವೆಯಾಗುತ್ತಿರುವುದಾಗಿ ಘೋಸು ಕೊಡುತ್ತಿರುವುದರಿಂದ ಪ್ರಗತಿಪರರು ಕೈಕಟ್ಟಿ ಕೂಡಬೇಕಾಯಿತು. ಹಬ್ಬಕ್ಕೆ ತಂದ ಹರಕೆಯ ಕುರಿಯಂತಿರುವ ರೇಖಾ ಎಂಬ ಹುಡುಗಿಯು ಮದುವೆ ಎಂಬ ಖಡ್ಗಕ್ಕೆ ಗೋಣೊಡ್ಡಲು ಸ್ವಯಂ ನಡೆದುಹೋದಳು. ಇಂಥ ಕರಾಳವ್ಯವಸ್ಥೆಯ ಮಧ್ಯೆ ನಲುಗಿಹೋಗುತ್ತಿರುವ ಅಸಂಖ್ಯ ಬಲಿಗಳು ಸ್ಥಳೀಯ ಪ್ರಗತಿಪರರನ್ನು ಕೆಣಕುತ್ತಲೆ ಇವೆ. ಏತನ್ಮಧ್ಯೆ ಸರಕಾರಿ ಯಂತ್ರವು ಕಾಲಕ್ಕೆ ತಕ್ಕಂತೆ ಹೊಸವಿಧಾನಗಳಲ್ಲಿ ಕಾರ್ಯನಿರ್ವಹಿಸಬೇಕಾಗಿದೆ.

# ಮೀಸೆಯ ಮೀಮಾಂಸೆ

*ಮೊಲೆ ಮುಡಿ ಇದ್ದುದೆ ಹೆಣ್ಣೆಂದು ಪ್ರಮಾಣಿಸಲಿಲ್ಲ.*
*ಕಾಸೆ ಮೀಸೆ ಕಠಾರವಿದ್ದುದೆ ಗಂಡೆಂದು ಪ್ರಮಾಣಿಸಲಿಲ್ಲ.*
*ಅದು ಜಗದ ಹಾಹೆ; ಬಲ್ಲವರ ನೀತಿಯಲ್ಲ*
*.........ಇದರಂದವ ನೀನೇ ಬಲ್ಲೆ ಶಂಭುಜಕ್ಕೇಶ್ವರಾ.*

12ನೇ ಶತಮಾನದ ಶರಣೆ ಸತ್ಯಕ್ಕನ ವಚನವೊಂದರ ಸಾಲುಗಳು ಇವು. ಇಲ್ಲಿ ತುಂಬ ಸ್ಪಷ್ಟವಾಗಿ ಸತ್ಯಕ್ಕ ಮೊಲೆ, ಮುಡಿ ಮತ್ತು ಮೀಸೆ, ಕಾಸೆಗಳು ಜೈವಿಕ ವೈವಿಧ್ಯಗಳೇ ಹೊರತು ಸಾಮರ್ಥ್ಯ ಮತ್ತು ಕೌಶಲ್ಯಗಳಲ್ಲ ಎಂದು ಘೋಷಿಸಿದ್ದಾಳೆ. ಅಷ್ಟೇ ಅಲ್ಲ ಗಂಡು, ಗಂಡಸ್ತನ ಮತ್ತು ಹೆಣ್ಣು, ಹೆಣ್ತನ ಇವು ಸಂತಾನ ಸೃಷ್ಟಿಯ ಸಾಧ್ಯತೆಗಳು. ಜೈವಿಕ ನೆಲೆಯ ಈ ಲಕ್ಷಣಗಳಾದರೂ ನಿಸರ್ಗ ಶಕ್ತಿಯ ರಾಚನಿಕ ಘಟಕಗಳಾಗಿ ತಮ್ಮ ಪಾತ್ರ ನಿರ್ವಹಿಸುತ್ತವೆ. ಆದ್ದರಿಂದ ಮೊಲೆ, ಮುಡಿ, ಮೀಸೆ, ಗಡ್ಡದಂಥ ಅವಯವಗಳು ಮೇಲರಿಮೆಯ ಕೀಳರಿಮೆಯ ಅಂಶಗಳಾಗಬಾರದು ಎಂದು ವಚನಕಾರರು ಆ ಹೊತ್ತು ಬಹು ದೊಡ್ಡ ವಾದವನ್ನೆ ಮಂಡಿಸುತ್ತಾರೆ. ಜೇಡರ ದಾಸಿಮಯ್ಯ ಈ ವಾದವನ್ನು ತಾರ್ಕಿಕ ನೆಲೆಯಲ್ಲಿ ಸಾದರಪಡಿಸುತ್ತ ಪುರುಷ ಪ್ರಧಾನ ವ್ಯವಸ್ಥೆಯ ಗ್ರಹಿಕಾಕ್ರಮಗಳು ಜನಸಾಮಾನ್ಯರ ದಿಕ್ಕು ತಪ್ಪಿಸುತ್ತಿರುವ ವಿಧಾನಗಳತ್ತ ಗಮನ ಸೆಳೆಯುತ್ತಾನೆ.

*ಮೊಲೆ ಮುಡಿ ಬಂದರೆ ಹೆಣ್ಣೆಂಬರು*
*ಗಡ್ಡ ಮೀಸೆ ಬಂದಡೆ ಗಂಡೆಂಬರು*
*ನಡುವೆ ಸುಳಿವ ಆತ್ಮನು*
*ಹೆಣ್ಣೂ ಅಲ್ಲ ಗಂಡೂ ಅಲ್ಲ ಕಾಣಾ ! ರಾಮನಾಥ*

ಭೌತಿಕ ದೇಹ ಹೊತ್ತಿರುವ "ಜೀವ" ಕೇವಲ ಜೀವವಾಗಿರುತ್ತದೆ. ಅಥವಾ "ಆತ್ಮ" ಮಾತ್ರವಾಗಿರುತ್ತದೆ. ಅಂದರೆ ಪ್ರಾಣ, ಚೈತನ್ಯ ಕ್ರಿಯಾಶೀಲತೆ ಎಂದೆಲ್ಲ ಪರಿಭಾವಿಸಿಕೊಳ್ಳಬಹುದು. ಜೀವಕ್ಕೆ, ಜೀವದೊಟ್ಟಿನ ಭಾವಕ್ಕೆ ಗಂಡು ಹೆಣ್ಣೆಂಬ ರಾಚನಿಕ ಭೇದವೂ ಇಲ್ಲ. ಆದ್ದರಿಂದ ಬಯಕೆ ಆಶೆ, ರೋಷ ಮುಂತಾದ ಭಾವ ಘಟಕಗಳು ಎಲ್ಲ ಜೀವಿಗಳಲ್ಲಿ ಒಂದೇ ಬಗೆಯಾಗಿರುತ್ತವೆ. ಅವುಗಳ ಉತ್ಪತ್ತಿ, ಸ್ವಭಾವ, ಕಾರಣ, ಪರಿಣಾಮಗಳಲ್ಲಿ ನೈಸರ್ಗಿಕ ಭೇದಗಳಿಲ್ಲ. ಭಾವನೆಗಳ ಅಭಿವ್ಯಕ್ತಿ ಕ್ರಿಯೆಗಳಲ್ಲಿ ಗಂಡು, ಹೆಣ್ಣುಗಳಲ್ಲಿ ಪರಸ್ಪರ ಭೇದ, ಭಿನ್ನತೆ ಕಂಡು ಬರುತ್ತಿದ್ದರೆ ಅದಕ್ಕೆ ಸಾಮಾಜೀಕರಣ ಅಥವಾ ಸಾಂಸ್ಕೃತೀಕರಣವೇ ಕಾರಣ. ಸತ್ಯ ಹೀಗಿರುವಾದಲೂ ವಾಸ್ತವ ಮಾತ್ರ ಬೇರೆಯೇ ಇದೆ. ಸ್ತ್ರೀ ಪುರುಷರ ಈ ರಾಚನಿಕ ವೈವಿಧ್ಯತೆಗಳು ಅವರಿಗೆ ದೊರೆಯುವ ಸ್ಥಾನಮಾನ, ಸೌಲಭ್ಯಗಳನ್ನು ನಿರ್ಧರಿಸುವ ಮಾನದಂಡಗಳಾಗಿ ನಿಂತಿರುವುದು ವಿಪರ್ಯಾಸ. ಈ ಅವಘಡಗಳನ್ನು ಖಂಡಿಸಲೆಂದೇ ವಚನಕಾರರು ಅಂದು ಜೈವಿಕ

ಸಂರಚನಾವಾದವನ್ನು ಅಭಿವೃದ್ಧಿಪಡಿಸುವ ಪ್ರಯತ್ನ ಮಾಡಿದರು. ಈ ದಿಸೆಯಲ್ಲಿ ಅವರು ಮಾನವಶಾಸ್ತ್ರ, ಮನೋಶಾಸ್ತ್ರ, ಖಗೋಳಶಾಸ್ತ್ರ, ಭೂಗೋಳ ವಿಜ್ಞಾನದಂಥ ನೆಲೆಗಳನ್ನು ತಮ್ಮ ಮಿತಿಗಳ ನಡುವೆಯೂ ಎತ್ತಿ ಹಿಡಿಯುವ ಸಾಹಸ ಮಾಡಿದರು. ಇಷ್ಟೆಲ್ಲಾ ಅಧ್ಯಯನಗಳು ಇಂದು ಹೆಚ್ಚು ವಸ್ತುನಿಷ್ಠವಾಗಿ ತೆರೆದುಕೊಳ್ಳುತ್ತಿರುವಾಗಲೂ ಮೀಸೆ, ಗಡ್ಡಗಳ ಮೇಲರಿಮೆ ಭಾವ ಕಡಿಮೆಯಾಗಿಲ್ಲ. ನನ್ನ ಈ ವಾದದ ಹಿಂದೆ ಮೊನ್ನೆ ಸಂಭವಿಸಿರುವ ಘಟನೆಯೊಂದು ಸಾಕ್ಷಿಯಾಗಿ ನಿಂತಿದೆ. ಪ್ರಾಯಶ ಆ ಘಟನೆಯನ್ನು ಸಂಕ್ಷಿಪ್ತವಾಗಿ ವಿವರಿಸುವ ಮೂಲಕ ವಾದವನ್ನು ಇನ್ನಷ್ಟು ಪುಷ್ಟೀಕರಿಸಬಹುದೆಂದು ತೋರುತ್ತದೆ.

ಅನ್ಯಕಾರ್ಯ ನಿಮಿತ್ಯ ಕೆಲವು ದಿನಗಳ ಹಿಂದೆ ನಾನು, ಗೆಳತಿಯರೊಂದಿಗೆ ಸೇರಿ ಬೀದರ ಕಡೆ ಹೊರಟಿದ್ದೆವು. ಹುಮನಾಬಾದ ಬಸ್ ಸ್ಟ್ಯಾಂಡಿನಲ್ಲಿ ಬಸ್ ಏರಿದೆವು. ಬಸ್ ಕಚಾಕಚ್ ಭರ್ತಿಯಾಗಿತ್ತು. ಕೂಡಲು ಒಂದು ಸೀಟು ಖಾಲಿ ಇರಲಿಲ್ಲ. ದುರಂತವೆಂದರೆ ಮಹಿಳೆಯರಿಗಾಗಿ ಮೀಸಲಾದ ಸೀಟುಗಳನ್ನು ಪುರುಷರೆ ಆಕ್ರಮಿಸಿಕೊಂಡಿದ್ದರು. ಕರ್ನಾಟಕದೆಲ್ಲೆಡೆಯೂ ಬಸ್ಸುಗಳಲ್ಲಿ ಮಹಿಳೆಯರಿಗಾಗಿ ಮೀಸಲಾದ ಸೀಟುಗಳು ನಾಮಕೆವಾಸ್ತೆ. ನಮ್ಮ ಉದಾರವಾದಿ ನಿಲುವುಗಳು ಪ್ರದರ್ಶನಕ್ಕೆ ಮಾತ್ರ ಮೀಸಲಾದಾಗ ಹೀಗಾಗುವದುಂಟು. ಮಹಿಳಾಪರ ಚಿಂತನೆಗಳಲ್ಲಿ ವ್ಯಸ್ತರಾದ ನಮಗೆ ನಮ್ಮ ಸಭ್ಯ ಪುರುಷರ ಈ ವರ್ತನೆಗಳು ಬಹಳ ಸಲ ಚಿಂತೆಗೀಡು ಮಾಡುತ್ತವೆ. ನಾವಾದರೋ ಅಂದು ಬಸ್ಸಿನಲ್ಲಿ ನಮ್ಮ ಹಕ್ಕು ಚಲಾಯಿಸುವ ಧೈರ್ಯ ವಹಿಸಿದೇವು ಅನ್ನಿ. ಮಹಿಳೆಯರಿಗಾಗಿ ಮೀಸಲಾದ ಮೂರು ಸಾಲುಗಳ ಪೈಕಿ ಒಂದರಲ್ಲಿ ವಯಸ್ಸಾದ ಹಿರಿಯ ಗಂಡಸರು ಕುಳಿತಿದ್ದರು. ಇನ್ನೊಂದರಲ್ಲಿ ಪುಟ್ಟ ಮಕ್ಕಳನ್ನು ಎತ್ತಿಕೊಂಡಿರುವ ಹುಡುಗರು ಕುಳಿತಿದ್ದರು. ಮಗುದೊಂದು ಸೀಟಿನಲ್ಲಿ ಮಧ್ಯವಯಸ್ಕ ಪ್ರೌಢರಂತಿರುವವರು ಕಂಡರು. ನಾವು ಅವರ ಬಳಿಗೆ ಹೋಗಿ ಸರ್ ಇವು ಮಹಿಳೆಯರ ಸೀಟು. ದಯವಿಟ್ಟು ಸಹಕರಿಸಿ ಜಾಗ ಬಿಡಬಹುದೇ? ಎಂದು ಕೇಳಿದೆವು. ಅಷ್ಟೇ ಸಾಕು ಅವರಿಗೆ ಬ್ರಹ್ಮಾಂಡ ಕೋಪ ಬಂತು. "ಏಯ್ ನಿಮ್ಮ ಕಾನೂನು ನಮ್ಮಲ್ಲಿ ನಡೆಯಂಗಿಲ್ಲ. ನಾವು ರೊಕ್ಕ ಕೊಟ್ಟೀವಿ. ಏಳಂಗಿಲ್ಲ ಅಂದರು". ಹಟಬಿಡದ ತಿವಿಕ್ರಮನಂತೆ ನಾವಾದರೂ "ಸರ್ ಮಹಿಳೆಯರಿಗೆ ಬಸುರಿ, ಬಾಣಂತಿತನ, ಮಾಸಿಕಸ್ರಾವ ಇತ್ಯಾದಿ ಸಮಸ್ಯೆಗಳು ಇರುತ್ತವೆ. ಆದ್ದರಿಂದ ಅವರಿಗಾಗಿ ಒಂದಷ್ಟು ಮೀಸಲಾತಿ ಅನಿವಾರ್ಯ. ಶತಮಾನಗಳ ಹಿಂಜರಿತದಿಂದಾಗಿ ಅವರು ತಮ್ಮ ಹಕ್ಕು ಚಲಾಯಿಸಿಲಾರರು. ಕಂಡಕ್ಟರ್ ಸರ್ ನೀವಾದರೂ ಸಹಕರಿಸಿ ಅವರನ್ನು ಎಬ್ಬಿಸಬಹುದಲ್ಲ" ಎಂದರೆ, ಆ ಮಹಾಶಯನು ಮೇಡಂ ಅವೆಲ್ಲ ನಮ್ಮ ಕೈಯಿಂದ ಆಗಂಗಿಲ್ಲ. ಬೇಕಾದರೆ ಕಂಪ್ಲೇಟ ಬರೆದು ಹಾಕಿರಿ. ಮ್ಯಾಲಿನವರಿಗಿ ಹೇಳ್ರಿ. ನಮ್ ತಲಿ ತಿನಬ್ಯಾಡಿರಿ ಅನ್ನಬೇಕೆ. ಆಗ ನನಗಾದರೂ ಕೋಪ ಬಂದು ಡ್ರೈವರ್ ಸಾಬ ಬಸ್ ಪೊಲೀಸ್ ಸ್ಟೇಷನ್ನಿಗೆ ನಡೆಸರಿ ಎಂದು ದಬಾಯಿಸಿದೆ. ಅಷ್ಟರಲ್ಲಿ ಅದೇನು ತಿಳಿಯಿತೊ ಗೊತ್ತಿಲ್ಲ ಅವರು ನಮಗಾಗಿ ಸೀಟು ಬಿಟ್ಟರು ಅನ್ನಿ. ಸೀಟು ಬಿಟ್ಟರೂ ಅಷ್ಟಕ್ಕೆ ಸುಮ್ಮನಾಗದೆ ಅವರೊಳಗೆ ಪುರುಷ ಅಹಂ ಸತಾಯಿಸುತ್ತಿರಲೂ ಸಾಕು. ಕಾರಣವಿಲ್ಲದೆ ಮನಸ್ಸಿಗೆ ಬಂದಂತೆ ಸ್ತ್ರೀಯರನ್ನು ಅಶ್ಲೀಲ

ಶಬ್ದಗಳಿಂದ ಬಯ್ಯತೊಡಗಿದರು. ಒಂದೇ ಸಮನೇ ಬಯ್ಯುವ ಧಾಟಿಗೆ ಬೇಸತ್ತು ನಾವು. ಏನಪಾ ನಾಲ್ಗಿ ಬಿಗಿ ಹಿಡಿದು ಮಾತಾಡು. ಹೆಣ್ಮಕ್ಕಳು ಅಂದ್ರ ಸಸಾರ ಅಂತ ತಿಳಿಬ್ಯಾಡ ಅಂತ ಸಮಝಾಯಿಸಲು ಹೋದೆವು. ಅಷ್ಟು ಅನ್ನುವದೆ ತಡ ಬಸ್ಸಿನಲ್ಲಿ ಇರುವ ಇತರ ಪುರುಷರು ಮರ್ಮಸ್ತಾನಕ್ಕೆ ಪೆಟ್ಟು ಬಿದ್ದಂತೆ ತಲಾಗೊಂದು ಬಿರುನುಡಿಗಳನ್ನು ಉಗುಳತೊಡಗಿದರು. ಪರಿಸ್ಥಿತಿ ವಿಕೋಪಕ್ಕೆ ತಿರುಗುತ್ತಿರುವದನ್ನು ಕಂಡು ಗೆಳತಿಯರೆಲ್ಲಾ ಅವರಿಗಿಂತ ಜೋರು ಧ್ವನಿಯಲ್ಲಿ ಒದರಾಡಲು ಸುರುವಿಟ್ಟುಕೊಂಡೆವು. ಇವರುಗಳ ನಡುವೆ ಒಬ್ಬ ಸಭ್ಯ ಗೃಹಸ್ತನಂತಿರುವ ಮಹಾಶಯ ಎದ್ದು ನಿಂತವನೇ "ಏನ್ರಿ ಮೇಡಂ ಅಂವ ಎಷ್ಟೆ ಆಗಲಿ ಮೀಸಿ ಹೊತ್ತ ಗಂಡಸ ಹಂನಾ. ಅಂಥ ಗಂಡಸಿಗಿ ಬಯ್ದ್ರ ಹ್ಯಾಂಗ್ರಿ" ಎಂದನು. ನನಗಂತೂ ನಖಶಿಖಾಂತ ಸಿಟ್ಟು ಬಂದು ಏಯ್ ಮಾರಾಯಾ ಮೀಸಿ ಹೊತ್ತು ಒಜ್ಜಾಗಿದ್ರ ಬೋಳಿಸಲು ಹೇಳು. ತನ್ನ ತಾನೇ ಬಂದ ಮೀಸಿಗಿ ಇಷ್ಟ ಯಾಕ ಧೀಮಾಕ? ಮೀಸಿ ಬೆಳಿಲ್ಯಾಕ ದಿನಾ ನೀರ ಗೊಬ್ಬರ ಹಾಕಿದ್ಯಾ? ಅಥವಾ ದಿನಾ ಐವತ್ತು ಬಸ್ಕಿ ತೆಗೆದು ಬೆಳಿಸಿಯೇನು? ಮೀಸಿ ಧೀಮಾಕ ಹೇಳಿ ಅಂಜಸಾ ಕಾಲಾ ಮುಗಿತು. ಗಪ್ಪ ಕೂಡತ್ಯಾ ಏನ್ ಪೊಲೀಸ್ ಸ್ಟೇಷನಿಗೆ ಒಯ್ಯಿ ಅಂತ್ಯಾ ಎಂದು ತಿರುಗುತ್ತರ ಕೊಟ್ಟೆ ನೋಡಿ. ಬಸ್ಸಂಥ ಬಸ್ ಗಪ್‌ಚೆಪ್ಪಾಯ್ತು ಅನ್ನಿ. ಆದರೆ ಇಂಥ ಧೈರ್ಯ ಎಷ್ಟು ಮಹಿಳೆಯರಿಗೆ ಇರಲು ಸಾಧ್ಯ? ಅಪರೂಪಕ್ಕೆ ಇಂಥ ಭಂಡುತನ ತೋರಿದಾಗಲೂ ಪುರುಷ ಪ್ರಧಾನ ಸಮಾಜ ಅಂಥವರನ್ನು ತೀರ ನಿಕೃಷ್ಟವೆಂಬಂತೆ ಬಿಂಬಿಸುತ್ತದೆ. ಇವರು ಹಾದಿ ಬಿಟ್ಟವರು ಎಂಬ ಭಾವನೆಯನ್ನು ಅಚ್ಚುಕಟ್ಟಾಗಿ ರೂಪಿಸುತ್ತಾರೆ.

ಇಲ್ಲಿ ಪ್ರಶ್ನೆ ಸೀಟಿನದು ಅಲ್ಲ. ಮೀಸೆಯ ಅಧಿಕಾರದ್ದು ಅಲ್ಲ. ಮಹಿಳೆಯರನ್ನು ನೋಡುವ ನಮ್ಮ ದೃಷ್ಟಿಕೋನದ್ದು ಅಲ್ಲವೆ? ಶತಮಾನಗಳಿಂದಲೂ ಜೈವಿಕ ಸಹಜ ಸಂರಚನೆಯಾದ ಮೀಸೆಯನ್ನು ಪೌರುಷ್ಯದ ಸಂಕೇತವೆಂದು ಬಿಂಬಿಸಿದ್ದು. ಅಷ್ಟೇ ಅಲ್ಲ ಈ ಜುಜುಬಿ ಮೀಸೆ, ಗಡ್ಡಗಳೇ ಅರ್ಹತೆಯ ಸಂಕೇತಗಳಾದದ್ದು ತನ್ಮೂಲಕ ಲಿಂಗ ತಾರತಮ್ಯ ಭಾವನೆಗೆ ಇಂಬುಕೊಟ್ಟದ್ದು ಇವೆಲ್ಲಾ ಇಂದಿಗೂ ಮುಂದುವರೆದುಕೊಂಡು ಬರುತ್ತಿರುವದು ನಾಚಿಕೆ ತರಿಸುವ ಸಂಗತಿ ಅಲ್ಲವೆ? ವ್ಯಾಪಕವಾಗಿ ಇಂದಿಗೂ ಮಹಿಳೆಯರನ್ನು ಅವರ ಮೊಲೆ, ಮುಡಿ, ಗುಪ್ತಾಂಗಗಳ ಮೂಲಕವೇ ಬಯ್ಯುವುದು, ಅಪಮಾನಿಸುವುದು, ಕೀಳಾಗಿ ಬಿಂಬಿಸುವುದು ಇದೆ. ಅನುಭವದ ಅಭಿವ್ಯಕ್ತಿಯಾದ ಭಾಷೆಯಲ್ಲಿ, ಸಂಸ್ಕೃತಿಯ ಒಳಗಡೆ ಆಕಾರ ಪಡೆದ ಗಾದೆ ಮಾತು, ಜಾಣ್ನುಡಿ, ಅಣಕುಗಳಲ್ಲಿ, ಧಾರ್ಮಿಕ ವಿಧಿ ವಿಧಾನಗಳಲ್ಲಿ, ಸಾಮಾಜಿಕ ಅಂತಸ್ತುಗಳಲ್ಲಿ, ಆರ್ಥಿಕ ಪಾಲುದಾರಿಕೆಯಲ್ಲಿ ಹೀಗೆ ಎಲ್ಲೆಡೆಯೂ ಸ್ತ್ರೀ ವಿರೋಧಿ ನೆಲೆ, ನಂಬಿಕೆಗಳು ತುಂಬಿಕೊಂಡಿವೆ. ಸುಧಾರಣೆ ಎಲ್ಲಿಂದ ಪ್ರಾರಂಭಿಸಬೇಕು ಎಂಬುದೇ ದೊಡ್ಡ ಸವಾಲಾಗಿ ನಿಲ್ಲುತ್ತದೆ.

# ಇವರೂ ಅಪರಾಧಿಗಳಲ್ಲವೇ........?

ಕಳೆದ ಸೆಪ್ಟೆಂಬರ್ ಎರಡನೇ ವಾರದಲ್ಲಿ ಗುಲಬರ್ಗಾ ಜಿಲ್ಲೆಯೊಂದರಲ್ಲಿಯೇ ಹತ್ತಕ್ಕೂ ಮೇಲ್ಪಟ್ಟು ಕಿರುಕುಳ ಮತ್ತು ಇತರ ಕಾರಣಗಳಿಗಾಗಿ ಮಹಿಳೆಯರು ಸಾವನ್ನು ಅಪ್ಪಿದ್ದು ವರದಿಯಾಗಿದೆ. ಮಹಿಳೆಯರ ಮಧ್ಯೆ ಅವರ ಹಕ್ಕಿನ ಅರಿವು ಮೂಡಿಸಲೆಂದು ಕಟ್ಟಿಕೊಂಡಿರುವ "ಪ್ರಜ್ಞಾ ಕಾನೂನು ಸಲಹಾ ಸಮಿತಿಗೆ" ಇದೇ ಅವಧಿಯಲ್ಲಿ ಇಪ್ಪತ್ತು ಸ್ತ್ರೀ ದೌರ್ಜನ್ಯದ ಫಿರ್ಯಾದುಗಳು ದಾಖಲಾಗಿವೆ. ಈ ಸಮಿತಿಯೂ ತನ್ನ ಸ್ವಯಂ ಸೇವಾ ಸದಸ್ಯರ ಮೂಲಕ ತನಿಖೆ ನಡೆಸಿದಾಗ ಬಯಲಾದ ವಾಸ್ತವಗಳು ಎದೆ ನಡುಗಿಸುವಂತಿದ್ದವು. ಇವುಗಳಲ್ಲಿ ಅರ್ಧಕ್ಕೂ ಹೆಚ್ಚು ಪ್ರಸಂಗಗಳಲ್ಲಿ ಮಹಿಳೆಯರನ್ನು ಭೀಭತ್ಸವಾಗಿ ಕೊಲೆಗೈದು ಅದಕ್ಕೆ ಆತ್ಮಹತ್ಯೆಯ ಬಣ್ಣ ಬಳಿದದ್ದು ಬೆಳಕಿಗೆ ಬಂದಿದೆ. ಭಾರತದಾದ್ಯಂತ ಇಂಥವೇ ಅಸಂಖ್ಯ ಘಟನೆಗಳು ಅಲ್ಲಲ್ಲಿ ಸಂಭವಿಸಿರಲು ಸಾಕು. ಈ ಎಲ್ಲ ಅಂಕಿ ಅಂಶಗಳನ್ನು ಸಾದರ ಪಡಿಸುವ ತಾತ್ಪರ್ಯವೇನೆಂದರೆ ನಾಗರೀಕವೆನಿಸಿಕೊಂಡಿರುವ ಸಮಾಜ ಇಂದಿಗೂ ಮಹಿಳೆಯರನ್ನು ನಡೆಸಿಕೊಳ್ಳುತ್ತಿರುವ ರೀತಿಯೇ ಇದಾಗಿದೆ.

ವರದಕ್ಷಿಣೆ ನಿಷೇಧ ಕಾನೂನು, ಕಳೆದ ತಿಂಗಳು ಜಾರಿಯಾದ ಕೌಟುಂಬಿಕ ಹಿಂಸೆ ತಡೆ ಕಾಯ್ದೆ, ಮಹಿಳೆಯರಿಗೆ ಆಸ್ತಿ ಹಕ್ಕು, ಸದನದಲ್ಲಿ ಮಂಡಿಸಬೇಕಾಗಿರುವ ಮಹಿಳಾ ಮೀಸಲಾತಿ ಮಸೂದೆ, ಇವುಗಳಲ್ಲದೆ ನಗರ ಪ್ರದೇಶಗಳಲ್ಲಿರುವ ಮಹಿಳಾ ಪೋಲೀಸ್ ಸ್ಟೇಷನ್, ಕುಟುಂಬ ನ್ಯಾಯಾಲಯಗಳು, ಶಾಲಾ ಕಾಲೇಜುಗಳಲ್ಲಿ ಹೆಣ್ಣು ಹುಡುಗಿಯರ ಅಭಿವೃದ್ಧಿಗಾಗಿ ನಿಯೋಜಿಸಲಾಗಿರುವ ಹತ್ತಾರು ಸರ್ಕಾರಿ ಕಾರ್ಯಕ್ರಮಗಳು, ವೇದಿಕೆಗಳಲ್ಲಿ ಸ್ತ್ರೀಯರ ಪರ ನಡೆಸುವ ಭಾಷಣ, ಘೋಷಣೆ, ಕರಪತ್ರ ವಿತರಣೆ, ದೂರದರ್ಶನದಂಥ ಮಾಧ್ಯಮಗಳಲ್ಲಿ ತೋರಿಸುವ ಸ್ತ್ರೀ ಪರ ಜಾಹಿರಾತುಗಳು, ಇದರೊಟ್ಟಿಗೆ ಸ್ತ್ರೀಪರ ಕಾಳಜಿ ಹೊಂದಿರುವ ಹಲವು ಸ್ವಯಂ ಸೇವಾ ಸಂಸ್ಥೆಗಳ ನಿರಂತರ ಚಟುವಟಿಕೆಗಳು, ಹೀಗೆ ಪ್ರಜಾತಾಂತ್ರಿಕ ವ್ಯವಸ್ಥೆ ಕಾರಣವಾಗಿ ನಮ್ಮ ನಡುವೆ ಹಲವು ಬಗೆಯ ಪ್ರಜ್ಞಾವಂತಿಕೆಯ ಪ್ರಕ್ರಿಯೆಗಳಿದ್ದಾಗಲೂ ಸ್ತ್ರೀಯರ ಬದುಕು ಅಭಾದಿತವಾಗಿಲ್ಲ. ಅವರ ಮಾನ, ಪ್ರಾಣ, ಸ್ವಾಭಿಮಾನ ಯಾವುದಕ್ಕೂ ಪೂರ್ಣ ಪ್ರಮಾಣದ ರಕ್ಷಣೆ ದೊರೆಯುತ್ತಿಲ್ಲ. ಇಷ್ಟೆಲ್ಲ ಪ್ರಯತ್ನಗಳಿದ್ದಾಗಲೂ ಇಂಥ ಅಮಾನವೀಯ ಸಾವುಗಳು ಏಕೆ ಸಂಭವಿಸುತ್ತಿವೆ? ಎಂಬುದು ಚಿಂತೆಗೀಡು ಮಾಡುವ ವಿಷಯವಾಗಿದೆ.

ಇಂದಿಗೂ ಸ್ತ್ರೀಯರನ್ನು ನಡೆಸಿಕೊಂಡು ಬಂದಿರುವ ಸಮಾಜದ ಮೂಲಭೂತವಾದಿ ದೃಷ್ಟಿಕೋನದಲ್ಲಿ ತಲಸ್ಪರ್ಶಿ ಬದಲಾವಣೆಯಾಗಿಲ್ಲ. ಆಧುನಿಕೋತ್ತರ ಯುಗದ ನವಪುರುಷಶಾಹಿ ಧೋರಣೆಯಲ್ಲಿಯೇ ಈ ಸಾವುಗಳ ಬೀಜ ಅಡಗಿದೆ.

ಪ್ರಜಾಪ್ರಭುತ್ವವಾದಿ ನಾಗರೀಕ ಲೋಕಕ್ಕೆ ಇದಕ್ಕಿಂತ ದೊಡ್ಡ ದುರಂತ ಇನ್ನೊಂದು ಇರಲಾರದು.

ವರದಕ್ಷಿಣೆ ಕಿರುಕುಳದ ಸಾವುಗಳ ಕುರಿತು ಏನೇ ಹೇಳುವುದು ಅಥವಾ ಮಾತಾಡುವುದೇ ಕ್ಲೀಷೆ ಎಂಬ ಭಾವನೆ ಗಟ್ಟಿಯಾಗಿ ತಳವೂರುತ್ತಿದೆ. ಆದರೆ ಈ ಪ್ರಥಃ ಮಾತ್ರ ಕಾಲಕ್ಕೆ ತಕ್ಕ ರೂಪ, ವೇಷ ತೊಟ್ಟುಕೊಂಡು ಹೊಸ ಆಕೃತಿಗಳೊಂದಿಗೆ ತನ್ನ ನೆಲೆಯನ್ನು ವಿಸ್ತರಿಸಿಕೊಳ್ಳುತ್ತಲೆ ಇದೆ. ಜಾಗತೀಕರಣದ ಮುಕ್ತ ಮಾರುಕಟ್ಟೆಯು ಅಸೀಮ ಭೌತದಾಹವನ್ನು ಹುಟ್ಟಿಸುತ್ತಿದೆ. ಇದು ವರದಕ್ಷಿಣೆ ಪದ್ಧತಿಯ ಭೋಗದಾಹವೆಂಬ ಕುದುರೆಯ ಕಡಿವಾಣವನ್ನು ಬಿಚ್ಚಿ ಬಿಟ್ಟಿದೆ. ತತ್ಪರಿಣಾಮವಾಗಿ ಕಂಡಿದ್ದೆಲ್ಲವೂ ಬೇಕೆನಿಸುತ್ತಿದೆ. ಬೇಕೆನಿಸಿದ್ದನ್ನು ಭರಿಸಿಕೊಳ್ಳುವ ದಾಹಾಗ್ನಿಯ ಯಜ್ಞಕುಂಡಕ್ಕೆ ಜಡಗೊಂಡ ಸಂಪ್ರದಾಯಗಳು ಋತ್ವಿಜ್ಞರಂತೆ ಕಾರ್ಯ ನಿರ್ವಹಿಸುತ್ತಿವೆ. ಸಂಪ್ರದಾಯ ಶರಣ ಸಾತ್ವಿಕ ಅಪ್ಪ ಅಮ್ಮಂದಿರು ಶ್ರದ್ಧಾವಂತ ಭಕ್ತರಂತೆ ತಮ್ಮ ಹೆಣ್ಣು ಮಕ್ಕಳನ್ನು ಈ ಯಜ್ಞಕುಂಡಕ್ಕೆ ಬೇಳ್ವೆಯಾಗಿ ಅರ್ಪಿಸುತ್ತಿದ್ದಾರೆ. ಅಳಿಯ ಮತ್ತು ಅವನ ಮನೆಯವರು ಏನೇ ಬೇಡಿದರೂ ತಮ್ಮ ಜನ್ಮ ಸಾರ್ಥಕ್ಯ ಎಂಬ ಭಾವ ಮೇಲ್ಮಧ್ಯಮ ವರ್ಗದಲ್ಲಿ ಬೆಳೆಯುತ್ತಿದೆ. ಇವರನ್ನು ಯಾವತ್ತೂ ತಮ್ಮ ಆದರ್ಶವೆಂದುಕೊಂಡಿರುವ ಕೆಳವರ್ಗದ ಜನತೆ ಗಂಡನ ಮನೆಯವರ ಹೆಚ್ಚುತ್ತಿರುವ ಬೇಡಿಕೆ ಭರಿಸಲಾಗದೆ ಒದ್ದಾಡುತ್ತಿದ್ದಾರೆ. ಗಂಡನ ಮನೆಯವರ ವ್ಯಂಗ್ಯ ಕಿರುಕುಳ ಮತ್ತು ತವರು ಮನೆಯವರ ಅಸಹಾಯಕತೆ ಈ ಎರಡನ್ನು ಅರಗಿಸಿಕೊಳ್ಳಲಾಗದೆ ಸಾವಿಗೆ ಶರಣಾಗುತ್ತಿರುವ ಮಹಿಳೆಯರ ಸಂಖ್ಯೆ ಇತ್ತೀಚೆಗೆ ಹೆಚ್ಚಾಗುತ್ತಿದೆ.

ಇಂಥ ವರದಕ್ಷಿಣೆ ಸಾವುಗಳೊಂದಿಗೆ ಇತರ ಕಾರಣಗಳಿಗಾಗಿಯೂ ಹದಿಹರೆಯದ ಹೆಣ್ಣು ಮಕ್ಕಳು ಸಾವನ್ನು ಅಪ್ಪುತ್ತಿರುವುದು ವರದಿಯಾಗುತ್ತಿವೆ. ಸಂಕೀರ್ಣ ಕಾರಣಗಳಿಗಾಗಿ ಸಂಭವಿಸುತ್ತಿರುವ ಇಂಥ ಸಾವುಗಳು ಅಥವಾ ಕೊಲೆಗಳು ಹದಗೆಟ್ಟ ಸಾಮಾಜಿಕ ವ್ಯವಸ್ಥೆಗೆ ಹಿಡಿದ ಕನ್ನಡಿಯಂತಿವೆ. ಆಧುನಿಕೋತ್ತರ ಫ್ಯಾಂಟಸಿ ಪ್ರಪಂಚ ಪುರುಷರಲ್ಲಿ ಚಿತ್ರ ವಿಚಿತ್ರವಾದ ಲೈಂಗಿಕ ಬಯಕೆಗಳನ್ನು ಹುಟ್ಟು ಹಾಕುತ್ತಿದೆ. ಇನ್ನೊಂದೆಡೆ ಸ್ತ್ರೀಯರು ತಮ್ಮ ಸತತ ಸಾಧನೆ ಮತ್ತು ಪರಿಶ್ರಮಗಳಿಂದ ಮುನ್ನಡೆ ಸಾಧಿಸುತ್ತಿರುವುದು ಪುರುಷರಲ್ಲಿ ಕೀಳರಿಮೆ ಮೂಡಿಸುತ್ತಿದೆ.

ವಿಸ್ತೃತವಾಗುತ್ತಿರುವ ಮಾಹಿತಿ ತಂತ್ರಜ್ಞಾನ, ಇಂಟರ್‌ನೆಟ್ ಜಾಲ ತತ್ಫಲವಾದ ಬಣ್ಣ ಬಣ್ಣದ ಚಿಂದಿ ಲೋಕ ಪುರುಷರಲ್ಲಿ ಏನೋ ತಳಮಳ ಸೃಷ್ಟಿಸುತ್ತಿದೆ. ಈ ತಳಮಳವೇ ಹರಿದು ಹೆಂಡತಿ ಅಥವಾ ಮನೆಯ ಇತರ ಸ್ತ್ರೀಯರ ಮೇಲೆ ಅಸಹನೆಯಾಗಿ ಎರಗುತ್ತಿದೆ. ಗಂಡನ ಮತ್ತು ಅವರ ಮನೆಯವರ ತರಹೇವಾರಿ ಕಿರುಕುಳದಿಂದ ಬೇಸತ್ತು ಮಹಿಳೆಯರು ತವರುಮನೆಯ ತೆಕ್ಕೆಗೆ ಬಂದು ಬೀಳಬೇಕೆಂದರೆ ಅಲ್ಲಿ ಅವರಿಗೆ ತುಸು ಮಾತ್ರವೂ ಜಾಗವಿಲ್ಲ. ಏಕೆಂದರೆ ಬಾಹ್ಯ ಇರುವಿಕೆಯಲ್ಲಿ ಆಧುನಿಕವಾಗಿರುವ ನಮ್ಮ ಮನಸ್ಸುಗಳು ಆಂತರಿಕವಾಗಿ ಮತ್ತದೇ ಪುರುಷ ಪ್ರಧಾನ ಮೌಲ್ಯಗಳಲ್ಲಿ ಹುದುಗಿವೆ.

"ಗಂಜಿಯ ಕುಡಿದರು ಗಂಡನ ಮನೆ ಲೇಸು" "ಅತ್ತೆಯ ಮನೆಯಾಗ ಕತ್ತೆಯಾಗಿ ದುಡಿಬೇಕು, ಹೊತ್ತಾಗಿ ನೀಡಿದರೆ ಉಣಬೆಕು ಮಗಳೆ ತವರಿಗೆ ಹೆಸರು ತರಬೇಕು" ಎಂಬ ಇಂಥ ಭಾವನೆಗಳು ಇವತ್ತಿಗೂ ಅಷ್ಟೇ ಪ್ರಖರವಾಗಿ ಜಾರಿಯಾಗುತ್ತಿವೆ. ಎಂತಲೇ ಸ್ತ್ರೀಯರು ಹಲವಾರು ಬಾರಿ ಗಂಡನ ಮನೆಯಿಂದ ದಂಗೆ ಎದ್ದು ಬರುವ ಧೈರ್ಯ ತೋರಿದರೂ ಅವಳ ಪಾಲಕರು, ಸಂಬಂಧಿಕರು ಮಾತ್ರ ಇದನ್ನು ಸ್ವಾಗತಿಸುವುದೇ ಇಲ್ಲ. ಆರ್ಥಿಕವಲ್ಲದ ಹಲವು ಕಾರಣಗಳು ಗಂಡ ಹೆಂಡರ ಮಧ್ಯೆ ಅಸಹನೀಯ ವಾತಾವರಣ ಸೃಷ್ಟಿಸಿದ ಪರಿಣಾಮವಾಗಿ ಸ್ತ್ರೀಯರು ಅಭಿವ್ಯಕ್ತಿಸಲಾಗದ ಯಾತನೆ ಅನುಭವಿಸುತ್ತಿರುತ್ತಾರೆ. ಪುರುಷ ಪ್ರಧಾನ ವ್ಯವಸ್ಥೆ ಪೋಷಿತ ಸಾಮಾಜಿಕ ಸಂಬಂಧಗಳು ಅವಳನ್ನು ಅರ್ಥ ಮಾಡಿಕೊಳ್ಳಲು ಅವಕಾಶವೇ ಮಾಡಿ ಕೊಡುವುದಿಲ್ಲ. ಎಷ್ಟೋ ಸಲ ಹುಚ್ಚು ಧೈರ್ಯ ಮಾಡಿ ಸ್ತ್ರೀಯರು ತಮ್ಮ ನೋವನ್ನು ತೋಡಿಕೊಳ್ಳುವ ಧಾವಂತಕ್ಕಿಳಿದಾಗಲೂ ಸಂಬಂಧಪಟ್ಟವರು ಕಿವಿಗೆ ಹಾಕಿಕೊಳ್ಳುವುದಿಲ್ಲ. ವಿಶೇಷವಾಗಿ ಅಪ್ಪ ಅಮ್ಮ, ಅಣ್ಣ ತಮ್ಮ, ತಂಗಿ ಅಕ್ಕ, ಸೋದರ ಸಂಬಂಧಿಗಳು ನೊಂದ ಮಹಿಳೆಯರಿಗೆ ಹೊಂದಾಣಿಕೆ ಮಾಡಿಕೊಳ್ಳುವಂತೆ ಉಪದೇಶ ಮಾಡುತ್ತಾರೆ. ಅವಳು ತನಗೆ ಗಂಡನ ಮನೆಯಲ್ಲಿ ಅಪಾಯ ಕಾದಿದೆ ಎಂದು ಸ್ಪಷ್ಟವಾಗಿ ಹೇಳಿದಾಗಲೂ ಕರುಣೆಯಿಲ್ಲದೆ ಗಂಡನ ಮನೆಗೆ ಅಟ್ಟಿದ್ದಾರೆ. ಪರಿಣಾಮ ಎಲ್ಲೆಲ್ಲೂ, ಬದುಕುವ ಪುಟ್ಟ ಸಾಂತ್ವನದ ಎಳೆ ಸಿಗದಂತಾಗಿ ಹತ್ತಾರು ಮಹಿಳೆಯರು ಆತ್ಮಹತ್ಯೆ ಮಾಡಿಕೊಂಡದ್ದು ಇದೆ. ಇಂಥ ನೂರಾರು ಕೇಸುಗಳನ್ನು ಆಧಾರ ಸಹಿತವಾಗಿ ಸ್ವಯಂ ಸೇವಾ ಸಂಸ್ಥೆಗಳು ದಾಖಲಿಸಿವೆ. ಮಗಳು ಸತ್ತು ಮಣ್ಣಲ್ಲಿ ಮಣ್ಣಾದ ನಂತರ ತಾತ್ಪೂರ್ತಿಕ ಕೆಚ್ಚಿನಿಂದ ಮಹಿಳಾ ಸಂಘಟನೆಗಳ ಬಳಿ ಬರುವ ಪಾಲಕರಿಗೆ ಅವಳ ಸಾವಿನಲ್ಲಿ ತಮ್ಮ ಪಾಲು ಇದೆಯಲ್ಲ ಎಂಬ ಪಾಪ ಪ್ರಜ್ಞೆಯೂ ಕಾಡುವುದಿಲ್ಲ. ಸ್ತ್ರೀಯರು ನೊಂದು ಬಂದಾಗ ಪ್ರೀತಿಯ ಆಸರೆ, ಬದುಕುವ ಧೈರ್ಯ ಕೊಡದ ಉತ್ತರಕುಮಾರರಂತಿರುವ ಅಪ್ಪ ಅಮ್ಮಂದಿರು ಮಗಳ ಸಾವಿನೊಂದಿಗೆ ತಮ್ಮ ಸಾತ್ವಿಕತೆಯ ಪುಚ್ಚಕ್ಕೆ ಗರಿ ಮೂಡಿಸಿಕೊಳ್ಳುತ್ತಾರೆ. ಗಂಡ, ಗಂಡನ ಮನೆಯವರಂತೂ ಸರಿಯೇ ಸರಿ. ಅವರು ಯಾವತ್ತಿದ್ದರೂ ಸ್ತ್ರೀಯರನ್ನು ತಮ್ಮ ಮನೆಯ ತೊತ್ತು ಎಂದೇ ಭಾವಿಸುತ್ತಾರೆ. ಆದರೆ ಅವಳ ಸಾವಿನಲ್ಲಿ ಅರ್ಧಕ್ಕೂ ಹೆಚ್ಚು ಕಾಣವಾಗಿರುವ ಅಪ್ಪ, ಅಮ್ಮ, ಅಣ್ಣ ತಮ್ಮಂದಿರು ಕಾನೂನಿನ ಚೌಕಟ್ಟಿಗೂ ಸಿಗದೆ ಅಪರಾಧಿಗಳಾಗಿಯೂ ಅಪರಾಧಿಗಳೆನಿಸದೆ ಉಳಿಯುತ್ತಾರಲ್ಲ. ಇದಕ್ಕೆ ಉತ್ತರ ಎಲ್ಲಿ?

# ಭಕ್ತಿಯೆಂಬ ಪಾತಕ

"ಯಪ್ಪಾ ನಾ ಒಲ್ಲೊ, ನಂಗ ಚುಚ್ಚಬ್ಯಾಡ್ರೊ, ಅಂಜಿಕಿ ಬರ್ಲಾಕತ್ತಾದ್ರೊ ನಾ ಸಾಯಿತಿನ್ರೊ, ಬಿಡ್ರೊ ಯಪ್ಪಾ, ಯವ್ವೊ" ಎಂದು ಒಂದೇ ಸಮನೆ ಚೀರಾಡುತ್ತಿರುವ ಹತ್ತು ವರ್ಷದ ಹುಡುಗನೊಬ್ಬನ ಆಕ್ರಂದನ ಯಾರಿಗೂ ಕೇಳಿಸುತ್ತಿಲ್ಲ. ಏಕೆಂದರೆ ಅಲ್ಲಿ ಆ ಗದ್ದಲದ ಜನಜಂಗುಳಿಯ ನಡುವೆ ಹಲಗೆ, ಬ್ಯಾಂಡು, ಬಾಜಿ, ಉಘೇ, ಭಲಾ ಮುಂತಾದ ಕರ್ಣ ಭಯಂಕರ ಶಬ್ದಸಂದೋಹ ಎಲ್ಲ ಆಕ್ರಂದನಗಳನ್ನು ನಿವಾಳಿ ಎಸೆಯುತ್ತಿದೆ. ಬರಿ ಮೈ ತುಂಬ ಅರಿಸಿಣದ ಬಂಢಾರ, ತುಂಡು ಚಡ್ಡಿ, ಬೇವಿನೆಸಳಿನ ಉಡುಗೆ ಈ ಇಷ್ಟು ಆಕಾರದ ಹಸುಳೆ ಹುಡುಗನ ರೆಟ್ಟೆ ಹಿಡಿದ ಇಬ್ಬರು ಹಿರೀಕರು ಜೋರಾ ಜಬರದಸ್ತಿಲಿಂದ ಅವನನ್ನು ಗರ್ಭಗುಡಿಯ ಮುಂದೆ ನೂಕುತ್ತಿದ್ದಾರೆ. ಅಲ್ಲಿ ಗುಡಿಯ ಮುಂದೆ ನಿಂತಿರುವ ನಲವತ್ತು, ಐವತ್ತು ವಯೋಮಾನದ ಆಸುಪಾಸಿನವರಾದ ಬಡಕಲ ದೇಹವುಳ್ಳ ಪೂಜಾರಿಗಳು ಬಿಳಿ ಧೋತ್ರ, ಬಿಳಿ ಅಂಗಿ, ತಲೆಗೊಂದು ಗಾಢ ಹಳದಿ ರುಮಾಲು ಸುತ್ತಿಕೊಂಡು ಹಣೆಯ ಮೇಲೆ ಎಲ್ಲಮ್ಮ ದೇವಿಯ ಬಂಢಾರ ಬಳಿದುಕೊಂಡು ನಿಂತಿದ್ದಾರೆ. ಅವರು ಪೂಜಾರಿಗಳು ಸುಮ್ಮನೆ ನಿಂತಿಲ್ಲ. ಕೈಯಲ್ಲಿ ಚೂಪನೆಯ ಕಬ್ಬಿಣದ ಮೊಳೆ ಹಿಡಿದುಕೊಂಡು ಹರಕೆ ಸಲ್ಲಿಸುವ ಭಕ್ತರಿಗೆ ಬೆನ್ನಲ್ಲಿ ಚುಚ್ಚುಲೆಂದು ನಿಂತಿದ್ದಾರೆ. ಇವರು ನಿಂತ ಜಾಗಕ್ಕೆ ನೂರಾರು ಜನ ಹರಕೆ ಹೊತ್ತ ಭಕ್ತರು ಬಾಜಾ ಬಜಂತ್ರಿಯೊಂದಿಗೆ ತಡಬಡಾಯಿಸುತ್ತ ಬರುತ್ತಿದ್ದಾರೆ. ಅದರಲ್ಲಿ ಹಸುಳೆ ಮಕ್ಕಳು, ಹದಿಹರೆಯದವರು, ಮುದುಕರು, ಮಹಿಳೆಯರು, ಕಲಿತವರು, ಅನಕ್ಷರಸ್ತರು, ಉಳ್ಳವರು, ಬಡವರು ಎಲ್ಲ ಎಲ್ಲರೂ ಇದ್ದಾರೆ. ಇಲ್ಲಿ ಭಕ್ತಿಯ ಹೆಸರಿನಲ್ಲಿ 'ಅರಿವು' ಕತ್ತಲೆಗೆ ಸರಿದಿದೆ.

ಈ ಭೀಭತ್ಸ ಭಯಾನಕ ದೃಶ್ಯ ಕಲಬುರ್ಗಿ ಜಿಲ್ಲೆಯ ಆಳಂದ ತಾಲೂಕಿನಲ್ಲಿರುವ ಹಡಲಗಿ ಎಂಬ ಪುಟ್ಟ ಹಳ್ಳಿಯ ಗ್ರಾಮದೇವತೆಯಾದ ಎಲ್ಲಮ್ಮ ತಾಯಿಯ ಜಾತ್ರೆಯದು. ಪ್ರತಿ ವರ್ಷ ಆಗೀ ಹುಣ್ಣಿಮೆಯಿಂದ ಐದು ದಿನಗಳವರೆಗೆ ನಡೆಯುವ ಈ ಜಾತ್ರೆಯಲ್ಲಿ ದೇವಿಯ ಸನ್ನಿಧಿಯಲ್ಲಿ "ನೆಲಸಿಡಿ" ಆಡುವ ಸಂಪ್ರದಾಯವೊಂದಿದೆ. ಹಾಗೇ ನೋಡಿದರೆ ಇದೇ ಜಿಲ್ಲೆಯ ಅಫಜಲಪೂರ ತಾಲೂಕಿನಲ್ಲಿರುವ ಘತ್ತರಗಿ ಭಾಗ್ಯವಂತಿ ದೇವಿಯ ಗುಡಿಯಲ್ಲಿ 'ಬಂಡಿಸಿಡಿ" ಆಡುವ ಮೌಢ್ಯವೊಂದು ಇತ್ತೀಚೆಗೆ ತುಂಬಾ ವ್ಯಾಪಕವಾಗಿ ವಿಸ್ತರಿಸಿಕೊಳ್ಳುತ್ತಿದೆ. ಅಷ್ಟೇ ಏಕೆ ಇದೇ ಜಿಲ್ಲೆಯ ಚಿಂಚನಸೂರ ಮಾಪುರಿತಾಯಿಗೆ ಬಸವಿ ಬಿಡುವ, ಬತ್ತಲೆ ಮೆರವಣಿಗೆ, ಬೇವಿನುಡುಗೆ, ಗಂಧದುಡುಗೆ ಹೀಗೆ ತರಹವಾರಿ ಅಂಧ ಸಂಪ್ರದಾಯಗಳು, ದಲಿತ ಮತ್ತು ಮಹಿಳಾ ಶೋಷಣೆಯ ನೆಲೆಗಳೊಂದಿಗೆ ತಳಕು ಹಾಕಿಕೊಂಡಿವೆ. 1983 ರ ದಶಕದಲ್ಲಿ ಹತ್ತಾರು ಪ್ರಗತಿಪರ ಚಿಂತಕರು ಮತ್ತು ಸಂಘಟನೆಗಳು ದೊಡ್ಡ ಮಟ್ಟದಲ್ಲಿ

ಹೋರಾಟ ನಡೆಸಿದ್ದರ ಫಲವಾಗಿ ಬತ್ತಲೆ ಮೆರವಣಿಗೆ, ಬಸವಿ ಬಿಡುವ ಕ್ರೌರ್ಯಗಳು ನಿಂತುಹೋಗಿದೆ. ಆದರೂ ಕದ್ದು ಮುಚ್ಚಿ ಬಸವಿ ಬಿಡುವ ಸಂಪ್ರದಾಯ ಮಾತ್ರ ಎಲ್ಲ ಕಾನೂನು, ರಕ್ಷಣಾ ವ್ಯವಸ್ಥೆಯ ನಜರು ತಪ್ಪಿಸಿ ಅಲ್ಲೊಂದು, ಇಲ್ಲೊಂದು ಘಟಿಸುತ್ತಿರುವುದನ್ನು ನಿಯಂತ್ರಿಸಲು ಇಂದಿಗೂ ಸಾಧ್ಯವಾಗುತ್ತಿಲ್ಲ.

ಬಸವಿ ಬಿಡುವ ಪದ್ಧತಿಯಷ್ಟೇ ಭಯಂಕರ ಮತ್ತು ಮಾರಣಾಂತಿಕ ಮೌಢ್ಯವಾಗಿರುವ "ಸಿಡಿ" ಆಡುವ ಪದ್ಧತಿಯಂತೂ ಈ ಜಿಲ್ಲೆಯಲ್ಲಿ ಇತ್ತೀಚೆಗೆ ಸಕಲ ಸರಕಾರಿ ರಕ್ಷಣೆಯೊಂದಿಗೆ ದಿನದಿಂದ ದಿನಕ್ಕೆ ವ್ಯಾಪಕವಾಗಿ ಹಬ್ಬುತ್ತಿರುವುದು ಚಿಂತೆಗೀಡು ಮಾಡಿದೆ. ಇಲ್ಲಿ ತ್ವರಿತ ಗತಿಯಲ್ಲಿ ಹಬ್ಬುತ್ತಿರುವ ಏಡ್ಸ್ ರೋಗಕ್ಕೂ ಮತ್ತು ಈ ಸಿಡಿ ಪದ್ಧತಿಗೂ ನೇರವಾದ ಸಂಬಂಧ ಇರುವುದನ್ನು ಯಾರೂ ಅಲ್ಲಗಳೆಯುವಂತಿಲ್ಲ. ಇದೇ ವರ್ಷದ 13ನೇ ಮೇ 2006 ರಂದು ನಡೆದ ಹಡಲಗಿ ಎಲ್ಲಮ್ಮನ ಜಾತ್ರೆಯಂತೂ ಪ್ರಜ್ಞಾವಂತರ ಎದೆ ನಡುಗಿಸುವಂತಿತ್ತು. ಏಕೆಂದರೆ ವರ್ಷದಿಂದ ವರ್ಷಕ್ಕೆ ಹೆಚ್ಚುತ್ತಿರುವ ಭಕ್ತರ ಮಹಾಪೂರ, ಆರ್ಭಟ, ಅಬ್ಬರಗಳ ನಡುವೆ ಜೀವವಿರೋಧಿ ಕಂದಾಚಾರವೊಂದು "ಸಂಸ್ಕೃತಿ" ಎಂಬ ಪರಿಕಲ್ಪನೆಯನ್ನೆ ಅಪಾರ್ಥಗೊಳಿಸುತ್ತಿರುವಂತಿದೆ. ಮೂಲತಃ ಮಾತೃಪ್ರಧಾನ ಸಂಸ್ಕೃತಿಯ ಪ್ರತೀಕವಾಗಿರುವ ಎಲ್ಲಮ್ಮ ದೇವಿಯ ದೇಶೀ ಲಯಗಳು ಕಾಲದ ಕತ್ತರಿಯಲ್ಲಿ ಸಿಕ್ಕು ವಿಕಾರವಾಗಿ ಕತ್ತರಿಸ್ಪಟ್ಟಿವೆ. ಗ್ರಾಮ ಬದುಕಿನ ಸಮೃದ್ಧಿಯ ವಾಹಕಗಳಾದ ಜಾತ್ರೆ, ಉತ್ಸವಗಳು ಮೂಲದ ಆಶಯ ಕಳೆದುಕೊಂಡು ಪರಮ ಮೌಢ್ಯದ ಕೊಂಪೆಗಳಾಗಿ ಮಾರ್ಪಟ್ಟಿವೆ. ಆ ದಿವಸ ಕನಿಷ್ಠವೆಂದರೂ ಐದು ನೂರರವರೆಗೆ ಜನರು ಸಿಡಿ ಹರಕೆ ಸಲ್ಲಿಸುತ್ತಿದ್ದಾರೆ. 'ನೆಲಸಿಡಿ' ಅಂದರೆ ಕಬ್ಬಿಣ ಚೂಪಾದ ಮೊಳೆಗಳನ್ನು (ದಬ್ಬಳ) ಬೆನ್ನಿಗೆ ಚುಚ್ಚಿಸಿಕೊಂಡು ಎಲ್ಲಮ್ಮನ ನಾಮ ಉಘ್ಘಡಿಸುತ ಹತ್ತು ಹೆಜ್ಜೆ ನಡೆದು ಹರಕೆ ಸಲ್ಲಿಸುವ ವಿಧಿ. ಇಲ್ಲಿ ಕೇವಲ ಎಂಟು ಜೊತೆ ಮೊಳೆಗಳಿವೆ. ಚುಚ್ಚಿಸಿಕೊಳ್ಳುವವರು ಐನೂರು, ಆರು ನೂರರಷ್ಟು ಭಕ್ತರು. ಪುರುಸೊತ್ತಿಲ್ಲದಂತೆ ಸಾಲಾಗಿ ಚುಚ್ಚಿಸಿಕೊಳ್ಳುವ ಸರದಿಯಲ್ಲಿ ಒಬ್ಬರಿಗೆ ಚುಚ್ಚಿರುವುದನ್ನು ಕಿತ್ತಿ ರಕ್ತಸಿಕ್ತ ಮೊಳೆಗಳನ್ನು ಇನ್ನೊಬ್ಬರಿಗೆ ಚುಚ್ಚುವುದು. ಅದೇ ಮಗದೊಬ್ಬರಿಗೆ, ಮತ್ತೊಬ್ಬರಿಗೆ ಹೀಗೆ ಏನೇನೂ ಅಂಜಿಕೆ, ಪರಿಜ್ಞಾನವಿಲ್ಲದೆ ಚುಚ್ಚಿದ್ದೆ ಚುಚ್ಚುವುದು. ಇದು ಏಡ್ಸ್ ಹಬ್ಬಲು ಇರುವ ಢಾಳವಾದ ಸಂಗತಿಯಾಗಿರುವುದು ಕಲ್ಪನೆಗೆ ಬರುತ್ತಿಲ್ಲ.

ದೂರದ ಮುಂಬೈ, ಪುಣೆ, ಸೋಲಾಪುರ, ಮಿರಜ್, ಹೈದ್ರಾಬಾದಗಳಿಂದ ಬರುವ ಭಕ್ತರು ಸಾವಿರಾರು. ಎಲ್ಲರೂ ಗಂಧದುಡುಗೆ, ಬೇವಿನುಡುಗೆ, ಸಿಡಿ ಹರಕೆ ಸಲ್ಲಿಸುವವರೇ. ಹೆಚ್ಚಿನ ಸಂಖ್ಯೆಯಲ್ಲಿದ್ದ ಹದಿಹರೆಯದ ಸುಂದರ ಸ್ತ್ರೀಯರ ಮೈ ಮೇಲೆ ಮಣಗಟ್ಟಲೆ ಬಂಗಾರ, ಸಿಡಿ ಹರಕೆ ಸಲ್ಲಿಸುವ ಭಕ್ತಾದಿಗಳ ಗುಂಪಿನಲ್ಲಿ ಮುಂಬೈ, ಪೂಣಾಗಳಿಂದ ಬಂದಿರುವ ರೆಡ್‌ಲೈಟ್ (ವೇಶ್ಯಾವಟಿಕೆ) ಏರಿಯಾದವರದೇ ಮೇಲುಗೈ. ಅಷ್ಟಕ್ಕೂ ಕುಂಚಿಕೊರವರು, ಪಾರ್ದಿಗಳು, ಕೈಕಡೆಯವರು, ಚಿಗರಿಪೋಚೇರು ಹೀಗೆ ತಳಸಮುದಾಯದ ಮಂದಿಯೆ ಅಪಾರ ಸಂಖ್ಯೆಯಲ್ಲಿ ನೆರೆದಿರುತ್ತಾರೆ. ಪೂಜಾರಿಗಳು, ಹಲಗೆಯವರು, ಉಡುಗೆ ತೊಡಿಸುವವರು ಮುಂತಾಗಿ ಎಲ್ಲ "ಚಾಜ"

ಮಾಡುವವರು ದಲಿತರೇ. ಆದರೆ ಸ್ಥಳೀಯ ಜಮೀನ್ದಾರಿ ವ್ಯವಸ್ಥೆಯ ಕರಾಳ ಕೈಗಳು ದಲಿತ ಲೋಕದ ಮೌಢ್ಯಭರಿತ ಸ್ಥಿತಿಯನ್ನು ಮುಕ್ಕಾಗದಂತೆ ಕಾಪಾಡುವ ಮೂಲಕವೇ ತಮ್ಮ ಅಸ್ತಿತ್ವವನ್ನು ಭದ್ರಗೊಳಿಸಿಕೊಂಡಿವೆ. ಈ ದೇವಸ್ಥಾನಕ್ಕೆ ಇಂದು ಕೋಟಿಗಟ್ಟಲೆ ಆದಾಯ ಬರುತ್ತಿದ್ದು ಅದೆಲ್ಲವೂ ಆ ಊರವರ ಮಧ್ಯವೇ ಹಂಚಿ ಹೋಗುತ್ತಿದ್ದರೂ ಅವರ್‍ಯಾರೂ ಆರ್ಥಿಕವಾಗಿ ಅಭಿವೃದ್ಧಿ ಸಾಧಿಸಿಲ್ಲ. ಕಾರಣವಿಷ್ಟೇ ದಲಿತ ಲೋಕದ ಮೌಢ್ಯ, ಕಂದಾಚಾರ, ಅಂಧಾನುಕರಣೆಗಳನ್ನು ಹೊಡೆದೋಡಿಸಲು ಬೇಕಾಗಿರುವ ಅರಿವಿನ ಕಿರಣವಾಗಿರುವ ಅಕ್ಷರ, ಪ್ರಜ್ಞೆ, ಸ್ವಾಭಿಮಾನ ಇವುಗಳನ್ನು ಬೆಳೆಸುವಲ್ಲಿ  ಇಲ್ಲಿನ ಆಡಳಿತ ಯಂತ್ರ ಸಂಪೂರ್ಣ ವಿಫಲವಾಗಿದೆ. ಪ್ರಗತಿಪರ ಸಂಘಟನೆಗಳು ವಿಚಾರವಾದಿಗಳು ಬಹಳ ಕೆಲಸ ಮಾಡಿ ಕಟ್ಟೇ ಕಡಿದು ಹಾಕಿದವರಂತೆ ಸುಸ್ತಾಗಿ ಕುಳಿತಿದ್ದಾರೆ.

# ಕಗ್ಗತ್ತಲ ಯುಗದಲ್ಲಿರುವ ಸೋನಕೇರಾ

ಭಾರತ ಜ್ಞಾನ ವಿಜ್ಞಾನ ಸಮಿತಿ ಮತ್ತು ಸಮುದಾಯ ತಂಡಗಳು ಗುಲಬರ್ಗಾ ಮತ್ತು ಬೀದರ ಜಿಲ್ಲೆಗಳಲ್ಲಿ ಅವ್ಯಾಹತವಾಗಿ ನಡೆಯುತ್ತಿರುವ ಬಾನಾಮತಿ ಪ್ರಕರಣಗಳನ್ನು ಬಯಲಿಗೆಳೆಯುತ್ತಿವೆ. ಈ ಭ್ರಮಾತ್ಮಕ ವಿದ್ಯೆಗೆ ನೂರಾರು ಅಮಾಯಕರು ಬಲಿಯಾಗುತ್ತಿರುವುದನ್ನು ತಪ್ಪಿಸಲೆಂದು ಆಗಾಗ ಪವಾಡ ರಹಸ್ಯ ಬಯಲು ಕಾರ್ಯಕ್ರಮ, ಅರಿವು ಮೂಡಿಸುವ ಜಾಗೃತ ಉಪನ್ಯಾಸಗಳು, ವಿಚಾರ ಸಂಕಿರಣಗಳನ್ನು ನಡೆಸುತ್ತಿವೆ. ಕಳೆದ ವರ್ಷದಲ್ಲಿ ಆಳಂದ ತಾಲೂಕಿನ, ಮಂಟಗಿ, ಖಜೂರು ಗ್ರಾಮಗಳಲ್ಲಿ ಬಾನಾಮತಿ ವಿರೋಧಿ ಜಾಥಾ ಹಮ್ಮಿಕೊಳ್ಳಲಾಗಿತ್ತು. ಎಲ್ಲಕ್ಕಿಂತ ಮುಖ್ಯವಾಗಿ ನಿಧಿಯ ಆಶೆಗಾಗಿ ಮಕ್ಕಳನ್ನು ಕೊಂದ ಅಪರಾಧಿಗಳನ್ನು ಬಂಧನಕ್ಕೆ ಒಳಪಡಿಸಲು ಭಾರತ ಜ್ಞಾನ ವಿಜ್ಞಾನ ಸಮಿತಿ ಸದಸ್ಯರು ನಿರಂತರ ಪ್ರಯತ್ನ ಮಾಡಿದರು. ಬಾನಾಮತಿ ಮಾಟ, ಮಂತ್ರ ಮಾಡಿಸುವವರ ಎಲ್ಲ ದುಷ್ಟ ಕಾರ್ಯಾಚರಣೆಗಳನ್ನು ಸಾಕ್ಷಿ ಸಮೇತ ಬಯಲಿಗೆಳೆದು ತಪ್ಪಿತಸ್ಥರನ್ನು ಪೊಲೀಸ್ ವಶಕ್ಕೆ ಒಪ್ಪಿಸಿದರು. ಆದರೆ ಕಾನೂನಿನಲ್ಲಿರುವ ತಾಂತ್ರಿಕ ತೊಂದರೆಗಳು ಬಾನಾಮತಿ ಎಸಗುತ್ತಿರುವವರೆಂದು ನಂಬಲಾದ ವ್ಯಕ್ತಿಗಳನ್ನು ಶಿಕ್ಷಿಸಲು ಅಡ್ಡಿಯಾಗುತ್ತಿರುವುದು ದೊಡ್ಡ ವಿಪರ್ಯಾಸವೇ ಸರಿ. ನ್ಯಾಯ ಸಂಹಿತೆ ವ್ಯಾಪ್ತಿಯಲ್ಲಿ ಬಾನಾಮತಿ ಎಂಬ ಸುಳ್ಳು ವಿದ್ಯೆಯನ್ನು ಅಪರಾಧವೆಂದು ಪರಿಗಣಿಸಲು ಯಾವುದೇ ಅಧಿಕೃತ ಕಾನೂನುಗಳೇ ಇಲ್ಲ. ಹೀಗಾಗಿ ಬಾನಾಮತಿ ಮಾಡಿಸುತ್ತೇನೆಂಬ, ಅಥವಾ ಬಾನಾಮತಿ ಪರಿಹರಿಸುತ್ತೇನೆಂಬ ದುಷ್ಟ ವಾಮಾಚಾರಿಗಳನ್ನು ಕಾನೂನಿನ ಪರಿವ್ಯಾಪ್ತಿಗೆ ತಂದು ಶಿಕ್ಷಿಸುವುದು ತಾಂತ್ರಿಕವಾಗಿ ತುಂಬಾ ದುರ್ಲಭವಾಗುತ್ತಿದೆ.

ಆಗ ಅನಿವಾರ್ಯವಾಗಿ ಅವರ ಮೇಲೆ ಚೀಟಿಂಗ್ ಕೇಸ್ ಅಥವಾ ಕೊಲೆ ಅಪರಾಧ, ಕೊಲೆಯ ಪ್ರಯತ್ನ ಅಪರಾಧಗಳ ವ್ಯಾಪ್ತಿಗೆ ತಂದು ಏನೆಲ್ಲ ಸಾಕ್ಷಿ ಪುರಾವೆಗಳನ್ನು ಸೃಷ್ಟಿಸಿಕೊಂಡು ಶಿಕ್ಷೆಗೆ ಒಳಪಡಿಸಬೇಕು. ಇದಕ್ಕಿಂತ ದೊಡ್ಡ ತೊಂದರೆ ಎಂದರೆ ನಮ್ಮ ಭಾಗದಲ್ಲಿ ಪ್ರತಿಶತ 70, 80ರಷ್ಟು ಸಾರ್ವಜನಿಕರು ಬಾನಾಮತಿಯನ್ನು ಪ್ರಶ್ನಾತೀತವಾಗಿ ನಂಬುತ್ತಾರೆ. ಪೊಲೀಸರು, ವಕೀಲರು, ರಾಜಕೀಯ ಧುರೀಣರು ಇದಕ್ಕೆ ಹೊರತಾಗಿಲ್ಲ. ಹೀಗಾಗಿ ಪ್ರಜ್ಞಾವಂತರಾದ ನಾವು ಬಾನಾಮತಿ ಪ್ರಕರಣವನ್ನು ಬಯಲಿಗೆಳೆದಾಗಲೆಲ್ಲ ಪೊಲೀಸರು ತಮ್ಮ ಮೇಲೆ ಬಾನಾಮತಿ ಆದೀತು ಎಂಬ ಭ್ರಮೆಗೆ ಒಳಗಾಗಿ ಅಪರಾಧಿಗಳನ್ನು ಬಂಧಿಸಲು, ವಿಚಾರಿಸಲು ಅಂಜುತ್ತಾರೆ.

ಗುಲಬರ್ಗಾ, ಬೀದರ ಭಾಗಗಳ ಪರಮನೀಚ ಮತ್ತು ಮೌಢ್ಯದ ಸಾಕಾರಮೂರ್ತಿಗಳಾಗಿರುವ ರಾಜಕಾರಣಿಗಳಂತೂ ಬಾನಾಮತಿ ಪ್ರಕರಣ ಎಂದರೆ ಸಾಕು ಗಾವುದ ದೂರ ಪಲಾಯನ ಮಾಡುತ್ತಾರೆ. ಹೇಗಾದರೂ ಮಾಡಿ ಅಂಥ ಪ್ರಕರಣಗಳನ್ನು ಮುಚ್ಚುವ ಪ್ರಯತ್ನ ಮಾಡುತ್ತಾರೆ. ಈ ಎಲ್ಲ ಮೂರ್ಖತನಗಳ

ಪರಿಣಾಮವಾಗಿಯೇ ಇಲ್ಲಿ ದಿನಬೆಳಗಾದರೆ ಬಾನಾಮತಿ ಹೆಸರಿನಲ್ಲಿ ಕೊಲೆಗಳು, ಬರ್ಬರ ದಾಳಿಗಳು, ಮಹಿಳೆಯರ ಮೇಲೆ ದೌರ್ಜನ್ಯಗಳು ನಡೆಯುತ್ತಿವೆ. ತೀರ ತಾಜಾ ಘಟನೆಯೊಂದು ಮಾರ್ಚ್ 3ರಂದು ಬೀದರ ಜಿಲ್ಲೆಯ ಹುಮನಾಬಾದ ತಾಲೂಕಿನ ಸೋನಕೇರಾದಲ್ಲಿ ನಡೆದಿದೆ.

ಮುಂಬೈ ಹೈದ್ರಾಬಾದ ಹೈವೆಯಿಂದ ಹುಮುನಾಬಾದನಿಂದ ಅಂದಾಜು 15 ಕಿ.ಮಿ. ದೂರದಲ್ಲಿರುವ ಹಳ್ಳಿಯೇ ಸೋನಕೇರಾ. ಇಲ್ಲಿ ಶೇಷಮ್ಮ ಎಂಬ ಮಹಿಳೆಯು ಬಾನಾಮತಿ ಮಾಡಿಸುತ್ತಾಳೆ ಎಂದು ಆರೋಪಿಸಿ ಅವಳ ದಾಯಾದಿಗಳು ಅವಳ ಗಂಡ ಶಂಕರ ಮತ್ತು ಮಗನಾದ ಶಿವರಾಮು ಸೇರಿದಂತೆ ಎಲ್ಲರ ಮೇಲೆ ಹಲ್ಲೆ ಮಾಡಿದ್ದಾರೆ. ಇದರಿಂದ ಭಯಗ್ರಸ್ಥರಾದ ಅವರು ತಕ್ಷಣವೇ ಹುಮನಾಬಾದ ಪೊಲೀಸ್ ಠಾಣೆಗೆ ಹೋಗಿ ದೂರು ನೀಡಿದ್ದಾರೆ ಆದರೆ ತೀರ ಗಮ್ಮಾರರು, ಅಮಾಯಕರು, ಮುಗ್ಧರು ಆಗಿರುವ ಶಂಕರ ಮತ್ತು ಶೇಷಮ್ಮರ ಮಾತುಗಳನ್ನು ಪೊಲೀಸರು ಗಂಭೀರವಾಗಿ ಪರಿಗಣಿಸಿಯೇ ಇಲ್ಲ. ದೂರು ಕೊಡಲು ಬಂದವರನ್ನೆ ಬಯ್ದು ಕಳುಹಿಸಿದ್ದಾರೆ. ಅಷ್ಟರಲ್ಲಿ ಶಂಕರನ ದಾಯಾದಿಗಳಿಗೆ ಇವರು ಪೊಲೀಸ್‌ರ ಬಳಿ ಹೋದ ವಿಷಯ ತಿಳಿದು ಅವರು ಕೆಂಡಮಂಡಲವಾಗಿದ್ದಾರೆ. ಅಷ್ಟೇ ಅಲ್ಲ ಮರುದಿನ ಬೆಳಕು ಹರಿಯುವಷ್ಟರಲ್ಲಿ ಶಂಕರನ ಮನೆಯ ಮೇಲೆ ಮುತ್ತಿಗೆ ಹಾಕಿದ್ದಾರೆ.

ತರುಣ ಶಿವರಾಮು ಬಾಗಿಲು ತೆಗೆದು ಹೊರಬರುವಷ್ಟರಲ್ಲಿ ಕಣ್ಣಲ್ಲಿ ಖಾರಪುಡಿ ಎರಚಿದ್ದಾರೆ. ಗಂಡನಾದ ಶಂಕರನನ್ನು ಹೆಡೆಮುರಿದು ಕಟ್ಟಿ ಹಾಕಿದ್ದಾರೆ. ಶಂಕರನ ಹೆಂಡತಿ ಶೇಷಮ್ಮನೆ ಬಾನಾಮತಿ ಮಾಡಿಸುತ್ತಿದ್ದಾಳೆ ಎಂದು ನಂಬಿರುವ ಸೋದರ ಸಂಬಂಧಿಗಳು ಹತ್ತಿಪ್ಪತ್ತು ಜನರು ಸೇರಿ ಶೇಷಮ್ಮನನ್ನು ಒಳಮನೆಯಿಂದ ದರದರನೆ ಎಳೆದು ಪಕ್ಕದ ಬೇವಿನ ಗಿಡಕ್ಕೆ ಕಟ್ಟಿ ಮನಸೋಚ್ಛೆ ಸರದಿ ಪ್ರಕಾರ ಹೊಡೆದಿದ್ದಾರೆ. ಮತ್ತೆ ಮುಂದುವರೆದು ಅವಳ ಓರೆಗಿತ್ತಿಯರು, (ನೆಗೆಣ್ಣಿಯರು) ಭಾವ, ಮೈದುನರು ಸೇರಿ ತಲೆಬೋಳಿಸಿ ಕುತ್ತಿಗೆಯವರೆಗೆ ಅರ್ಧಭಾಗಕ್ಕೆ ಸುಣ್ಣ, ಅರ್ಧ ಭಾಗಕ್ಕೆ ಜಾಜ ಬಡಿದಿದ್ದಾರೆ. ಮುಂದಿನ ಎರಡು ಹಲ್ಲುಗಳನ್ನು ಬೀಸೊಕಲ್ಲು ಗೂಟದಿಂದ ಜಜ್ಜಿ ಕೆಡಹಿದ್ದಾರೆ. ಅವಳ ರಕ್ತಸಿಕ್ತ ಬಾಯಲ್ಲಿ ನೇರವಾಗಿ ಉಚ್ಚೆ ಹೊಯ್ದಿದ್ದಾರೆ. ಇದೆಲ್ಲ ಮುಗಿದ ನಂತರ ಸೀರೆ ಕಳೆದು, ಚಪ್ಪಲಿ ಹಾರ ಹಾಕಿ, ಕತ್ತರಿಸಿದ ಕೂದಲುಗಳನ್ನು ಬುಟ್ಟಿಗೆ ತುಂಬಿ, ಅದೇ ಪುಟ್ಟಿ ಅವಳ ತಲೆಯ ಮೇಲಿಟ್ಟು ಮೆರವಣಿಗೆ ಹೊರಡಿಸಿದ್ದಾರೆ. ಇಷ್ಟೆಲ್ಲ ಬರ್ಬರ ಘಟನೆಗಳನ್ನು ಊರವರು ತಮಗೆ ಸಂಬಂಧವೇ ಇಲ್ಲದಂತೆ ಮೂಕಪ್ರೇಕ್ಷಕರಾಗಿ ವೀಕ್ಷಿಸಿದ್ದಾರೆ. ಅವರಲ್ಲಿ ಓಂಕಾರ ಎಂಬ ತರುಣ ವಕೀಲನೊಬ್ಬ ಮೆರಣಿಗೆಯನ್ನು ಪ್ರತಿಭಟಿಸಿದ್ದಾನೆ. ಇಷ್ಟೆಲ್ಲ ಅಪಮಾನ ಮಾಡಿಸಿಕೊಂಡ ಶಂಕರ ಹೆಂಡತಿಯೊಂದಿಗೆ ಮತ್ತೆ ಪೊಲೀಸ್ ಠಾಣೆಗೆ ದೂರು ಸಲ್ಲಿಸಲು ಹೋದರೆ, ಆಗಲೂ ಪೊಲೀಸರು ದಿವ್ಯ ನಿರ್ಲಕ್ಷ ತೋರಿದ್ದಾರೆ. ಅಷ್ಟರಲ್ಲಿ ಹುಮನಾಬಾದ ಪ್ರಾಂತ ರೈತ ಸಂಘದ ಮತ್ತು ಜನವಾದಿ ಮಹಿಳಾ ಸಂಘದ ಮುಖಂಡರಿಗೆ ವಿಷಯ ತಿಳಿದು ಅವರು ಶೇಷಮ್ಮನ ಸಹಾಯಕ್ಕೆ ಧಾವಿಸಿದ್ದಾರೆ. ದಿನಾಂಕ 12ನೇ ಮಾರ್ಚ್ 06ರಂದು ಮಹಿಳಾ ಮುಖಂಡರು ಹುಮನಾಬಾದ ಪೊಲೀಸ್ ಠಾಣೆಗೆ ಹೋಗಿ ಶೇಷಮ್ಮನ

ಕೇಸಿನ ಬಗ್ಗೆ ವಿಚಾರಿಸಿದ್ದಾರೆ. ಆಗಲೂ ಪೋಲೀಸ್‌ರು ತುಂಬಾ ಉಡಾಫೆಯಾಗಿ "ಎಫ್ ಆಯ್ ಆರ್" ಆಗಿದೆ ಅಪರಾಧಿಗಳನ್ನು ಬಂಧಿಸಿ ಕೋರ್ಟಿಗೆ ಕಳುಹಿಸಿದ್ದೇವೆ ಎಂದು ಸಮಝಾಯಿಸಿ ನೀಡಿದ್ದಾರೆ. ಆದರೆ ಲಂಚ ತಿಂದು ಅವರನ್ನು ಜಾಮೀನಿನ ಮೇಲೆ ಬಿಡುಗಡೆ ಮಾಡಿದ್ದಾರೆ. ಅಷ್ಟಕ್ಕೂ ನಿಜವಾಗಿ ಹಲ್ಲೇ ಮಾಡಿದವರನ್ನು ಬಿಟ್ಟು ಬೇರೆಯ ಫಾಲತ್ತು ವ್ಯಕ್ತಿಗಳ ಮೇಲೆ ದೂರು ಬರೆದುಕೊಂಡಿದ್ದಾರೆ. ಏಕೆಂದರೆ ಬಾನಾಮತಿಯ ಬಗೆಗೆ ಆ ಪೋಲೀಸರಿಗೂ ಭಯಂಕರ ಭಯ ಕಾಡುತ್ತಿದೆ.

ಈ ಎಲ್ಲ ವಿದ್ಯಮಾನಗಳನ್ನು ಗಮನಿಸಿ ಸೋನಕೇರಾ ಗ್ರಾಮದ ಪ್ರಜ್ಞಾವಂತ ಹೋರಾಟಗಾರ ಮಲ್ಲಿಕಾರ್ಜುನ ಆಮ್ಣೆಯವರು ಜನವಾದಿ ಮಹಿಳಾ ಸಂಘಟನೆಯ ಮುಖಂಡರೊಂದಿಗೆ ಮತ್ತೆ ಘಟನೆ ಕುರಿತು ಸಮಾಲೋಚನೆ ನಡೆಸಿದರು. ಆಗ ಸಂಘಟನೆಯ ರಾಜ್ಯಾಧ್ಯಕ್ಷೆ ಕೆ.ನೀಲಾ, ಸದಸ್ಯರಾದ ಮೀನಾಕ್ಷಿ ಬಾಳಿ, ಭಾರತ ಜ್ಞಾನ ವಿಜ್ಞಾನ ಸಮಿತಿಯ ಸದಸ್ಯರಾದ ಪ್ರಭುಖಾನಾಪುರೆ, ಮೆಹರಾಜ್ ಪಟೇಲ ಇವರ ನಿಯೋಗವೊಂದು ಸೋನಕೇರಾಕ್ಕೆ ಭೇಟಿ ನೀಡಿತು. ತನಿಖೆಯ ಹಂತದಲ್ಲಿ ಬೆಳಕಿಗೆ ಬಂದ ಅಂಶಗಳು ನಾಗರಿಕತೆಯ ಮುಖಕ್ಕೆ ಹೊಡೆದಂತೆ ಇದ್ದವು.

ಹಲ್ಲೆಕೋರರನ್ನು ಪ್ರಶ್ನಿಸಿ ನೀವು ಶೇಷಮ್ಮನಿಗೆ ಈ ರೀತಿ ಮಾಡಿದ್ದು ಸರಿಯೇ? ಎಂದರೆ ಅವರು "ಹೌದ್ರಿ, ನಾವು ಅವಳ ತಲೆಬೋಳಿಸಿ, ಹಲ್ಲು ಕಿತ್ತಿ, ಉಚ್ಚೆ ಹೊಯ್ದಿದೇವೆ ಎನ್ನುತ್ತಾರೆ. ಅವಳು ಬಾನಾಮತಿ ಮಾಡಿಸುತ್ತಾಳೆ. ನಮಗೆ ತ್ರಾಸ ಆಗಿದೆ. ಆದ್ದರಿಂದ ಅವಳ ಬಾನಾಮತಿ ವಿದ್ಯೆ ತಪ್ಪಿಸಬೇಕಾದರೆ ಇದೇ ಮೆಥೆಡ್ ಮಾಡಬೇಕಾಗುತ್ತದೆ" ಎಂದು ತೀರ ಹುಂಬರಂತೆ ಉತ್ತರಿಸುತ್ತಾರೆ.

ಈ ಕಡೆ ಶಂಕರ ಮತ್ತು ಶೇಷಮ್ಮನಿಗೆ ಕೇಳಿದರೆ; ಸಾಹೇಬ್ರೆ ನಮ್ಮ ಮ್ಯಾಲ ಭಾಳ ದಿನದಿಂದ ಬಾನಾಮತಿ ಆಗ್ಲಾಕತೀತು. ಅದಕ್ಕ ಬಸವಕಲ್ಯಾಣದ ಕಮಲಾಬಾಯಿ ಬಡಿಗೇರ ಇವರು ಬಾನಾಮತಿ ಕಮ್ಮಿ ಮಾಡ್ತಾಳಂತ ಅವಳ ಬಲ್ಲಿ ಹೋಗಿ ತಾಯಿತ, ಗೊಂಬಿ, ನಿಂಬಿಕಾಯಿ ತಂದು ನಮ್ಮ ಮನ್ಯಾಗ ಹೂಳಿದ್ದು ಖರೇ ಅದಾ ಅನ್ನುತ್ತಾರೆ. ಮತ್ತೂ ಮುಂದುವರೆದು ಅವರು ನಮ್ಮ ಮ್ಯಾಲಿನ ಚೇಡಿ (ಬಾನಾಮತಿ) ಬಿಡಸ್ಲಾಕ ನಾವು ಹೋರಿ, ಕುರಿ, ದಂಧಾ ಎಲ್ಲಾ ಕಳಕೊಂಡಿವ್ರಿ ಎಂದು ಕಂಬನಿದುಂಬಿ ಹಲಬುತ್ತಾರೆ. ಶೇಷಮ್ಮನನ್ನು ಕುರಿತು ನೀನು ಬಾನಾಮತಿ ಮಾಡಿಸಿನಿ ಅಂತ ಹಲ್ಲೆಖೋರರ ಎದುರು ಒಪ್ಪಿರುವಿಯಲ್ಲಾ ಹೌದೆ? ಎಂದು ಕೇಳಿದರೆ, ತೀರ ಅಮಾಯಕಳಾಗಿರುವ ಅವಳು "ಇಲ್ರೀ ಬಾಯಾರ, ನನಗ ಕಂಡಂಗ ಪಾಳಿ ಮ್ಯಾಲ ಹೊಡಿತಿದ್ರು, ಹೊಡಗಿಗಿ ಅಂಜಿ ತಾಳಲಾರದೆ ಹೂಂ ಅಂದಿನ್ರೀ" ಅನ್ನುತ್ತಾಳೆ.

ಊರವರನ್ನು ಸಂಪರ್ಕಿಸಿ ಮಾತಾಡಿಸಿದರೆ ಅವರು ಮುಖ್ಯವಾಗಿ ಹೇಳುವುದೇನೆಂದರೆ, "ನೋಡ್ರಿ ಅದು ಅವರ ಅಣ್ಣ ತಮ್ಮಕಿ ವ್ಯವಹಾರ ನಮಗೆ ಅವರು ಸನಿ ಬರಗೊಟ್ಟಿಲ್ಲ. ಆದ್ರೂ ಆ ಹೆಣ್ಮಗಳಿಗೆ ಹಾಂಗ ಅಪಮಾನ ಮಾಡಬಾರದಿತ್ತು ಖರೇ ಆದ್ರ ಆಕಿನೂ ಬಾನಾಮತಿ ಯಾಕ ಮಾಡಿಸಬೇಕ್ರೀ" ಅಂತಾರ. ಒಟ್ಟು ಬಾನಾಮತಿಯ ಭಯ ಆ ಊರವರನ್ನೆಲ್ಲ ಸಮೂಹ ಸನ್ನಿಗೆ ಈಡಾಗಿಸಿ ಅವರನ್ನು ಹುಂಬರನ್ನಾಗಿಸಿದೆ. ಇಡೀ ಪ್ರಕರಣದ ಹಿಂದೆ ಊಹಾತೀತ ಮೌಢ್ಯ, ಅಪರಂಪಾರ

ಅಂಧವಿಶ್ವಾಸ, ಅಸಾಧ್ಯ ಹುಂಬತನ ಕೆಲಸ ಮಾಡಿದೆ. ಹಲ್ಲೆಖೋರರು ಕೂಡಾ ಎಷ್ಟು ಮೂರ್ಖರಿದ್ದಾರೆ ಎಂದರೆ ಅವರ್‍ಯಾರಿಗೂ ತಪ್ಪಿಸಿಕೊಳ್ಳುವ ಕುತಂತ್ರವೂ ಗೊತ್ತಿಲ್ಲ. ತಾವು ಮಾಡಿದ್ದು ತಪ್ಪು. ಇದಕ್ಕೆ ಶಿಕ್ಷೆಯಾಗುತ್ತದೆ ಎಂಬ ಪರಿಕಲ್ಪನೆಯೂ ಅವರಿಗಿಲ್ಲ. ಅವರೆಲ್ಲ ಬಾನಾಮತಿ ಮಾಡಿಸುವವರ ಮತ್ತು ಬಿಡಿಸುವವರ ಬೆನ್ನುಹತ್ತಿ ಸಂಪೂರ್ಣ ಹಾಳಾಗಿದ್ದಾರೆ. ಇಲ್ಲಿ ನಿಜವಾದ ಅಪರಾಧಿಗಳೆಂದರೆ ಪೊಲೀಸರು. ಏಕೆಂದರೆ ಶಂಕರ ಮೊದಲ ಸಲ ಠಾಣೆಗೆ ಹೋದಾಗಲೆ ಪೊಲೀಸರು ಸೋನಕೇರಕ್ಕೆ ಭೇಟಿಕೊಟು ಸ್ವಲ್ಪ ಅಂಜಿಸಿದ್ದರೂ ಸಾಕು. ಮರುದಿನದ ಬರ್ಬರ ಕ್ರಿಯೆಗಳು ನಡೆಯುತ್ತಿರಲಿಲ್ಲ. ಇವರಿಗಿಂತ ದೊಡ್ಡ ಮತ್ತು ಕ್ರೂರ ಅಪರಾಧಿಗಳೆಂದರೆ ಅಲ್ಲಿಯ ಶಾಸಕ, ಸಂಸದ ಮತ್ತು ಆಡಳಿತ ವಿಭಾಗದರು. ಇಂಥ ಅಸಹ್ಯ ಅವಘಡಗಳು ಘಟಿಸಿರುವ ವರದಿ ಪತ್ರಿಕೆಗಳಲ್ಲಿ ಬಂದಾಗಲೂ ಯಾರೂ ಸ್ಥಳಕ್ಕೆ ಭೇಟಿ ಕೊಟ್ಟಿಲ್ಲ. ಅಲ್ಲಿ ಏನು ನಡೆದಿರಬಹುದು ಎಂಬುದರ ಬಗ್ಗೆ ಕಿಂಚತ್ತೂ ತಲೆಕೆಡಿಸಿಕೊಂಡಿಲ್ಲ. ಈ ನಾಲಾಯಕ್ ಜನಪ್ರತಿನಿಧಿ ಮತ್ತು ಅಧಿಕಾರಿಗಳಿಗೆ ಜನರ ಮೌಢ್ಯವೇ ಬಂಡವಾಳವಾಗಿರುವುದರಿಂದ ಅವರು ಮೌಢ್ಯದ ಉಚ್ಚಾಟನೆಗೆ ಮುಂದಾಗುವುದೇ ಇಲ್ಲ.

ಇನ್ನು ಮಣಭಾರದ ಲಿಂಗಕಟ್ಟಿಕೊಂಡು, ಗಡದ್ದಾಗಿ ವಿಭೂತಿ ಧರಿಸಿ ಕ್ಷಣಕೊಮ್ಮೆ "ಬಸವ" ಎನ್ನುವ ಬಸವಭಕ್ತರಂತೂ ಸಭೆ ಸಮಾರಂಭಗಳಲ್ಲಿ ಸಾರ್ವಜನಿಕ ಹಣ ಲೂಟಿ ಮಾಡುವುದು ಬಿಟ್ಟರೆ ಎಂದಿಗೂ ಜನತೆಯ ಕಷ್ಟಕ್ಕೆ ಸ್ಪಂದಿಸಿಲ್ಲ. ಮೌಢ್ಯ, ಕಂದಾಚಾರ, ಅಂಧ ವಿಶ್ವಾಸಗಳ ವಿರುದ್ಧ ಸಮರ ಸಾರಿದ ಬಸವನ ನಾಡಿನಲ್ಲಿಯೇ ಮೌಢ್ಯ ಪರಾಕಾಷ್ಠೆಗೇರಿದೆ ಎಂದರೆ ಬಸವನ ಹೆಸರು ಹೇಳಿ ಹೊಟ್ಟೆ ಹೊರೆದುಕೊಳ್ಳುವ ಢೊಂಗಿಗಳು ಎದೆ ಮುಟ್ಟಿ ನೋಡಿಕೊಳ್ಳಲಿ. ಅವರು ಕಟ್ಟಿಕೊಂಡಿರುವ ಲಿಂಗ ಘಟಸರ್ಪವಾಗಿ ಕಾಡೀತು. ಬೀದರ್ ಭಾಗದಲ್ಲಿ ಬಸವನ ಹುಳುಗಳಿವೆ. ಆದರೆ ನಿಜವಾದ ಬಸವಾನುಯಾಯಿಗಳು ಇಲ್ಲ. ಆದ್ದರಿಂದಲೇ ದಿನಂಪ್ರತಿ ಇಂಥ ಮೌಢ್ಯಗಳು ಘಟಿಸುತ್ತಿದ್ದು ಜನಸಾಮಾನ್ಯರನ್ನು ನುಂಗಿ ನೊಣೆಯುತ್ತಿವೆ. ಅಷ್ಟಕ್ಕೂ ಜನವಾದಿ ಮಹಿಳಾ ಸಂಘಟನೆ, ಭಾರತ ಜ್ಞಾನ ವಿಜ್ಞಾನ ಸಮಿತಿ, ರೈತ ಸಂಘ, ಮುಂತಾದ ಸಂಘಟನೆಗಳು ಸೇರಿ ಬೀದರ್ ಎಸ್.ಪಿ.ಯನ್ನು ಕಂಡು ವಿಷಯದ ಗಂಭೀರತೆ ಮನವರಿಕೆ ಮಾಡಿಕೊಟ್ಟಿದ್ದಾರೆ. ಇದಕ್ಕಿಂತ ಹೆಚ್ಚಾಗಿ ಈ ಭಾಗದಲ್ಲಿ ಬಾನಾಮತಿ ವಿರೋಧಿ ಜಾಗ್ರತಾ ಆಂದೋಲನ ಕೈಕೊಳ್ಳಲು ಕಾರ್ಯಯೋಜನೆ ರೂಪಿಸುತ್ತಿದೆ. ಈ ಕಾರ್ಯದಲ್ಲಿ ಎಲ್ಲ ಪ್ರಜ್ಞಾವಂತರು ತೊಡಗಬೇಕಿದೆ. ನಾವು ನಿಜವಾಗಿಯೂ ನಾಗರೀಕರು ಎಂಬುದು ಸಾಬೀತುಪಡಿಸಬೇಕಿದೆ.

ಎಲ್ಲ ಅಡ್ಡಿಗಳ ನಡುವೆಯು ಮೇಲಿನ ಸಂಘಟನೆಗಳ ಮುಖಂಡರು ಛಲ ಬಿಡದೆ ತಿವಿಕ್ರಮನಂತೆ ಹೋರಾಡಿ ಅಪರಾಧಿಗಳನ್ನು ಕಾನೂನಿನ ಕಕ್ಷೆಯೊಳಗೆ ತಂದಿದ್ದಾರೆ. ನಿರಂತರ ಕೇಸನ್ನು ನಡೆಸಿದ್ದರ ಪರಿಣಾಮವಾಗಿ ನಾಲ್ಕು ವರ್ಷಗಳ ವಿಚಾರಣೆ ನಂತರ 2010ರಲ್ಲಿ ತಪ್ಪಿತಸ್ಥರಿಗೆ ಜೇಲು ಶಿಕ್ಷೆಯಾಗಿದೆ. ಇದು ಈ ಭಾಗದ ಮುಗ್ಧ ಜನತೆಯಲ್ಲಿ ಒಂದು ಅರಿವಿನ ಸಂಚಲನೆ ಮೂಡಿಸುವಲ್ಲಿ ಚಾಲನೆಯಾದೀತು ಎಂಬ ನಂಬಿಕೆ ನಮ್ಮದು.

# ಕತ್ತಲೆಗೆ ಎಷ್ಟು ಮುಖಗಳು

ಮೂಡಲ ಮುಂಜಾನೆ, ಮಟಮಟ ಮಧ್ಯಾಹ್ನ ಅಥವಾ ತೀರ ಸಾಯಂಕಾಲ, ಮತ್ತೂ ಮುಂದುವರೆದು ತೀರ ಕತ್ತಲು ರಾತ್ರಿ ಹೊತ್ತು ಆಗಿರಬಹುದು. ಹೀಗೆ ಯಾವಾಗಂದರೆ ಅವಾಗ ಆ ತುದಿಯೊಂದರಿಂದ "ಮೇಡಂ ಹಲೋ, ಇಲ್ಲಿ ನೋಡ್ರಿ ಈ ಬಸಿನ್ಯಾಗ ಕಂಡಕ್ಟರ್‌ಗೆ ಹೆಣ್ಮಕ್ಕಳ ಸೀಟು ಹೆಣ್ಮಕ್ಕಳಿಗೆ ಕೊಡಸು ಅಂದ್ರ ಆ ಕಾನೂನೆಲ್ಲಾ ಇಲ್ಲಿ ನಡೆಂಗಿಲ್‌ರಿ. ಬೇಕಾದ್ರ ಬಸ್‌ನಿಂದ ಇಳಿರಿ ಅಂತಾನರ್ರಿ. ಈಗಾ ಅವನಿಗಿ ನೀವೇ ಹೇಳ್ರಿ" ಎಂದು ಧ್ವನಿ ಬರುತ್ತದೆ. ಇನ್ನೊಂದು ಕಡೆಯಿಂದ "ಹಲೋ ಮೇಡಂ ಈ ಬಸಿನ್ಯಾಗ "ಮಹಿಳೆಯರಿಗೆ" ಎಂದು ಬೋರ್ಡ್ ಹಾಕಿಲ್ಲರಿ. ಈ ಕಾಯ್ದಾ ನಮ್ಮ ಕಡಿ ಇಲ್ಲ ಅಂತ ಬಸ್ಸಿನ್ಯಾಗಿನ ಮಂದಿ ನಮಗೆ ಬಯ್ಲಾಕತ್ತ್ಯಾರ್ರಿ. ನಾವೇನ್ ಮಾಡಮ್ರಿ" ಎಂದು ಧ್ವನಿ ಬರುತ್ತದೆ. ಮಗುದೊಂದು ಎಡೆಯಿಂದ "ಹಲ್ಲೊ ಮೇಡಂ ಇವು ಹೆಣ್ಮಕ್ಕಳ ಸೀಟ ಅಂವಾ ನೀವು ಗಂಡಸರು ಪ್ಲೀಸ್ ಏಳ್ರಿ ಅಂದ್ರ! ಓಹೋ ಭಾಳ ಶಾಣ್ಯಾ ಆಗೀರಿ ಬಿಡ್ರಿ. ಈ ಕಾನೂನು ನಮ್ಮ ಕಡಿ ಇಲ್ಲ. ಅವೆಲ್ಲಾ ಬೆಂಗ್ಳೂರು, ಮೈಸೂರಿನ್ಯಾಗ ಇರಬಹುದು ಅಂತ ಏನೋನೋ ಹುಚ್ಚುಚ್ಚಾರ ಮಾತಾಡ್ಲಾಕತ್ತಾರ್ರಿ ಎಂದು ದಯನೀಯ ಧ್ವನಿ ಬರುತ್ತದೆ. ಇಂಥ ಹತ್ತಾರು ದಯನೀಯ ಕರೆಗಳು ಮಹಿಳಾ ಪರ ಹೋರಾಟಗಾರ್ತಿಯರ ಮೊಬೈಲುಗಳಿಗೆ ದಿನ ಬೆಳಗಾದರೆ ಬರುತ್ತಲೆ ಇರುತ್ತವೆ. ಉದ್ಯೋಗಕ್ಕೆಂದು ದಿನನಿತ್ಯಲೂ ಬಸ್ಸಿನಲ್ಲಿ ಓಡಾಡುವ ಮಹಿಳೆಯರ ಮತ್ತು ಅಭ್ಯಾಸಕ್ಕೆಂದು ಅಪ್‌ಡೌನ್ ಮಾಡುವ ವಿದ್ಯಾರ್ಥಿನಿಯರ ಗೋಳು ಇಲ್ಲಿ ಮಾಮೂಲಿ ಎಂಬಂತಾಗಿದೆ.

ಹೈದ್ರಾಬಾದ ಕರ್ನಾಟಕದ ಬೀದರ, ಗುಲಬರ್ಗಾ, ಬಳ್ಳಾರಿ, ರಾಯಚೂರು, ಕೊಪ್ಪಳ ಈ ಭಾಗಗಳಲ್ಲಿ ಮಹಿಳೆಯರ ಸೀಟುಗಳು ನೆಪಕ್ಕೆ ಮಾತ್ರ. ವಾಸ್ತವವಾಗಿ ನೂರಕ್ಕೆ ತೊಂಬತ್ತರಷ್ಟು (ಮಹಿಳೆಯರಿಗೆ ಎಂದು ಬೋರ್ಡು ಹಾಕಿಸಿಕೊಂಡರೂ) ಅವುಗಳನ್ನು ಪುರುಷರೆ ಆಕ್ರಮಿಸಿಕೊಂಡು ಬಿಟ್ಟಿರುತ್ತಾರೆ. ಅಷ್ಟಕ್ಕೂ ಅಕ್ಷರ ಲೋಕದಿಂದ ಇನ್ನು ಗಾವುದ ದೂರವೇ ಉಳಿದ ಮಹಿಳೆಯರ್‍ಯಾರೂ ಇಲ್ಲಿ ತಮ್ಮ ಹಕ್ಕನ್ನು ಚಲಾಯಿಸುವುದೇ ಇಲ್ಲ. ದಿನಾಲೂ ಓಡಾಟ ಮಾಡಬೇಕಾಗಿರುವ ಉದ್ಯೋಗಸ್ತ ಮಹಿಳೆಯರು ತೀರ ಅನಿವಾರ್ಯ ಪ್ರಸಂಗಗಳಲ್ಲಿಯಾದರೂ ತಮ್ಮ ಹಕ್ಕನ್ನು ಚಲಾಯಿಸಲೆಂದು ಸ್ವಲ್ಪ ಧೈರ್ಯ ತೋರಿದರೂ ಸಾಕು. ಅದೊಂದು ದೊಡ್ಡ ಪ್ರಳಯವಾದಂತೆಯೇ ಸರಿ. ಬಸ್ಸಿನಲ್ಲಿರುವ ಪುರುಷಶಾಹಿ ಮನಸ್ಸುಗಳು ಬ್ರಹ್ಮಾಂಡಕ್ಕೆ ಬೆಂಕಿ ಹತ್ತಿದವರಂತೆ ಆರ್ಭಟಿಸಲು ತೊಡಗುತ್ತವೆ. ಇದಕ್ಕಿಂತ ದುರಂತವೆಂದರೆ ಈ ಭಾಗದಲ್ಲಿ ಬಹುತೇಕ ವಿದ್ಯಾವಂತ, ಮಧ್ಯಮವರ್ಗದ ಮಹಿಳೆಯರೂ ಕೂಡಾ ತಮ್ಮ ಹಕ್ಕಿಗಾಗಿ ಹೋರಾಡುವುದರ ಬಗ್ಗೆ ಹೇಸಿಗೆ ಪಟ್ಟುಕೊಳ್ಳುತ್ತಾರೆ. ಜಮೀನ್ದಾರಿ

ವ್ಯವಸ್ಥೆಯ ಹೇರಲಾದ ನಂಬಿಕೆಗಳನ್ನೆ ತನ್ನವೆಂದು ಪ್ರಶ್ನಾತೀತವಾಗಿ ಒಪ್ಪಿಕೊಂಡು ಬರುತ್ತಿರುವ ಇಲ್ಲಿನ ಸ್ತ್ರೀ ಸಮುದಾಯವು ಮೌಢ್ಯದ ಅಮಲಿನಿಂದ ಹೊರಬರಲು ಇಷ್ಟಪಡುವುದಿಲ್ಲ. ಒಂದೆಡೆ ಆಧುನಿಕೋತ್ತರ ಜೀವನಶೈಲಿಯು ಮಹಿಳೆಯರನ್ನು ಹೊರಗೆ ದುಡಿಯುವ ಅನಿವಾರ್ಯತೆಗೆ ತಳ್ಳುತ್ತಿದ್ದರೆ, ಇನ್ನೊಂದೆಡೆ ಪರಂಪರಾಗತ ಮೌಲ್ಯಗಳು ಅವಳ ಓಟಕ್ಕೆ ಅಡ್ಡಗಾಲು ಹಾಕಿ ನೆಲಕ್ಕೆ ಬೀಳಿಸುತ್ತಿವೆ. ಹೀಗಾಗಿಯೇ ಅತ್ಯಂತ ಹಿಂದುಳಿದ ಪ್ರದೇಶವೆಂದು ಗುರುತಿಸಿಕೊಂಡರೂ ಇಲ್ಲಿಯೂ ಈ ಹೊತ್ತು ಮಹಿಳೆಯರ ಓಡಾಟ ದಿನದಿಂದ ದಿನಕ್ಕೆ ಹೆಚ್ಚಾಗುತ್ತಿದೆ. ಇಂದು ಪ್ರಯಾಣ ಮತ್ತು ಹೊರಗಿನ ದುಡಿಮೆ ಮಹಿಳೆಯರ ಬದುಕಿನ ಅನಿವಾರ್ಯ ಹಾಗೂ ಅವಿಭಾಜ್ಯ ಅಂಗವೆಂಬಂತಾಗಿದೆ.

ನೈಸರ್ಗಿಕವಾಗಿ ಮಹಿಳೆಯರಿಗೆ ಮಾತ್ರ ಬಸಿರು, ಬಾಣಂತಿತನ, ಮಾಸಿಕ ಸ್ರಾವ, ಮೊಲೆಯೂಡಿಸುವಿಕೆಯಂಥ ಅವಸ್ಥೆಗಳು ಇವೆ. ಹಾಗೇ ನೋಡಿದರೆ ಗರ್ಭಾಶಯವೆಂಬುದು ಮಹಿಳೆಯರ ಶಕ್ತಿ ಕೇಂದ್ರ. ಅದು ಅವಳ ಅಸ್ಮಿತತೆಯನ್ನು ಸಾರುವ ಸೃಜನ ಮೊತ್ತ. ಅದೇ ಹೊತ್ತಿಗೆ ಅವಳು ಗರ್ಭಾಶಯ ಕಾರಣವಾಗಿಯೇ ಅನೇಕ ಜವಾಬ್ದಾರಿಗಳನ್ನು, ದೈಹಿಕ ಪರಿಶ್ರಮವನ್ನು ನಿಭಾಯಿಸಬೇಕಾಗುತ್ತದೆ. ನಿಭಾವಣೆಯ ಈ ಹಂತದಲ್ಲಿ ಕೆಲವು ರಿಯಾಯಿತಿಗಳು, ಇನ್ನು ಕೆಲವು ವಿಶೇಷ ಸೌಲಭ್ಯಗಳನ್ನು ಒದಗಿಸಿಕೊಡಬೇಕಾದದ್ದು ಪ್ರಜ್ಞಾವಂತ ಸಮಾಜದ ಕರ್ತವ್ಯವಾಗಿರುತ್ತದೆ. ನೈಸರ್ಗಿಕವಾಗಿ ನೀಡಬೇಕಾದ ವಿಶೇಷ ಸವಲತ್ತುಗಳೊಂದಿಗೆ ಸಾಮಾಜಿಕ ಮೀಸಲಾತಿಯು ಹೆಚ್ಚುವರಿ ಅಂಶವಾಗಿ ಸೇರಿಕೊಳ್ಳುತ್ತದೆ. ಅಸಮಾನ ವ್ಯವಸ್ಥೆಯಲ್ಲಿರುವ ಎಲ್ಲ ಬಗೆಯ ದೋಷ, ದೌರ್ಬಲ್ಯಗಳನ್ನು ಪರಿಹರಿಸಲೆಂದು ರೂಢಿಗೊಳಿಸಲಾಗಿರುವ ಮೀಸಲಾತಿಯು ಅಭಿವೃದ್ಧಿ ಸಾಧಿಸುವ ನೆಲೆಯಲ್ಲಿ ಪ್ರಮುಖ ಅಸ್ತ್ರವಾಗುತ್ತದೆ. ಪ್ರಜಾಸತ್ತೆಯನ್ನು ಒಪ್ಪಿಕೊಂಡಿರುವ ಭಾರತದ ಸಂವಿಧಾನವು ದಲಿತ ಮೀಸಲಾತಿ, ಮಹಿಳಾ ಮೀಸಲಾತಿ, ಹಿಂದುಳಿದ ಮೀಸಲಾತಿ ಮುಂತಾಗಿ ಹಲವು ಸಮಾಜೋ ಆರ್ಥಿಕ ಸ್ತರದ ವಿಶೇಷ ಸವಲತ್ತುಗಳನ್ನು ಪ್ರತಿಪಾದಿಸುತ್ತದೆ. ತುಂಬ ತಾರ್ಕಿಕವಾದ ಮತ್ತು ವೈಜ್ಞಾನಿಕವಾದ ಮಾನದಂಡಗಳನ್ನಿಟ್ಟುಕೊಂಡೇ ಈ ಬಗೆಯ ಮೀಸಲಾತಿಗಳನ್ನು ಅಳವಡಿಸಲಾಗಿದೆ. ಸಂಕೀರ್ಣ ಸಾಮಾಜಿಕ ವ್ಯವಸ್ಥೆಯನ್ನು ಆಚರಿಸಿಕೊಂಡು ಬರುತ್ತಿರುವ ಭಾರತದಂಥ ರಾಷ್ಟ್ರಗಳ ಸಮಗ್ರ ಅಭಿವೃದ್ಧಿಯ ಕನಸುಗಳು ಸಾಕಾರವಾಗಬೇಕಿದ್ದರೆ ವಿವಿಧ ವಲಯದ ಮೀಸಲಾತಿಗಳು ಅನಿವಾರ್ಯ. ಹೀಗಾಗಿ ಬಸ್ಸಿನಲ್ಲಿ ಮಹಿಳೆಯರಿಗಾಗಿ, ಅಂಗವಿಕಲರಿಗಾಗಿ, ವೃದ್ಧರಿಗಾಗಿ ಸೀಟು ಕಾದಿರಿಸುವುದು ಮತ್ತು ಅದನ್ನು ವಾಸ್ತವವಾಗಿ ಜಾರಿಯಲ್ಲಿ ತರುವುದು ಕೂಡಾ ಅಭಿವೃದ್ಧಿಯ ಮಾನದಂಡವಾಗಿರುತ್ತದೆ. ಅಭಿವೃದ್ಧಿಪರವಾದ ಈ ಬಗೆಯ ವಿದ್ಯಮಾನಗಳನ್ನು ಕುರಿತು ಜನತೆಯಲ್ಲಿ ಅರಿವು ಮೂಡಿಸುವಲ್ಲಿ ನಾವು ಬಹುಮಟ್ಟಿಗೆ ಸೋತಿದ್ದೇವೆ ಎಂತಲೇ ಮಹಿಳಾ ಆಸನಗಳು ಕುರಿತಂತೆ ಇರುವ ಕಾಯ್ದೆಯನ್ನು ಜನರು ಪಾಲಿಸಲು ಮನಸ್ಸು ಮಾಡುತ್ತಿಲ್ಲ. ರಾಜ್ಯ ಸಾರಿಗೆ ಸಂಸ್ಥೆಯು ಓಡಿಸುವ ಬಸ್ಸುಗಳಲ್ಲಿ ಹದಿನಾಲ್ಕು ಆಸನಗಳನ್ನು, ನಗರ ಮತ್ತು ಹೊರವಲಯ ಬಸ್ಸುಗಳಲ್ಲಿ ಒಂಬತ್ತು ಆಸನಗಳನ್ನು ಮಹಿಳೆಯರಿಗಾಗಿ ಮೀಸಲಿರಿಸಿದೆ.

ಈ ಕಾಯ್ದೆ ಪಾಸಾಗಿ ವರ್ಷಗಳೇ ಗತಿಸಿ ಹೋಗಿವೆ. ಆದರೆ ಹೈದ್ರಾಬಾದ್, ಕರ್ನಾಟಕ ಪ್ರದೇಶ ಒಳಗೊಂಡಂತೆ ನಾಡಿನ ಹಲವು ಭಾಗಗಳಲ್ಲಿ ಇದು ಅನುಷ್ಠಾನಗೊಳ್ಳುತ್ತಿಲ್ಲ. ನೆರೆಯ ಮಹಾರಾಷ್ಟ್ರ, ಆಂಧ್ರಪ್ರದೇಶ ಮತ್ತು ನಮ್ಮ ರಾಜ್ಯದ ಬೆಂಗಳೂರು ಸಿಟಿ, ಮೈಸೂರು ಮುಂತಾಗಿ ಕೆಲವು ಕಡೆ ಇದೇ ಕಾಯ್ದೆಯನ್ನು ಹೆಚ್ಚು ಕಮ್ಮಿ ಪಾಲಿಸಲಾಗುತ್ತಿದೆ. ಸದರಿ ಕಾಯ್ದೆಯನ್ನು ಜಾರಿಗೊಳಿಸುವಲ್ಲಿ ಪ್ರದೇಶದಿಂದ ಪ್ರದೇಶಕ್ಕೆ ಈ ಭಿನ್ನತೆ ಕಾಣಿಸಿಕೊಳ್ಳಲು ಹಲವು ಕಾರಣಗಳು ಇರಲಿಕ್ಕು ಸಾಕು.

ಮೊದಲನೆಯದಾಗಿ ಆಯಾ ಪ್ರದೇಶಗಳಲ್ಲಿರುವ ಆಡಳಿತ ಯಂತ್ರದ ವೈಫಲ್ಯ ಕಾರಣವಾದರೆ, ಎರಡನೆಯದಾಗಿ ಹಿಂದುಳಿದ ಪ್ರದೇಶದಲ್ಲಿರುವ ಜನರ ಮಾನಸಿಕ ಸ್ಥಿತಿ–ಗತಿ, ಅವರನ್ನು ನಿಯಂತ್ರಿಸುತ್ತಿರುವ ಪುರುಷ ಪ್ರಧಾನ ಮೌಲ್ಯಗಳೇ ಕಾರಣವಾಗಿವೆ. ಮಹಿಳೆಯರಿಗೆ ಮೀಸಲಾದ ಸೀಟುಗಳು ಮಹಿಳೆಯರಿಗೆ ಬಿಡಿ ಎಂದಾಗಲೆಲ್ಲ ಹೆಚ್ಚು ಕಡಿಮೆ ಎಲ್ಲ ಪುರುಷಶಾಹಿ ಮನಸ್ಸುಗಳು ಒಂದೇ ರೀತಿಯ ವಾದ ಹೂಡುತ್ತವೆ. ಅವು ಏನೆಂದರೆ, ಮಹಿಳೆಯರ ಸೀಟು ಮಹಿಳೆಯರಿಗೆ ಬಿಡಿ ಎನ್ನುವುದಾದರೆ ನೀವೇಕೆ ಪುರುಷರ ಇತರ ಸೀಟಿನ ಮೇಲೆ ಕುಳಿತಿರುವಿರಿ? ಎಂದು ಕೇಳುತ್ತಾರೆ. ಒಂಬತ್ತು ಆಸನಗಳು ಹೊರತು ಪಡಿಸಿ ಉಳಿದೆಲ್ಲ ಸೀಟುಗಳು ಸಾಮಾನ್ಯ. ಅವುಗಳಲ್ಲಿ ಎಲ್ಲರಿಗೂ ಸಮಾನ ಅವಕಾಶ ಎಂಬ ಕನಿಷ್ಠ ತಿಳುವಳಿಕೆ ಕೂಡಾ ಇಲ್ಲಿನ ವಿದ್ಯಾವಂತರಿಗೆ ದಕ್ಕಿಲ್ಲ. ಬಸ್ಸು ಹೊರಡುವ ಮೊದಲ ನಿಲ್ದಾಣದಲ್ಲಿ ಸ್ತ್ರೀಯರು ಇದ್ದರೆ, ಆಗ ಮಾತ್ರ ಸ್ತ್ರೀಯರಿಗೆ ಕೊಡತಕ್ಕದ್ದು. ನಡುವೆ ಮಹಿಳೆಯರು ಬಸ್ಸು ಹತ್ತಿದರೆ ಅವರಿಗೆ ಮೀಸಲಾತಿ ಇಲ್ಲ ಎಂಬ ಇನ್ನೊಂದು ವರಸೆ. ಇದಕ್ಕೂ ವಿಪರೀತವೆಂಬಂತೆ ಮಹಿಳೆ ಪುರುಷರಲ್ಲಿ ಭೇದ ಭಾವ ಇರಬಾರದು. ಎಲ್ಲರೂ ಸಮಾನರು ಎಂಬುವ ನೀವು ವಿಶೇಷ ರಿಯಾಯಿತಿ ಏಕೆ ಕೇಳುತ್ತೀರಿ ಎಂಬ ಇತ್ತಂಡವಾದ ಇನ್ನೊಂದೆಡೆ. ಒಂದೆಡೆ ಪುರುಷ ಅಹಂ. ಇನ್ನೊಂದೆಡೆ ಮೀಸಲಾತಿ ಬಗೆಗಿರುವ ಅಜ್ಞಾನ, ಮುಗುದೊಂದೆಡೆ ಮೀಸಲಾತಿ ಪರಿಕಲ್ಪನೆಗಳನ್ನೆ ಅಪಾರ್ಥಗೊಳಿಸುತ್ತಿರುವ ಸಾಮ್ರಾಜ್ಯಶಾಹಿಯ ಸಂಚು. ಇವೆಲ್ಲ ಸೇರಿ ಹೈದ್ರಾಬಾದ್ ಕರ್ನಾಟಕದಂಥ ಅಲಕ್ಷಿತ ಪ್ರದೇಶದ ದುಡಿಯುವ ಮಹಿಳೆಯರ ದೈನಂದಿನ ಬದುಕನ್ನು ದಯನೀಯಗೊಳಿಸುತ್ತಿವೆ. ವರ್ತಮಾನದ ಈ ಬಿಕ್ಕಟ್ಟುಗಳ ಪರಿಹಾರಕ್ಕೆ ಜನಾಂದೋಲನವೇ ಸಶಕ್ತ ಮತ್ತು ಏಕೈಕ ಮಾಧ್ಯಮವೆಂದು ಪರಿಗಣಿಸಿ ಗುಲಬರ್ಗಾದಲ್ಲಿ ಅಖಿಲ ಭಾರತ ಜನವಾದಿ ಮಹಿಳಾ ಸಂಘಟನೆಯು ದಿನಾಂಕ 12.07.06 ರಂದು "ಮಹಿಳಾ ಸೀಟು ಮಹಿಳೆಯರಿಗಾಗಿ" ಎಂಬ ಪ್ರಚಾರಾಂದೋಲನ ನಡೆಸಿತು. ಸರಕಾರಿ ಆದೇಶವನ್ನು ಹೊತ್ತ ಕರಪತ್ರವನ್ನು ಬಸ್ಸುಗಳಲ್ಲಿ ಓಡಾಡಿ ಹಂಚುವ ಧೈರ್ಯವನ್ನು ಈ ಭಾಗದ ಮಹಿಳೆಯರು ತೋರಿಸಿದ್ದು ಇಲ್ಲಿನವರಿಗಂತೂ ಖಂಡಿತ ಅಚ್ಚರಿ ಮೂಡಿಸಿತು.

ಬಸ್ಸಿನಲ್ಲಿ ಮಹಿಳೆಯರ ಸೀಟು ಬಿಡದಿರುವುದಕ್ಕೂ ಸಂಸತ್ತಿನಲ್ಲಿ 33% ಮಹಿಳಾ ಮೀಸಲಾತಿ ಮಸೂದೆ ಪಾಸಾಗದಿರುವುದಕ್ಕೂ ನೇರವಾದ ಸಂಬಂಧಗಳಿವೆ ಎಂಬ ತಥ್ಯವು ಮನವರಿಕೆಯಾಗಬೇಕಿದೆ. ಸಂಸತ್ತಿನಲ್ಲಿ ಮಹಿಳಾ ಮೀಸಲಾತಿ ಮಸೂದೆ

ಮಂಡಿಸುವಾಗ ಎದುರಾದ ಅಸಡ್ಡೆ, ಉಡಾಫೆ, ವ್ಯಂಗ್ಯ, ಒಳತಂತ್ರಗಳೇ ಬಸ್ಸಿನಲ್ಲಿ ಸೀಟು ಬೇಡುವಾಗಲೂ ಪುನರಾವರ್ತನೆಯಾಗುತ್ತವೆ. ಎರಡೂ ಪ್ರಸಂಗಗಳ ಹಿಂದಿರುವ ಪ್ರತಿಗಾಮಿ ಮನಸ್ಸುಗಳು ಒಂದೇ ಬಗೆಯ ತರ್ಕವನ್ನು ಕೂಡಾ ಸಿದ್ಧಪಡಿಸಿಕೊಂಡಿರುತ್ತವೆ. ದೀರ್ಘಕಾಲದ ಮಹಿಳಾ ಪರ ಚಳುವಳಿಯ ತರುವಾಯವೂ ಹಳ್ಳಿಯಿಂದ ದಿಲ್ಲಿಯವರೆಗೆ ಗಂಡಸ್ಸೆಂಬ ಶರೀರ ಮತ್ತು ಮನಸ್ಸುಗಳು ಜಡಗೊಂಡ ಸಂಪ್ರದಾಯಗಳಲ್ಲೆ ಹೂತು ಹೋಗಿವೆಯಾದ್ದರಿಂದ ಎಲ್ಲೆಲ್ಲೂ ಕತ್ತಲೆ ಎನಿಸುತ್ತದೆ. ಕತ್ತಲೆಗೆ ಎಷ್ಟೊಂದು ಮುಖಗಳಿವೆ ಅಲ್ಲವೆ? ಆದರೆ ಕತ್ತಲೆಗೆ ಹೃದಯವೇ ಇರುವುದಿಲ್ಲ ನೋಡಿ. ಆದರೂ ಸಮಾಜವೆಂಬ ಘಟಕ ಚಲನಶೀಲವಾಗಿರುತ್ತದೆಯಲ್ಲವೆ ಎಂದಾಂದರೊಂದು ದಿನ ಜಡಗೊಂಡ ಮನಸ್ಸುಗಳಲ್ಲಿ ಪರಿವರ್ತನೆಯ ಗಾಳಿ ಬೀಸೀತು ಎಂದು ಆಶಿಸೋಣವೆ?

# ಬೆವರ ಸೋನೆಗೆ ಕನ್ನವಿಕ್ಕಿದವರ್‍ಯಾರು?

*ನಾವು ಬೆವರನು ಸುರಿಸಿ ದುಡಿಯುವ ಜನ*
*ನಮ್ಮ ಬೆವರಿನ ಪಾಲನು ಕೇಳುವೆವು*
*ತುಂಡು ಭೂಮಿಯಲ್ಲ ಒಂದು ದೇಶವಲ್ಲ*
*ಇಡೀ ಭೂಗೋಳವನೆ ಕೇಳುವೆವು*

ಕೈಯಲ್ಲಿ ಖಂಜೂರಾ ಹಿಡಿದು, ಕಣ್ಣಲ್ಲಿ ತೀರದ ಬಯಕೆಗಳ ತುಂಬಿಕೊಂಡು ತಮ್ಮ ಒರಟಾದ ಕೈಗಳಿಂದ ತಾಳ ತಟ್ಟುತ್ತ ಈ ಮೇಲಿನ ಕ್ರಾಂತಿಗೀತೆಯನ್ನು ಕಳೆದ ಎರಡು ಮೂರು ದಶಕದಿಂದಲೂ ಸಮುದಾಯದ ಗೆಳೆಯರು ಹಾಡುತ್ತಲೆ ಬರುತ್ತಿದ್ದಾರೆ. ದುಡಿಯುವವರಲ್ಲಿ ಸ್ವಾಭಿಮಾನವನ್ನು, ದುಡಿಸಿಕೊಳ್ಳುವವರಲ್ಲಿ ಭಯವನ್ನು ಮೂಡಿಸುವ ಇಂಥ ಪದ್ಯಗಳು ಕಳೆದ ದಶಕಗಳಲ್ಲಿ ಕ್ರಾಂತಿಯ ಸಂಚಲನವನ್ನುಂಟು ಮಾಡುವುದರಲ್ಲಿ ಸಫಲವಾಗಿರಲಿಕ್ಕೂ ಸಾಕು. ಆದರೆ ಈಗ ಅದು ಮುದುಕಿ ತನ್ನ ತುರುಬ ನೆನಪಿಕೊಂಡು ಅತ್ತಂತೆ. ತಿರುಕ ತನ್ನ ಕನಸಿನ ಸಂಪತ್ತಿನ ವರ್ಣನೆಗೆ ಇಳಿದಂತೆ ಹಾಸ್ಯಾಸ್ಪದ. ಏಕೆಂದರೆ ಜಾಗತಿಕರಣವೆಂಬ ಪೆಡಂಭೂತ ಕ್ರಾಂತಿಯ ಕನಸುಗಳಿಗೆ ಬೆಂಕಿ ಹಚ್ಚಿದರೆ ಸಾಮ್ರಾಜ್ಯಶಾಹಿಗಳು ಅದರ ಕಾವಿನಲ್ಲಿ ಮೈಮನಗಳನ್ನು ಕಾಯಿಸಿಕೊಳ್ಳುತ್ತಿದ್ದಾರೆ.

ಖಾಸಗಿಕರಣ, ಉದಾರಿಕರಣದ ಹಾವಳಿಯಲ್ಲಿ ಲಕ್ಷಾಂತರ ಕಾರ್ಮಿಕರು ಉದ್ಯೋಗ ಕಳೆದುಕೊಂಡಂತೆ; ಒಕ್ಕಲುತನ ಸಂಪೂರ್ಣ ದಿವಾಳಿ ಎದ್ದು ಕೃಷಿ ಕೂಲಿ ಕಾರ್ಮಿಕರು, ಚಿಕ್ಕ ಹಿಡುವಳಿದಾರರು ಅಕ್ಷರಶಃ ಬೀದಿಗೆ ಬಿದ್ದಿದ್ದಾರೆ. ಆತ್ಮಹತ್ಯೆ ಅವರಿಗುಳಿದಿರುವ ಏಕೈಕ ದಾರಿಯಾಗುತ್ತಿದೆ. ಇಂಥ ಹೊತ್ತಲ್ಲಿ ಕೇಂದ್ರದಲ್ಲಿರುವ ಸರಕಾರ; ಅದೂ ಎಡಪಕ್ಷಗಳ ಒತ್ತಾಯ ಮತ್ತು ಹೊರಗಿನ ಬೆಂಬಲದಿಂದಾಗಿ ಗ್ರಾಮೀಣ ಪ್ರದೇಶದ ಜನತೆಗಾಗಿ "ರಾಷ್ಟ್ರೀಯ ಗ್ರಾಮೀಣ ಉದ್ಯೋಗ ಖಾತರಿ ಕಾಯಿದೆ – 2005 ನ್ನು" ಜಾರಿಗೆ ತಂದಿದೆ. ದುಡಿಯುವ ಕೈಗಳಿಗೆ ಕೆಲಸವೆಂಬ ಈ ಪರಿಕಲ್ಪನೆ ನಿಜಕ್ಕೂ ಪ್ರವಾಹದಲ್ಲಿ ಕೊಚ್ಚಿಕೊಂಡು ಹೋಗುತ್ತಿರುವವರಿಗೆ ಒಂದು ಪುಟ್ಟ ಎಳೆ ಸಿಕ್ಕಂತೆ. ಕೃಷಿ ಕೃತ್ಯಗಳು ಆರ್ಥಿಕ ಮೌಲ್ಯ ಕಳೆದುಕೊಂಡು ದುಡಿಮೆಯ ಅವಕಾಶ ಕಳೆದಿರುವ ಈ ಹೊತ್ತಲ್ಲಿ ಉದ್ಯೋಗ ಖಾತರಿ ಕಾಯ್ದೆ ಎಲ್ಲ ದೃಷ್ಟಿಯಿಂದಲೂ ಸ್ವಾಗತಾರ್ಹ. ಏಕೆಂದರೆ ಕಾಯ್ದೆ ಪ್ರಕಾರ ಗ್ರಾಮೀಣ ಪ್ರದೇಶಗಳಲ್ಲಿ ಬಡವ, ಮಧ್ಯಮ, ಶ್ರೀಮಂತ ಎನ್ನದೆ ಪ್ರತಿ ಮನೆಗೆ ವರ್ಷದಲ್ಲಿ ನೂರು ದಿವಸ ಕೆಲಸ ಕೊಡಬೇಕು. ಗ್ರಾಮ ಪಂಚಾಯಿತಿ ವ್ಯಾಪ್ತಿಯಲ್ಲಿ ಆಯಾ ಊರಿನ ದುಡಿಮೆಗಾರರು ತಮ್ಮ ಹೆಸರುಗಳನ್ನು ನೋಂದಾಯಿಸಿಕೊಂಡು ಪಂಚಾಯಿತಿ ಅಡಿಯಲ್ಲಿ ಕೆಲಸ ಮಾಡಬೇಕು. ಹಳ್ಳಿಗಳಲ್ಲಿ ಕೃಷಿ ಕೆಲಸಗಳಿಲ್ಲದ, ಮೋಸಮ್ ಇಲ್ಲದ ದಿನಗಳಲ್ಲಿ ಈ ಕೆಲಸ ಕೊಡಬೇಕು. ಒಂದು ದಿವಸಕ್ಕೆ ಏಳು ಗಂಟೆಯ ಕೆಲಸ ಮತ್ತು ಗಂಡು, ಹೆಣ್ಣು ಭೇದವಿರದೆ ಎಲ್ಲರಿಗೂ ಅಂದರೆ ವಯಸ್ಕರಿಗೆ ದಿನಕ್ಕೆ 69/– ರೂ. (ಈಗ ಕೂಲಿ ದರ ರೂ.100/

-ಕ್ಕೆ ಏರಿದೆ) ಕೂಲಿ ಕೊಡಬೇಕು. ಸಮಾನ ವೇತನವೆಂಬ ಈ ಕಾಯ್ದೆ ನಿಜಕ್ಕೂ ಅಭಿನಂದನೀಯವೇ. ಈವರೆಗೂ ಕೃಷಿ ಕೂಲಿಗಳಲ್ಲಿ, ಕಾರ್ಮಿಕ ಕೆಲಸಗಳಲ್ಲಿ ಕೆಲವೊಂದು ವಲಯಗಳನ್ನು ಹೊರತುಪಡಿಸಿದರೆ ಉಳಿದೆಡೆ ಸ್ತ್ರೀ-ಪುರುಷರಿಗೆ ಅಸಮಾನ ವೇತನವಿತ್ತು. ಮಹಿಳಾ ಸಂಘಟನೆಗಳು ಈ ತಾರತಮ್ಯವನ್ನು ನಿವಾರಿಸಲೆಂದು ಸತತವಾಗಿ ಚಳುವಳಿ ಮಾಡುತ್ತಲೆ ಬಂದಿದ್ದರೂ ಸದರಿ ತಾರತಮ್ಯ ಮಾತ್ರ ಪುರುಷ ಅಹಂಕಾರಣವಾಗಿ ಮುಂದುವರೆಯುತ್ತಲೆ ಬಂದಿತ್ತು. ಮಹಿಳಾ ಸಂಘಟನೆಗಳ ಮುಖಂಡರ ಮಧ್ಯ ಪ್ರವೇಶಿಕೆಯಿಂದಾಗಿ, ವಿಶೇಷ ಕಾರ್ಯಾಚರಣೆಗಳಿಂದಾಗಿ ಸದರಿ ರಾಷ್ಟ್ರೀಯ ಗ್ರಾಮೀಣ ಉದ್ಯೋಗ ಖಾತರಿ ಕಾಯ್ದೆಯಲ್ಲಿ ಸಮಾನ ವೇತನ ಜಾರಿಯಾಗಿದೆ.

ಈ ಕಾಯ್ದೆ ಅಡಿಯಲ್ಲಿ ಸಧ್ಯ ಕೇಂದ್ರ ಸರಕಾರ ದೇಶದಾದ್ಯಂತ 200 ಜಿಲ್ಲೆಗಳನ್ನು ಆದ್ಯತೆಯ ಮೇರೆಗೆ ಆಯ್ಕೆ ಮಾಡಿದೆ. ಅದರಲ್ಲಿ ಕರ್ನಾಟಕದ ಐದು ಜಿಲ್ಲೆಗಳನ್ನು ಸೇರಿಸಲಾಗಿದೆ. ಬೀದರ್, ಗುಲಬರ್ಗಾ, ರಾಯಚೂರು, ದಾವಣಗೆರೆ ಮತ್ತು ಚಿತ್ರದುರ್ಗ ಜಿಲ್ಲೆಗಳಲ್ಲಿ ಈ ಕಾಯ್ದೆಯನ್ನು 02.02.2006 ರಂದು ಜಾರಿಗೊಳಿಸಲಾಗಿದೆ. ಹೈದ್ರಾಬಾದ್ ಕರ್ನಾಟಕದ ಮೂರು ಜಿಲ್ಲೆಗಳಿಗೆ ದೊರೆತಿರುವುದು ಸೂಕ್ತ ಮತ್ತು ನ್ಯಾಯಯುತವೇ ಆಗಿದೆ. ಆದರೆ ಈ ಭಾಗದ ಊಳಿಗಮಾನ್ಯ ಜಮೀನ್ದಾರಿ ಮನಸ್ಸುಗಳಿಗೆ ಮಾತ್ರ ಇದು ನುಂಗಲಾರದ ತುತ್ತಾಗಿ ಪರಿಣಮಿಸಿದೆ. ಹೀಗೆಂದೆ ಇಲ್ಲಿನ ಆಳುವ ಜನತೆ ಈ ಕಾಯ್ದೆಯನ್ನು ವಿಫಲಗೊಳಿಸಲೆಂದು ಟೊಂಕ ಕಟ್ಟಿ ನಿಂತಿವೆ. ಈಗಾಗಲೇ ಸದರಿ ವ್ಯಾಪ್ತಿಯಲ್ಲಿ ಬರುವ ಹತ್ತಾರು ಗ್ರಾಮ ಪಂಚಾಯಿತಿಗಳು ತಮ್ಮಲ್ಲಿ ಕೆಲಸ ಮಾಡಲು ಜನರೇ ಬರುತ್ತಿಲ್ಲವೆಂದು ಸರಕಾರಕ್ಕೆ ಸುಳ್ಳು ವರದಿ ಮಾಡಿವೆ. ಜನವಾದಿ ಮಹಿಳಾ ಸಂಘಟನೆಯ ಜಿಲ್ಲಾ ಘಟಕಗಳು ಈ ಕಾಯ್ದೆಯನ್ನು ಕೈಗೆತ್ತಿಕೊಂಡು ಕ್ಷೇತ್ರಕ್ಕಿಳಿದು ಕೆಲಸ ಮಾಡುತ್ತಿರುವ ಸಂದರ್ಭದಲ್ಲಿ ಎದುರಾದ ಅವಘಡಗಳು ಗಾಬರಿ ಹುಟ್ಟಿಸುತ್ತಿವೆ. ಈ ಕಾಯ್ದೆಯನ್ನು ಜಾರಿಗೊಳಿಸುವ ಸಂಪೂರ್ಣ ಜವಾಬ್ದಾರಿ ಗ್ರಾಮ ಪಂಚಾಯಿತಿ, ತಾಲೂಕು ಪಂಚಾಯಿತಿ, ಜಿಲ್ಲಾ ಪಂಚಾಯಿತಿಗಳ ಮೇಲಿದೆ. ಗ್ರಾಮ ಮಟ್ಟದಲ್ಲಿ ಆಯ್ಕೆಯಾದ ಪ್ರತಿನಿಧಿಗಳು, ಜೆಇಗಳು (ಕಿರಿಯ ಸಹಾಯಕ ಅಭಿಯಂತರ) ತಾಲೂಕು ಪಂಚಾಯಿತಿ ಕಾರ್ಯದರ್ಶಿಗಳಿಗೆ ಇದರ ನೇರ ಮತ್ತು ಸಂಪೂರ್ಣ ಜವಾಬ್ದಾರಿ ನೀಡಲಾಗಿದೆ. ಈಗಾಗಲೇ ಕೋಟಿಗಟ್ಟಲೆ ಹಣ ಬಂದು ಗ್ರಾಮ ಪಂಚಾಯಿತಿಗಳಿಗೆ ಜಮಾವಣೆಯಾಗಿದೆ.

ಆದರೂ ಕೆಲಸಗಳನ್ನು ಜನರಿಗೆ ನೀಡುತ್ತಿಲ್ಲ. ಪ್ರಥಮ ಹಂತದ ಹಣವೇ ಖರ್ಚಾಗಿಲ್ಲ. ಅಷ್ಟರಲ್ಲಿ ಎರಡನೇ ಲಾಟಿನ ಹಣ ಬಿಡುಗಡೆಗೊಳಿಸಲಾಗುತ್ತಿದೆ. ಕೆಲವೊಂದು ಪಂಚಾಯಿತಿಗಳಂತೂ ನಮ್ಮಲ್ಲಿ ದುಡಿಯುವವರೆ ಇಲ್ಲ ಎಂದು ಹೇಳಿ ಬಿಡುಗಡೆಗೊಂಡ ಹಣ ವಾಪಸ್ಸು ಮಾಡಲು ನಿಂತಿದ್ದಾರೆ. ಏಕೆ ಗೊತ್ತೆ? ಈ ಕಾಯ್ದೆಯ ಜಾರಿಯಲ್ಲಿರುವ ಪ್ರಮುಖ ತಳಮಳವೆಂದರೆ, ಇಲ್ಲಿ ಯಾರಿಗೂ ಹಣ ತಿನ್ನಲು ಅವಕಾಶವಿಲ್ಲ. ಪಂಚಾಯಿತಿಯ ಆಯ್ಕೆಗೊಂಡ ಪ್ರತಿನಿಧಿಗಳಿಂದ ಹಿಡಿದು ಸಿಬ್ಬಂದಿವರೆಗೂ ಹಣ ತಿನ್ನುವ ಮಾರ್ಗಗಳಿಲ್ಲ. ತಿನ್ನಬೇಕೆಂದರೆ ಹರಸಾಹಸ ದ್ರಾವಿಡ ಪ್ರಾಣಾಯಾಮವೇ ಮಾಡಬೇಕಾಗುತ್ತದೆ. ಆಕಸ್ಮಾತ್ ತಿಂದರೂ ಬಹುಬೇಗ

ರೆಡ್‌ಹ್ಯಾಂಡ್ ಸಿಕ್ಕಿ ಬೀಳುತ್ತಾರೆ. ಕಾರಣ ಸದರಿ ಹಣವೂ ಕೆಲಸ ಮಾಡಿದವರ ಬ್ಯಾಂಕ್ ಖಾತೆಗೆ ನೇರವಾಗಿ ಹೋಗುತ್ತದೆ. ಇನ್ನೊಂದೆಡೆ ಕೂಲಿ ಬಟಾವಡೆಯಾದಷ್ಟು ಕೆಲಸ ಅಲ್ಲಿ ಕಾಣಿಸಬೇಕು. ಕೆಲಸಗಳು ರಾಷ್ಟ್ರೀಯ ಮೂಲ ಸಂಪನ್ಮೂಲಗಳನ್ನು ಹೆಚ್ಚಿಸುವಲ್ಲಿ ಪೂರಕವಾಗಿರಬೇಕು. ಜಲಸಂಗ್ರಹಣೆ, ಗೋಕಟ್ಟಾ, ಕೆರೆ ಹೂಳೆತ್ತುವುದು, ಅರಣ್ಯ ಸಂವರ್ಧನೆ ಮುಂತಾಗಿ ಒಂಬತ್ತು ಉಪಯೋಗಿ ಕೆಲಸಗಳು ಮಾಡಿಸಬೇಕು ಎಂದಿದೆ. ಪಂಚಾಯಿತಿ ಇಲಾಖೆಗಳ ಇಂಜಿನಿಯರರು ಪ್ರತಿ ಹಳ್ಳಿಗೆ ಬಂದು ಜನತೆ ಕೇಳುವಂಥ ಕೆಲಸಗಳನ್ನು ಗುರುತಿಸಿ ಕ್ಷೇತ್ರದ ಸದಸ್ಯರೊಂದಿಗೆ ಸಮಾಲೋಚಿಸಿ ಕಾರ್ಯ ನಿರ್ವಹಿಸಬೇಕು. ಒಟ್ಟಾರೆ ಮೈ ಬಗ್ಗಿಸಿ ದುಡ್ಡಿನ (ಲಂಚ, ರುಷುವತ್ತು) ಗಿಂಬಳವಿಲ್ಲದೆ ಮಾಡಬೇಕಾದ ಕೆಲಸವಿದು.

ಈ ಎಲ್ಲ ಕ್ಲಚ್‌ಗಳಿಂದಾಗಿ "ಕುಂಡಿಗಿ ಪುರುಸೊತ್ತಿಗಿ ಇಲ್ಲ ದುಡ್ಡಿನ ಆಮದಾನಿ ಇಲ್ಲ" ಎಂಬಂತಾಗಿದೆ. ಇಂಥ ಸ್ವಪೋಷಣೆ ಇಲ್ಲದ ಕೆಲಸ ಉಳ್ಳವರಿಗೆ, ಅಧಿಕಾರಿಗಳಿಗೆ ಬೇಕಾಗಿಲ್ಲ. ಹೀಗಾಗಿ ಅವರು ಇದನ್ನು ಜಾರಿಗೊಳಿಸಲು ನಿರಾಕರಿಸುತ್ತಿದ್ದಾರೆ. ಆದರೆ ಅವರಿಗೆ ಇದು ಯೋಜನೆ ಅಲ್ಲ. ಮೀರಲಾಗದ ಕಾಯ್ದೆ ಇದೆ ಎಂಬುದೇ ಅರ್ಥವಾಗುತ್ತಿಲ್ಲ. ಅಷ್ಟಕ್ಕೂ ಇಲ್ಲಿರುವ ಇನ್ನೊಂದು ದೊಡ್ಡ ಆತಂಕ ಏನೆಂದರೆ ಸದರಿ ಯೋಜನೆ ಸಂಪೂರ್ಣ ಮಹಿಳಾ ಪರ ನಿಲುವು ಹೊತ್ತುಕೊಂಡು ನಿಂತಿದೆ. ಹೇಗೆಂದರೆ ದಿನಕ್ಕೆ 69/– ರೂ. ಕೂಲಿ ಎಂದರೆ ಗಂಡಸರ್‍ಯಾರೂ ಮುಂದೆ ಬರುವುದಿಲ್ಲ. ಏಕೆಂದರೆ ಹಳ್ಳಿಗಳಲ್ಲಿ ಗಂಡಸರ ಕೂಲಿ 100/– ರೂ ಇದೆ. ಶಹರಗಳಲ್ಲಿ 150/– ರವರೆಗೂ ಕೂಲಿ ಇದೆ. ಹೆಂಗಸರಿಗೆ ಮಾತ್ರ ಇವತ್ತಿಗೂ ಗ್ರಾಮಗಳಲ್ಲಿ 20 ಅಥವಾ 30 ರೂ. ಮಾತ್ರ ಇದೆ. ಅದು ಅಲ್ಲದೆ ಹಳ್ಳಿಗಳಲ್ಲಿ ಒಕ್ಕಲುತನದ ಕೆಲಸ ಇಲ್ಲದ ದಿನಗಳಲ್ಲಿ ಅವರದೇ ಗ್ರಾಮಗಳ ಸಮೀಪದಲ್ಲಿ ಕೆಲಸ ಕೊಡಬೇಕು ಎಂದಿದೆ. ದುಡಿಯುವ ಸ್ತ್ರೀಯರಿಗೆ ಪುಟ್ಟ ಮಕ್ಕಳು ಇದ್ದರೆ ಪ್ರತಿ ಐದು ಮಕ್ಕಳ ನಡುವೆ ಒಂದು ಶಿಶುವಿಹಾರ ತೆರೆದು ಒಬ್ಬ ದಾಯಿಯನ್ನು ನೇಮಿಸಿ ಅವಳಿಗೆ ದಿನಕ್ಕೊಂದು ಕೂಲಿ ಕೊಡಬೇಕು ಎಂದಿದೆ. ಹೀಗಾಗಿ ಪ್ರತಿ ಊರುಗಳಲ್ಲಿ ಹೆಚ್ಚಿನ ಸಂಖ್ಯೆಯಲ್ಲಿ ಮಹಿಳೆಯರೇ ದುಡಿಯಲು ಮುಂದೆ ಬರುತ್ತಿದ್ದಾರೆ. ದುಡಿಯುವರು ಎಂಪ್ಲಾಯ್‌ಮೆಂಟ್ ಕಾರ್ಡ್ ಮಾಡಿಸಿಕೊಂಡು 15 ದಿನದೊಳಗಾಗಿ ಕೆಲಸ ಕೊಡಬೇಕು. ಇಲ್ಲವಾದರೆ ಕೂಲಿಯ ಅರ್ಧದಷ್ಟು ನಿರುದ್ಯೋಗ ಭತ್ಯೆ ನೀಡಬೇಕು ಎಂದಿದೆ.

ಈ ಎಲ್ಲ ಅಂಶಗಳು ಸ್ಥಳೀಯ ಚುನಾಯಿತ ಪ್ರತಿನಿಧಿಗಳಿಗೆ ದಿಗಿಲು ಹುಟ್ಟಿಸುತ್ತಿವೆ. ಹಾಗೇ ನೋಡಿದರೆ ಕೆಲಸ ಮಾಡಲು ಸಿದ್ಧವಿರುವ ಪ್ರತಿ ಮನೆಗೊಂದರಂತೆ ಎಲ್ಲ ಕುಟುಂಬದವರಿಗೂ ಕೆಲಸ ನೀಡಬೇಕಾಗಿದೆ. ಆದಾಯ ವರಮಾನದ ಮಿತಿ ಇಲ್ಲವಾದರೂ ಮಾಡುವ ಕೆಲಸಗಳು ಸಂಪೂರ್ಣ ದೈಹಿಕ ದುಡಿಮೆಗೆ ಸಂಬಂಧಿಸಿರುವುದರಿಂದ ಸಹಜವಾಗಿಯೇ ಬಡವರು ಮಾತ್ರ ಮುಂದೆ ಬರುತ್ತಿದ್ದಾರೆ. ಇನ್ನೊಂದೆಡೆ ಹೆಂಗಸರಿಗೆ ದಿನಕ್ಕೆ 69/– ರೂ. ಕೂಲಿ ನೀಡಿದರೆ ನಾಳೆ ತಮ್ಮ ಹೊಲಗಳಲ್ಲಿ ಕಡಿಮೆ ಕೂಲಿಗೆ ಕಸ, ಕಳೆ ಕೀಳಲು ಅವರು ಬರಲಿಕ್ಕಿಲ್ಲ ಎಂಬ ಎದೆಗುದಿಯೂ ಇವರಿಗಿದೆ. ಹೀಗಾಗಿ ಜನರಿಗೆ ಈ ಕಾಯ್ದೆ ಬಗೆಗೆ ಮಾಹಿತಿ

ನೀಡದೆ ದಿಕ್ಕು ತಪ್ಪಿಸುತ್ತಿದ್ದಾರೆ. ಜನವಾದಿ ಮಹಿಳಾ ಸಂಘಟನೆಯ ಕಾರ್ಯಕರ್ತೆಯರು ಹಳ್ಳಿಗಳಿಗೆ ಹೋಗಿ ಜನರನ್ನು ಜಮಾಯಿಸಿ ಗುಂಪುಗಳನ್ನು ಮಾಡಿ ಸರಕಾರ ಬೇಡುವ ಪ್ರಕ್ರಿಯೆಗಳನ್ನು ಪೂರ್ತಿ ಮಾಡಿ ಕೊಡುತ್ತಿದ್ದರೆ ಸ್ಥಳೀಯ ಲೀಡರ್‌ಗಳು ಅವರಿಗೆ ಧಮಕಿ ಹಾಕುತ್ತಿದ್ದಾರೆ. ನಮ್ಮ ಪಂಚಾಯಿತಿಗೆ ಕೇಳಲು ಬರಲು ನಿಮಗೇನು ಅಧಿಕಾರವಿದೆ ಎಂದು ದಬಾಯಿಸುತ್ತಾರೆ. ಪ್ರಾಂತ ರೈತ ಸಂಘ, ಕೃಷಿ ಕೂಲಿಕಾರರ ಸಂಘದ ಕಾರ್ಯಕರ್ತರು ಬೀದರ, ಗುಲಬುರ್ಗಾ, ರಾಯಚೂರು ಜಿಲ್ಲೆಗಳಲ್ಲಿ ಸಂಚರಿಸಿ ಪುರುಷ ದುಡಿಮೆಗಾರರನ್ನು ಸಂಘಟಿಸಿ ಅವರು ನಗರಗಳಿಗೆ ವಲಸೆ ಹೋಗದಂತೆ ತಡೆಯುತ್ತಿದ್ದರೆ, ಅಲ್ಲಿಯೂ ಆಳುವವರ ಕೆಂಗೆಣ್ಣು ಉರಿಯುತ್ತಿವೆ. ಹಾಗೇ ನೋಡಿದರೆ ಇಲ್ಲಿನ ಛೋಟಾ, ಮೋಟಾ ಒಕ್ಕಲಿಗರೆಲ್ಲ ಆರ್ಥಿಕವಾಗಿ ತುಂಬಾ ತೊಂದರೆಯಲ್ಲಿಯೇ ಇದ್ದಾರೆ. ಹೆಸರಿಗೆ ಅವರೆಲ್ಲ ಹೊಲ ಇದ್ದವರು, ಸಾಹುಕಾರರು, ಗೌಡರು, ಮಾಲೀಕರು ಎಂದು ಕರೆಸಿಕೊಳ್ಳುತ್ತಿದ್ದರೂ ಒಳಗೊಳಗೆ ದಿವಾಳಿ ಎದ್ದಿದ್ದಾರೆ. ಆದರೂ "ಪ್ರಾಣ ಜಾಯೆ ಪರ್ ಶಾನ್ ನ ಜಾಯೆ" ಎಂಬ ಜಾಯಮಾನದವರು.

ಹೀಗಾಗಿ ಇಲ್ಲಿನ ಚಿಕ್ಕ ಪುಟ್ಟ ಭೂ ಮಾಲೀಕರು ಇಂಥ ಕಾಯ್ದೆಗಳು ಬಂದಾಗಲೆಲ್ಲ ಅವುಗಳ ಜನಪರ ತುಷ್ಠಿ ಗುಣವನ್ನು ಅರಿಯದೆ ಹೋಗುತ್ತಾರೆ. ಮಧ್ಯಮ ವರ್ಗದವರಾದ ಇವರು ತಮ್ಮ ವೈರಿಗಳೇ ಅಲ್ಲದ ಬಡವರನ್ನು ವೈರಿಯೆಂದು ಭಾವಿಸಿ ಅವರಿಗೆ ಸಂಬಂಧಪಟ್ಟಿದೆಲ್ಲವನ್ನು ಗುಮಾನಿಯಿಂದ ನೋಡುತ್ತಾರೆ. ನೂರಾರು ವರ್ಷಗಳ ನವಾಬಶಾಹಿಯ ಧೀಮಾಕು ಅರ್ಥ ಕಳೆದುಕೊಂಡಾದರೂ ಜೀವಂತವಿರಲು ಹವಣಿಸುತ್ತದೆ.

# ಮನುವಾದಿಗಳ ಬೌದ್ಧಿಕ ಬಾಂಬ್ ದಾಳಿ

ಇಂದು ದೇಶದೆಲ್ಲೆಡೆ ಭಯೋತ್ಪಾದಕರ ಸರಣಿ ಬಾಂಬ್ ದಾಳಿಗಳು ಒಂದೆಡೆ ಅವಿರತ ನಡೆಯುತ್ತಿದ್ದರೆ; ಇನ್ನೊಂದೆಡೆ ಕೋಮುವಾದಿಗಳ ಸದ್ದಿಲ್ಲದೆ ಬೌದ್ಧಿಕ ಬಾಂಬ್ ದಾಳಿಗಳು ಘಟಿಸುತ್ತಿವೆ. ಇವೆರಡೂ ಅಷ್ಟೇ ಅಪಾಯಕಾರಿ. ಹೌದು. ಹಂಪಿ ಕನ್ನಡ ವಿಶ್ವವಿದ್ಯಾಲಯವು ಪ್ರಕಟಿಸಿರುವ "ಜನ ಸಾಮಾನ್ಯರಿಗಾಗಿ ಭಾರತ ಸಂವಿಧಾನ" ಎಂಬ ಪುಸ್ತಕವು ತನ್ನ ಒಡಲಲ್ಲಿ ಇಟ್ಟುಕೊಂಡಿರುವ ಹಿಡನ್ ಅಜೆಂಡಾದಿಂದಾಗಿ ಬೌದ್ಧಿಕ ಬಾಂಬ್ ದಾಳಿಯಂದೇ ಪರಿಗಣಿಸಬೇಕಾಗುತ್ತದೆ.

ಕೃತಿ ರಚನೆ ಮಾಡಿದ ನಿವೃತ್ತ ನ್ಯಾಯಮೂರ್ತಿಗಳಾದ ಸಂಘ ಪರಿವಾರದ ನಾಯಕರು ಭಾರತ ಸಂವಿಧಾನವನ್ನು ಪರಿಚಯಿಸುತ್ತ ಸಂವಿಧಾನ ಶಿಲ್ಪಿ ಡಾ॥ ಬಾಬಾ ಸಾಹೇಬ ಅಂಬೇಡ್ಕರ್‌ರವರ ಹೆಸರನ್ನು ಉಲ್ಲೇಖಿಸದಿರುವುದು ಆಕಸ್ಮಿಕವೇನೂ ಅಲ್ಲ. ಅಷ್ಟಕ್ಕೂ ಕೃತಿಯ ಒಂದು ಅಧ್ಯಾಯದ ಯಾವುದೋ ಮೂಲೆಯೊಂದರಲ್ಲಿ ಆನುಷಂಗಿಕವಾಗಿ ಬಾಬಾಸಾಹೇಬರ ಹೆಸರು ತೋರಿಸಲಾಗಿದೆ ಎಂದು ಸಮರ್ಥಿಸಿಕೊಳ್ಳುವ ಚಾಳಿಯ ಹಿಂದೆ; ಬೀಸುವ ದೊಣ್ಣೆಯಿಂದ ತಪ್ಪಿಸಿಕೊಳ್ಳುವ ಚಾಕ್ಯಚಕ್ಯತೆ ಇಲ್ಲದಿಲ್ಲ. ಇಂದು ಜಗತ್ತಿನಾದ್ಯಂತ ಭಾರತದ ಸಂವಿಧಾನಕ್ಕೊಂದು ಅದ್ವಿತೀಯ ಸ್ಥಾನ ಮತ್ತು ಅನುಕರಣೀಯ ಮಜಲು ಇರುವುದಾದರೆ ಅದಕ್ಕೆ ಬಾಬಾಸಾಹೇಬರ ವಿದ್ವತ್ತು, ಬದ್ಧತೆ, ಪರಿಶ್ರಮ, ಸಮಗ್ರ ಅಭಿವೃದ್ಧಿ ಪರಿಕಲ್ಪನೆ, ದೂರದೃಷ್ಟಿ, ಚಾರಿತ್ರಿಕ ಕಣ್ನೋಟ ಮುಂತಾದವುಗಳೇ ಕಾರಣ. ಸಂವಿಧಾನದ ರಚನೆ ಸಮಿತಿಯಲ್ಲಿ ಏಳು ಜನ ಸದಸ್ಯರು ನಿಯೋಜಿಸಲ್ಪಟ್ಟಿದ್ದರಾದರೂ ಅವರಲ್ಲಿ ಅಂಬೇಡ್ಕರ್‌ರವರನ್ನು ಹೊರತು ಪಡಿಸಿ ಉಳಿದ ಆರು ಜನರು ಬೇರೆ ಬೇರೆ ಕಾರಣಗಳಿಂದಾಗಿ ಸಮಿತಿಯ ಸಭೆಗಳಿಗೆ ಹಾಜರಾಗುತ್ತಲೆ ಇರಲಿಲ್ಲ. ಹೀಗಾಗಿ ಬಾಬಾಸಾಹೇಬ ಒಬ್ಬರೇ ತಮ್ಮ ಕಾರ್ಯದರ್ಶಿಯೊಂದಿಗೆ ದಿನದ ಹದಿನೆಂಟು ತಾಸುಗಳವರೆಗೆ ದುಡಿದು ತಮ್ಮೆಲ್ಲ ವಿದ್ವತ್ತನ್ನು ಧಾರೆಯರೆದು ಸಂವಿಧಾನ ಸಿದ್ಧಪಡಿಸಿದರು. ಆವರೆಗಿನ ಎಲ್ಲ ದೇಶಗಳ ಸಂವಿಧಾನವನ್ನು ಮುಂದಿಟ್ಟುಕೊಂಡು, ವಾಲ್ಟೇರ್, ರೂಸೋ, ಲಾಕ್, ಬರ್ಕ್ ಮುಂತಾದ ಮಹಾನ್ ಮುತ್ಸದಿ ಸ್ವತಂತ್ರಾಲೋಚಕರ ವೈಚಾರಿಕ ಸಂದೇಶಗಳನ್ನು ಅರಗಿಸಿಕೊಂಡು, ಕಾಲದ ಪರೀಕ್ಷೆಯಲ್ಲಿ ಗೆದ್ದು ನಿಲ್ಲುವಂಥ ಸಂವಿಧಾನವನ್ನು ಬರೆದರು. ಅಂದು ಸಂಸತ್ತಿನಲ್ಲಿ ಮಂಡಿಸಲಾದ ಸಂವಿಧಾನದ 395 ಅನುಚ್ಛೇದಗಳ 8 ಅನುಸೂಚಿಗಳ ಪ್ರತಿ ಅಕ್ಷರ, ಶಬ್ದಾರ್ಥಗಳ ತಾತ್ವಿಕತೆಯ ಹಿಂದೆ ಅಂಬೇಡ್ಕರತನದ ಛಾಪು ಇದೆ. ಭಾರತದ ಸಂವಿಧಾನವು ಜಾಣ ಗುಮಾಸ್ತನೊಬ್ಬ ತಯಾರಿಸಿದ ಕಚೇರಿಯ ದಸ್ತಾವೇಜು ಅಲ್ಲ. ಅದೊಂದು ದೀರ್ಘಕಾಲಿಕ ಸಂಘರ್ಷದ ನವನೀತ. ಪ್ರತಿಯೊಂದು ಅನುಚ್ಛೇದಕ್ಕೂ ವಾದ-ವಿವಾದಗಳು, ಘರ್ಷಣೆಗಳು ನಡೆದಿವೆ. ಈ ಎಲ್ಲ ವಾದ ವಿವಾದಕ್ಕೆ ನಿಕಷವಾಗಿ, ಸಾಕ್ಷಿಪ್ರಜ್ಞೆಯಾಗಿ ನಿಂತವರು

ಬಾಬಾಸಾಹೇಬರು. ಹೀಗಾಗಿ ಭಾರತದ ಸಂವಿಧಾನವನ್ನು ಕುರಿತು ಎಷ್ಟೇ ಕನಿಷ್ಠ ಮಟ್ಟದ ಮಾಹಿತಿ ನೀಡುವಾಗಲೂ ಅಥವಾ ಉನ್ನತ ಮಟ್ಟದ ಪರಾಮರ್ಶೆ ನಡೆಸುವಾಗಲೂ ಬಾಬಾಸಾಹೇಬರ ಹೆಸರನ್ನು ಉಲ್ಲೇಖಿಸದಿರುವುದು ಸಾಧ್ಯವೇ ಇಲ್ಲ. ಭಾರತದ ಸಂವಿಧಾನ ಮತ್ತು ಅಂಬೇಡ್ಕರ್ ಇವೆರಡೂ ಪದಪುಂಜಗಳು ಅನೋನ್ಯ ಮತ್ತು ಅಭಿನ್ನ. ಹೀಗಿರುವಾಗಲೂ ಅಂಬೇಡ್ಕರ್‌ರ ಹೆಸರು ಆಕಸ್ಮಿಕವಾಗಿ ಬಿಟ್ಟು ಹೋಗುತ್ತದೆ ಎಂದರೆ ಹೇಗೆ ನಂಬಲು ಸಾಧ್ಯ?

ಮನುವಾದವನ್ನೆ ಬಲವಾಗಿ ನಂಬಿರುವ ಮತ್ತು ಕಾಲಕ್ಕೆ ತಕ್ಕ ಪರಿಭಾಷೆಯಲ್ಲಿ ಅದನ್ನು ಪರಿಷ್ಕರಣಗೊಳಿಸುವ ದಿಸೆಯಲ್ಲಿ ಕಾರ್ಯಪ್ರವೃತ್ತವಾಗಿರುವ ರಾಮಾಜೋಯಿಸ್ ಅಂಥವರ ಮೈಮರೆವು ಸಹಜವಾದುದೇನಲ್ಲ. ಬದುಕಿನ ಬಹುಭಾಗವನ್ನು ನ್ಯಾಯಾಂಗದ ಕಲಾಪಗಳಲ್ಲಿ ಕಳೆದಿರುವ, ಉದ್ದಕ್ಕೂ ಉನ್ನತ ಹುದ್ದೆಗಳನ್ನು ಅನುಭೋಗಿಸಿರುವ ಜೋಯಿಸ್‌ರ ಚಾತುರ್ವರ್ಣ ವ್ಯವಸ್ಥೆಯ ಬಣ್ಣ ಇಂಥಲ್ಲಿ ಬಯಲಾಗುತ್ತದೆ. ಪುರೋಹಿತಶಾಹಿಯ ಪೂರ್ವ ನಿಯೋಜಿತ ಶೂದ್ರ ವಿರೋಧಿ ನಿಲುವಿನ ವ್ಯವಸ್ಥಿತ ಸಂಚಿನ ಫಲವಾಗಿಯೇ ಇತ್ತೀಚೆಗೆ ಇಂಥ ಹಲವು ಬೌದ್ಧಿಕ ಭ್ರಷ್ಟಾಚಾರಗಳು ಘಟಿಸುತ್ತಿವೆ. ವರ್ತಮಾನದ ವಾಸ್ತವಗಳನ್ನೆ ತಪ್ಪಾಗಿ ಅರ್ಥೈಸಿ ನಿರೂಪಿಸಬಲ್ಲ ಸಾಮರ್ಥ್ಯವುಳ್ಳ ಪುರೋಹಿತಶಾಹಿ ಮನಸ್ಸುಗಳು ಇತಿಹಾಸವನ್ನು ಸದ್ದಿಲ್ಲದಂತೆ ತಿರುಚುವುದರಲ್ಲಿ ನಿಷ್ಣಾತರಾಗಿರುತ್ತವೆ. ಈ ಹಿಂದೆ ಕೇಂದ್ರದಲ್ಲಿ ಕೋಮುವಾದಿ ಸರಕಾರ ಅಧಿಕಾರದಲ್ಲಿದ್ದಾಗ ಇತಿಹಾಸದ ಪಠ್ಯಪುಸ್ತಕಗಳನ್ನು ಮನಬಂದಂತೆ ತಿರುಚುವ ಮಹಾಕಾಂಡವೇ ಜರುಗಿತು. ಅದೇ ಸಂದರ್ಭದಲ್ಲಿ ಲಿಂಗ ಅಸಮಾನತೆಯನ್ನು ಹೋಗಲಾಡಿಸಲೆಂದು ಈ ಮೊದಲಿನ ಪ್ರಗತಿಪರರಿಂದ ಅಭಿವೃದ್ಧಿ ಪಡಿಸಲಾಗಿದ್ದ "ಮಹಿಳಾ ಅಧ್ಯಯನವೆಂಬ" ಜ್ಞಾನಶಿಸ್ತನ್ನು ತಡೆಹಿಡಿಯುವ ಹುನ್ನಾರು ಮಾಡಲಾಗಿತ್ತು. "ಮಹಿಳಾ ಅಧ್ಯಯನ" "ಮಹಿಳಾ ಮತ್ತು ಮಕ್ಕಳ ಕಲ್ಯಾಣ ಇಲಾಖೆ" ಎಂಬ ಹೆಸರುಗಳನ್ನು ರದ್ದುಗೊಳಿಸಿ "ಕುಟುಂಬ ಕಲ್ಯಾಣ ಇಲಾಖೆ" ಹಾಗೂ "ಕುಟುಂಬ ಅಧ್ಯಯನ ವಿಭಾಗ"ವೆಂದು ಹೆಸರಿಸಬೇಕೆಂದು ಮಾನವ ಸಂಪನ್ಮೂಲ ಸಚಿವಾಲಯದಿಂದ ಪ್ರಸ್ತಾಪವು ಬಂದಿತ್ತು. ಅಷ್ಟರಲ್ಲಿ ಸ್ತ್ರೀಪರ ಸಂಘಟನೆಗಳ ಜಾಗೃತರಾಗುವುದಕ್ಕೂ, ಕೋಮುವಾದಿ ಸರಕಾರ ಜನರಿಂದ ತಿರಸ್ಕರಿಸಲ್ಪಡುವುದಕ್ಕೂ ಸರಿ ಹೋಯಿತು. ಶಿಕ್ಷಣವನ್ನು ಕೇಸರಿಕರಣ ಮಾಡುವ ಇರಾದೆಯಿಂದ ಎಲ್ಲೆಲ್ಲೂ ಬೌದ್ಧಿಕತೆಯ ಘೋಜು ಕೊಡುತ್ತ ವಿದ್ವತ್ ವಲಯದಲ್ಲಿ ಪಸರಿಸಿಕೊಳ್ಳುವ ಕೋಮುವಾದಿಗಳ ಬಗೆಗೆ ಎಚ್ಚರ ವಹಿಸಬೇಕಾದುದು ಇಂದಿನ ಪ್ರಗತಿಪರರ ದೊಡ್ಡ ಜವಾಬ್ದಾರಿಯಾಗಿದೆ. ಈ ದಿಸೆಯಲ್ಲಿ "ಜನಸಾಮಾನ್ಯರಿಗಾಗಿ ಭಾರತ ಸಂವಿಧಾನ" ಎಂಬ ಪುಸ್ತಕದಲ್ಲಿ ಅಂಬೇಡ್ಕರ್ ಅವರ ಹೆಸರನ್ನು ಉಲ್ಲೇಖಿಸದಿರುವುದು ಅಕಾರಣವೇನಲ್ಲ. ದಲಿತ ಸಮೂಹದಿಂದ ಬಂದ ಅಪ್ರತಿಮ ಮೇಧಾವಿಯೊಬ್ಬನ ಹೆಸರನ್ನು ಇತಿಹಾಸದ ಪುಟದಿಂದ ಅಳಿಸಿಹಾಕುವ ಮೂಲಕ ತನ್ನ ಬ್ರಾಹ್ಮಣ್ಯತ್ವದ ಪಾರಮ್ಯವನ್ನು ಎತ್ತಿ ತೋರಿಸುವ ಕುತಂತ್ರವಿದು. ಶಂಭೂಕನ ವಧೆ ಮಾಡಿದ, ಏಕಲವ್ಯನ ಬೆರಳು ಕತ್ತರಿಸಿದ ಹುಸಿ ಪ್ರತಿಭೆಗಳು ಇವಲ್ಲವೆ?

ಇದಕ್ಕೆ ಉಪಷ್ಟಂಭಕವಾಗಿ ಗಮನಿಸುವುದಾದರೆ ರಾಮಾಜೋಯಿಸ್‌ರ ಇತರ ವರಸೆಗಳನ್ನು ಪರಾಮರ್ಶಿಬೇಕಾದೀತು. ಕಲ್ಯಾಣ ಚಾಲುಕ್ಯ ಆರನೇ ವಿಕ್ರಮಾದಿತ್ಯನ

ಆಸ್ಥಾನದಲ್ಲಿದ್ದ ವಿಜ್ಞಾನೇಶ್ವರರು "ಮಿತಾಕ್ಷರ"ವನ್ನು ಬರೆದ ಸಂಗತಿ ಇತಿಹಾಸಕ್ಕೆ ಹೊಸದಲ್ಲ. ಅಷ್ಟಕ್ಕೂ ಭಾರತೀಯ ನ್ಯಾಯಾಂಗ ಪರಿಕಲ್ಪನೆಯಲ್ಲಿ ಏನ್ಕೇನ ಕಾರಣವಾಗಿ "ಮಿತಾಕ್ಷರ" ಕೃತಿಯನ್ನು ಪ್ರಮಾಣಗ್ರಂಥವಾಗಿ ಅನುಸರಿಸುವುದು ಇದೆ. ಇಷ್ಟು ಸಂಗತಿಯನ್ನು ಅನೂಚಾನವಾಗಿ ಇತಿಹಾಸದ ಪಠ್ಯದಲ್ಲಿ ಓದಿಕೊಂಡು ಬರುತ್ತಿದ್ದೇವಷ್ಟೇ. ಆದರೆ ಪುರೋಹಿತಶಾಹಿಯ ವಕ್ತಾರರಂತಿರುವ ಸಂಘ ಪರಿವಾರದ ನಾಯಕರಿಗೆ ಇದ್ದಕ್ಕಿದ್ದಂತೆ ಈ ಎರಡು–ಮೂರು ವರ್ಷಗಳ ಹಿಂದೆ ವಿಜ್ಞಾನೇಶ್ವರರ ಬಗ್ಗೆ ಅಸಾಧ್ಯ ಪ್ರೇಮ ಹುಟ್ಟಿಕೊಂಡಿತು. ಅವರು ಬಿಹಾರದ ರಾಜ್ಯಪಾಲ ಪದವಿಯನ್ನು ಅನುಭವಿಸುತ್ತಲೆ ಕರ್ನಾಟಕದ ಕಟ್ಟಕಡೆಯ, ದಟ್ಟದರಿದ್ರ ಕಲಬುರ್ಗಿ ಕಲ್ಯಾಣ ಭಾಗವನ್ನು ನೆನಪಿಸಿಕೊಂಡು ಬಂದರು. ವಿಜ್ಞಾನೇಶ್ವರನ ಶಾಸನವೊಂದನ್ನು ಪುನರ್ ತಾಜಾಗೊಳಿಸುತ್ತ ಅವರ ಜನ್ಮಸ್ಥಾನವಾದ ಕಲಬುರ್ಗಿ ಜಿಲ್ಲೆಯ "ಮರತೂರಿ"ಗೆ ಲಗ್ಗೆ ಹಾಕಿದರು. ಕನಿಷ್ಠ ರಸ್ತೆ, ಶುದ್ಧ ಕುಡಿಯುವ ನೀರಿನ ಸೌಲಭ್ಯವಿಲ್ಲದ ಆ ಹಳ್ಳಿಯಲ್ಲಿ ಎಲ್ಲ ಸರಕಾರಿ ದೌಲತ್ತನ್ನು ಬಳಸಿಕೊಂಡು ವಿಜ್ಞಾನೇಶ್ವರನ ಭವನವೊಂದನ್ನು ನಿರ್ಮಿಸಿದರು. ಸ್ಥಳೀಯ ಜನರಲ್ಲಿ ತಮ್ಮೂರಿನ ಮಹಾನ್ ಐತಿಹಾಸಿಕ ಪುರುಷನೊಬ್ಬನ ಬಗೆಗೆ ರೋಮಾಂಚಿತ ಭಯ ಭಕ್ತಿಗಳನ್ನು ಮೂಡಿಸಿದರು. ಜನಸಾಮಾನ್ಯರು ಈ ತೆರನ ವೈಭವೀಕರಣ ಲೋಲುಪ್ತೆಗೆ ಬಿದ್ದು ರಾಮಾಜೋಯಿಸ್‌ರ ಪಟಾಲಂನ್ನು ತಮ್ಮೂರಿನ ವಿಧಾತೃಗಳೆಂದೇ ಬಗೆದರು. ಇದೇ ವಿಕ್ರಮಾದಿತ್ಯನ ಆಸ್ಥಾನದಲ್ಲಿದ್ದ ಮಹಾಕವಿ ಬಿಲ್ಹಣ, ಕ್ರಾಂತಿಕಾರಿ ನಾಯಕ ಕೊಂಡಗುಳಿ ಕೇಶಿರಾಜ, ಸ್ವಾಭಿಮಾನಿ ತೆಲಗುಜೊಮ್ಮಯ್ಯ ಮುಂತಾದ ಯಾವುದೇ ಚಾರಿತ್ರಿಕ ನಾಯಕರು ಮುಖ್ಯವೆನಿಸಲೇ ಇಲ್ಲ. ಇವರೆಲ್ಲರನ್ನು ವ್ಯವಸ್ಥಿತವಾಗಿ ನೇಪಥ್ಯಕ್ಕೆ ಸರಿಸಿ ವಿಜ್ಞಾನೇಶ್ವರರೊಬ್ಬರನ್ನೆ ಮೆರೆಸುವುದು ಏಕೆ? ತೀರ ಹಿಂದುಳಿದ ಪ್ರದೇಶವೊಂದರ ಕುಗ್ರಾಮವೆನಿಸಿದ್ದ "ಮರತೂರನ್ನು" ಇದ್ದಕ್ಕಿದ್ದಂತೆ ಆಕ್ರಮಿಸಿಕೊಳ್ಳುವುದು ಏಕೆ? ಸ್ಥಳೀಯ ಅಮಾಯಕ ಜನತೆಯಲ್ಲಿ ಹುಸಿ ವೈಭವದ ತೆವಲುಗಳನ್ನು ಹಚ್ಚುವುದು ಯಾವ ಪುರುಷಾರ್ಥಕ್ಕಾಗಿ ಎಂಬ ಪ್ರಶ್ನೆಗಳು ಇಲ್ಲಿನ ಸಂವೇದನಾಶೀಲರಿಗೆ ಕಾಡದೆ ಇರಲಿಲ್ಲ. ವಿಜ್ಞಾನೇಶ್ವರನ ಭವನ ನಿರ್ಮಾಣದಿಂದ ಮರತೂರು ಜನರ ಬವಣೆಯ ಬದುಕಿನಲ್ಲಿ ಕಿಂಚಿತ್ತೂ ಬದಲಾವಣೆ ಕಂಡಿಲ್ಲ. ಹೈದ್ರಾಬಾದ ಕರ್ನಾಟಕದ ಪ್ರದೇಶದಲ್ಲಿ ಸಂಘ ಪರಿವಾರಿಗಳ ಚಟುವಟಿಕೆಗಳು ಚುರುಕುಗೊಳಿಸುವ ಹಿನ್ನೆಲೆಯಲ್ಲಿ "ಮರತೂರು" ಒಂದು ಕೇಂದ್ರಸ್ಥಾನವಾಗಿಸುವ ಇರಾದೆ ಇರಲಿಕ್ಕು ಸಾಕು. ಇಷ್ಟೆಲ್ಲ ಆಳದ ಒಳನೋಟಗಳನ್ನು ಇಟ್ಟುಕೊಂಡಿರುವ ಪುರೋಹಿತ ಮಾಣಿಗಳು ದಲಿತರ ಸ್ವಾಭಿಮಾನದ ಸಂಕೇತವಾಗಿರುವ ಅಂಬೇಡ್ಕರ್ ಅವರ ಹೆಸರನ್ನು ಕೈಬಿಟ್ಟಿರುವುದು ಆಶ್ಚರ್ಯಪಡಬೇಕಾಗಿಲ್ಲ. ಆದರೆ ಈ ಮೇಲಿನ ಎಲ್ಲ ನಡೆಗಳನ್ನು ಅಚಾನಕ್ ಆಗಿ ಘಟಿಸಿದ ಪ್ರಮಾದಗಳೆಂದು ಅಲಕ್ಷಿಸುವಂತಿಲ್ಲ. ಪುರೋಹಿತಶಾಹಿ ವ್ಯವಸ್ಥೆಗೆ ತಪ್ಪುಗಳನ್ನು ಮಾಡಿ ಸಮರ್ಥಿಸಿಕೊಳ್ಳುವ ಚಾಳಿಯು ಸಂಪ್ರದಾಯವಾಗಿ ಪರಿಣಮಿಸಿಬಿಡುತ್ತದೆ. ಆಗ ಶೋಷಣೆಯ ಎಲ್ಲ ಬಗೆಯ ಆಯಾಮಗಳು ಸಂಪ್ರದಾಯಗಳ ಪರಿಧಿಗೆ ಬಂದು ಅತಿಕ್ರಮಿಸಲಾಗದ ಜೀವನಶೈಲಿಯಾಗಿ ಬಿಡುವ ಅಪಾಯವಿರುತ್ತದೆ.

# ಕಾವ ಕೈಗಳೆ ಸಾವ ತಂದರೆ . . .

*ಇಷ್ಟು ಬೇಗ ಮದುವೆ ಯಾಕಪ್ಪ*
*ಈ ಪುಟ್ಟ ಹುಡುಗಿಗೆ ಸೀರೆ ಯಾಕೆ ಲಂಗ ಹಾಕವ್ವ*
*ಕಲಿಯುವ ವಯಸ್ಸು ನಲಿಯುವ ಮನಸ್ಸು*
*ಕಣ್ಣಿನ ತುಂಬ ಬಣ್ಣದ ಕನಸು..............*

ಬಾಲ್ಯ ವಿವಾಹದ ಅನಿಷ್ಠ ಪದ್ಧತಿಯನ್ನು ಛೇಡಿಸುವ ಹಾಡಿನ ಸಾಲುಗಳು ಇವು. ಬಾಲ್ಯ ವಿವಾಹ ನಿಷೇಧ ಕಾನೂನು ಜಾರಿಯಾಗಿ ಶತಮಾನವೇ ಸಮೀಪಿಸುತ್ತಿದೆ. ನಗರ ಕೇಂದ್ರಿತ ಮಧ್ಯಮ ಮತ್ತು ಮೇಲ್ಮಧ್ಯಮ ವರ್ಗದ ಜನರಿಗೆ ಬಾಲ್ಯ ವಿವಾಹ ಈಗ ಮುಗಿದು ಹೋದ ಅಧ್ಯಾಯ ಎನಿಸಿರಬಹುದು. ಸುಶಿಕ್ಷಿತ ಜನರ ನಡುವೆ ಈಗೆಲ್ಲಿ ಬಾಲ್ಯ ವಿವಾಹಗಳು ನಡೆಯುತ್ತಿವೆ? ಇಲ್ಲವಲ್ಲ ಎಂಬ ಅಭಿಪ್ರಾಯಗಳು ಸುಳಿದಾಡಬಹುದು. ಇಂಥವರೆಲ್ಲ ಒಂದೇ ಒಂದು ಸಲ ಹೈದ್ರಾಬಾದ್ ಕರ್ನಾಟಕ ಪ್ರದೇಶಧ ಶಹಾಪೂರ, ಸುರಪೂರ, ಯಾದಗೀರ, ದೇವದುರ್ಗ, ಮಾನ್ವಿ, ಸಿಂಧನೂರು ತಾಲೂಕಿನ ಪ್ರತಿ ಹಳ್ಳಿಗೆ ಬರಬೇಕು. ಅಲ್ಲಿ ಪ್ರತಿ ಹತ್ತರಲ್ಲಿ ಏಳರಿಂದ ಎಂಟರವರೆಗೆ ಬಾಲ್ಯ ವಿವಾಹಗಳು ಈ ಕ್ಷಣಕ್ಕೂ ಕಾಣಸಿಗುತ್ತವೆ. ಪ್ರತಿವರ್ಷದ ಮದುವೆ ಸೀಜನ್‌ನಲ್ಲಿ ಸಾವಿರಾರು ಬಾಲ್ಯ ವಿವಾಹಗಳು ಆಡಳಿತ ಅಧಿಕಾರಿಗಳ, ಚುನಾಯಿತ ಪ್ರತಿನಿಧಿಗಳ ಸುಪರ್ದಿನಲ್ಲಿ ಜರುಗುತ್ತವೆ. ಇದೇ ಭಾಗದ ಬೀದರ್, ಗುಲಬರ್ಗಾ ಜಿಲ್ಲೆಗಳಲ್ಲಿ ವರದಕ್ಷಿಣೆ ಸಾವುಗಳು ಎಗ್ಗಿಲ್ಲದಂತೆ ಸಂಭವಿಸುತ್ತವೆ. ಮದುವೆಯಾಗಿ ಆರು ತಿಂಗಳೊಪ್ಪತ್ತಿನಲ್ಲಿ ವರದಕ್ಷಿಣೆ ಕಿರುಕುಳದ ಆತ್ಮಹತ್ಯೆ ಇಲ್ಲವೆ ಕೊಲೆಗಳು ನಡೆದು ಯಾವುದೇ ಕಾನೂನಿನ ಚೌಕಟ್ಟಿಗೆ ಸಿಗದಂತೆ ಮುಚ್ಚಿ ಹಾಕಲಾಗುತ್ತಿದೆ. ಇಂಥ ಎಷ್ಟೊ ಸಾವುಗಳು ಪೊಲೀಸ್ ಕಛೇರಿಯನ್ನು ತಲುಪುವುದೇ ಇಲ್ಲ. ಆಕಸ್ಮಾತ್ ತಲುಪಿದರೂ ಅವುಗಳನ್ನು ಮುಚ್ಚಿಹಾಕುವ ಎಲ್ಲ ಬಗೆಯ ಒಳತಂತ್ರಗಳು ಜಡುಗಟ್ಟಿದ ವ್ಯವಸ್ಥೆಯ ಪರಿಧಿಯೊಳಗೆ ಫಲಿಸುತ್ತವೆ. ಅಖಿಲ ಭಾರತ ಜನವಾದಿ ಮಹಿಳಾ ಸಂಘಟನೆಗೆ ಕನಿಷ್ಠವೆಂದರೂ ವಾರಕ್ಕೆ ಹತ್ತು ಹದಿನೈದು ದೂರುಗಳು ಬರುತ್ತವೆ.

ಗುಲಬರ್ಗಾ ಶಹರ ಈಗೀಗ ಹೆಣ್ಣುಭ್ರೂಣ ಹತ್ಯೆಯ ಪ್ರಮುಖ ತಾಣವಾಗುತ್ತಿದೆ. ಇಲ್ಲಿನ ಪ್ರಮುಖ ಸ್ಕಾನಿಂಗ್ ಸೆಂಟರ್‌ಗಳಲ್ಲಿ ಕೋಡ್‌ವರ್ಡ್‌ಗಳ ಮೂಲಕ ಲಿಂಗಪತ್ತೆಯು ಬೇಧಡಕ್ ಬಹಿರಂಗವಾಗುತ್ತಿವೆ. ಪಕ್ಕದ ಮಹಾರಾಷ್ಟ್ರ ಮತ್ತು ಆಂಧ್ರದ ಗಡಿ ಹಳ್ಳಿಗಳಿಂದ ಜನರು ಲಿಂಗಪತ್ತೆ ಹಚ್ಚಲೆಂದೆ ಹರಿದು ಬರುತ್ತಿದ್ದಾರೆ. ಏಕೆಂದರೆ ಅಲ್ಲಿ ಪಿಸಿ ಆ್ಯಂಡ್ ಪಿಎನ್‌ಡಿಟಿ (PC & PNDT) ಕಾನೂನು ಕಟ್ಟುನಿಟ್ಟಾಗಿ ಪಾಲಿಸಲಾಗುತ್ತಿದ್ದು ಸಾಮಾನ್ಯರಿಗೆ, ಗ್ರಾಮೀಣ ಜನರಿಗೆ ಅಲ್ಲಿನ ಡಾಕ್ಟರುಗಳು ನಿಲುಕುತ್ತಿಲ್ಲ. ಗುಲಬರ್ಗಾದ ವೈದ್ಯರು ಮಾತ್ರ ತುಂಬಾ ಸೋವಿ ಮತ್ತು ಬುದ್ಧಿವಂತರು. ಅವರು ತೀರ ಕಡಿಮೆ

ದರದಲ್ಲಿ ಕಾನೂನಿನ ಕೈಗೆ ಸಿಗದಂತೆ ಭ್ರೂಣದಲ್ಲಿರುವ ಶಿಶುವಿನ ಲಿಂಗವನ್ನು ಬಹಿರಂಗ ಪಡಿಸುತ್ತಾರೆ. ಗರ್ಭದಲ್ಲಿರುವ ಮಗು ಹೆಣ್ಣು ಅಂತಾದರೆ ಗರ್ಭಪಾತ ಮಾಡಿಸಲೆಂದೇ ಇಲ್ಲಿ ಅವರವರ ಅಂತಸ್ತಿಗೆ ತಕ್ಕ ನರ್ಸಿಂಗ್ ಹೋಂಗಳು ನಾಯಿಕೊಡೆಗಳಂತೆ ತಲೆ ಎತ್ತಿನಿಂತಿವೆ. ಈ ನರ್ಸಿಂಗ್ ಹೋಂಗಳನ್ನು ಕಟುಕರ ಅಂಗಡಿಗೆ ಹೋಲಿಸುವುದು ಕೂಡಾ ಕಷ್ಟವೇ ಎನಿಸುತ್ತಿದೆ. ಏಕೆಂದರೆ ಕಟುಕರಿಗೆ ಕನಿಷ್ಠ ಮಟ್ಟದ ನೀತಿಸಂಹಿತೆ ಲಾಗು ಆಗುತ್ತದೆ. ಇಲ್ಲಿನ ವೈದ್ಯ ಮಹಾಶಯರಿಗೆ ಮಾತ್ರ ಯಾವುದೇ ಭಯ ಮತ್ತು ಪಾಪ ಪ್ರಜ್ಞೆ ಎರಡೂ ಇಲ್ಲ. ಈ ಎಲ್ಲ ಅಸುರೀ ಮುಖಗಳು ಕರ್ನಾಟಕದ ಉಳಿದ ಭಾಗಗಳಲ್ಲಿ ಇಲ್ಲ ಅಂತಲ್ಲ. ಆದರೆ ಅವುಗಳ ಪ್ರಮಾಣ ಮತ್ತು ಸ್ವರೂಪಗಳು ಪ್ರದೇಶದಿಂದ ಪ್ರದೇಶಕ್ಕೆ ಭಿನ್ನವಾಗಿವೆ. ಜಮೀನ್ದಾರಿ ವ್ಯವಸ್ಥೆಯ ಬೇರುಗಳು ಹೈದ್ರಾಬಾದ ಕರ್ನಾಟಕದಲ್ಲಿ ಇನ್ನು ಗಟ್ಟಿಯಾಗಿವೆ. ಆಧುನಿಕ ವಿದ್ಯಮಾನದ ಎಲ್ಲ ಬಗೆಯ ಐಷಾರಾಮಿ ಸೌಲಭ್ಯಗಳ ನಡುವೆಯೂ ಇಲ್ಲಿನ ಸ್ತ್ರೀ ವಿರೋಧಿ ನಂಬಿಕೆಗಳು ಮಾತ್ರ ಅಲುಗಾಡುವಂತಿಲ್ಲ. ಸಮೂಲ ಸಾಮಾಜಿಕ ಪರಿವರ್ತನೆಯನ್ನು ತರಬಲ್ಲ ಚಿಂತನೆ ಮತ್ತು ಚಳುವಳಿಗಳು ಮಾತ್ರ ಇಲ್ಲಿನ ಜಡ್ಡುಗಟ್ಟಿದ ವ್ಯವಸ್ಥೆಗೆ ಔಷಧಿಯಾಗಬಲ್ಲವು.

ಹೀಗೆಂದೆ ಅಖಿಲ ಭಾರತ ಜನವಾದಿ ಮಹಿಳಾ ಸಂಘಟನೆಯು ತನ್ನ ಬೆಳ್ಳಿಹಬ್ಬ ವರ್ಷಾಚರಣೆ ಅಂಗವಾಗಿ ನವೆಂಬರ್ 7ರಿಂದ 21, 2005 ರವರೆಗೆ ಇಲ್ಲಿ ಮಹಿಳಾ ಕಲಾ ಜಾಥಾ ಹಮ್ಮಿಕೊಂಡಿತ್ತು. ಹಾಗೇ ನೋಡಿದರೆ ಇದೊಂದು ರಾಷ್ಟ್ರವ್ಯಾಪಿ ಕಲಾಜಾಥಾ. ತನ್ನ ಸದಸ್ಯತ್ವ ಹೊಂದಿದ ಎಲ್ಲ 22 ರಾಜ್ಯಗಳಲ್ಲಿ ಏಕಕಾಲಕ್ಕೆ ಮಹಿಳೆಯರ ಸಮಸ್ಯೆಗಳನ್ನು ಇಟ್ಟುಕೊಂಡು ಬೀದಿನಾಟಕ, ಹಾಡುಗಳು, ಭಾಷಣಗಳು, ಕರಪತ್ರ ವಿತರಣೆ, ಗೋಡೆ ಬರಹಗಳು ಮುಂತಾಗಿ ಹತ್ತಾರು ಚಟುವಟಿಕೆಗಳನ್ನು ನಡೆಸಿದೆ. ದೇಶದಾದ್ಯಂತ 92 ಲಕ್ಷ ಸದಸ್ಯತ್ವ ಹೊಂದಿದ ಏಕೈಕ ದೊಡ್ಡ ಸಂಘಟನೆ ಎಂಬ ಹೆಗ್ಗಳಿಕೆಗೆ ಪಾತ್ರವಾಗಿರುವ ಜನವಾದಿಗೆ ಈಗ ಇಪ್ಪತ್ತೈದರ ಬೆಳ್ಳಿಹಬ್ಬ. ಹಾಗೇ ನೋಡಿದರೆ ಪ್ರಜ್ಞಾವಂತರು ಅದರಲ್ಲೂ ವಿಶೇಷವಾಗಿ ಮಹಿಳೆಯರು ಸ್ವಚ್ಛಂದವಾಗಿ ಸಂಭ್ರಮಿಸುವ ದಿನಗಳು ಇನ್ನು ಬಂದಿಲ್ಲ. ಸಂಘಟನೆಗೆ ಬೆಳ್ಳಿಹಬ್ಬವೆಂಬುದು ಇನ್ನಷ್ಟು, ಮತ್ತಷ್ಟು ಜವಾಬ್ದಾರಿಗಳನ್ನು ಹೆಗಲಿಗೇರಿಸಿಕೊಳ್ಳುವ ಪರ್ವವಾಗಬೇಕಿದೆ. ಎಂತಲೇ ಪ್ರಸಕ್ತ ವರ್ಷದುದ್ದಕ್ಕೂ ಕರ್ನಾಟಕದ ರಾಜ್ಯ ಘಟಕವು ಮಹಿಳೆಯರ ಕಾರ್ಯಾಗಾರ, ವಿಚಾರ ಸಂಕಿರಣ, ಅಧ್ಯಯನ ಕಮ್ಮಟ, ಸಾಂಸ್ಕೃತಿಕ ಸ್ಪರ್ಧೆ, ರಾಜಕೀಯ ಆಂದೋಲನಗಳನ್ನು ಹಮ್ಮಿಕೊಂಡಿದೆ. ತತ್ಪ್ರಯುಕ್ತ ನಡೆಸಲಾದ "ಕಲಾಜಾಥಾ"ವು ಕರ್ನಾಟಕದ ಜನಮಾನಸವನ್ನು ಸೂರೆಗೊಂಡು ಮಹಿಳಾಪರ ಸಂಚಲನವನ್ನುಂಟು ಮಾಡಿರಲು ಸಾಕು. ಕೋಲಾರ, ಮಂಡ್ಯ, ದಾವಣಗೆರೆ, ಬಳ್ಳಾರಿ, ಗುಲಬರ್ಗಾ, ಬಳ್ಳಾರಿಗಳ ಒಟ್ಟು ಆರು ತಂಡಗಳು ತಮ್ಮ ತಮ್ಮ ಕ್ಷೇತ್ರಗಳಲ್ಲಿ ಮಹಿಳೆಯರೇ ಅಭಿನಯಿಸಿದ ಬೀದಿ ನಾಟಕವನ್ನು ಪ್ರದರ್ಶಿಸಿವೆ.

ಸಮುದಾಯದ ರಾಜ್ಯಾಧ್ಯಕ್ಷ ಪ್ರೊ.ಆರ್.ಕೆ.ಹುಡುಗಿಯವರು ಬರೆದು ಅಶೋಕ ಶೆಟಕಾರ (ಗುಲಬರ್ಗಾ ಸಮುದಾಯ) ನಿರ್ದೇಶಿಸಿದ "ನಾರಿಪುರಾಣ" ಅರ್ಥಾತ್

ಕೊಲೆಗಡುಕರ ಸಂತೆ" ಎಂಬ ಬೀದಿನಾಟಕವಂತೂ ಗುಲಬರ್ಗಾ ಬೀದರ ಭಾಗಗಳಲ್ಲಿ ಭಾರಿ ಸಂಚಲನವನ್ನುಂಟು ಮಾಡಿದೆ. ನಾಟಕವೆಂದರೆ ಪಾತರದವರ (ನಾಚ್‌ವಾಲಿಗಳು) ಆಟವೆಂದು, ಹಾಡುಗಳೆಂದರೆ ವೃತ್ತಿಭಿಕ್ಷುಕರ ಹೊಟ್ಟೆ ಪಾಡೆಂದೇ ಮೂಗು ಮೂರಿಯುವ ಈ ಭಾಗದಲ್ಲಿ ಮಹಿಳೆಯರೇ ಬೀದಿಗೆ ಇಳಿದು ನಾಟಕ ಆಡಿದ್ದು ಆಶ್ಚರ್ಯಾತಿ ಆಶ್ಚರ್ಯವೇ ಸರಿ. ಅದರಲ್ಲೂ ಮಧ್ಯಮ, ಕೆಳವರ್ಗದ ಮನೆಯ ಕಿಶೋರಿಯರು ಒಂದೆಡೆ ಸೇರಿ ಪಕ್ಕಾ ಅಲೆಮಾರಿಗಳಂತೆ ಬೀದಿ ಬೀದಿಗೂ, ಹಳ್ಳಿಯಿಂದ ಹಳ್ಳಿಗೂ ತಿರುಗುತ್ತ ಆ್ಯಕ್ಟಿಂಗ್, ಡೈಲಾಗ್, ಹಾಡು, ನೃತ್ಯ ಮುಂತಾಗಿ ಹೊರಟದ್ದೂ ಸಾಹಸದ ಗಾಥೇ ಎನಿಸಲಿಕ್ಕು ಸಾಕು. ಅಭಿನಯದ ಗಂಧಗಾಳಿ ಗೊತ್ತಿರದಿದ್ದರೂ ಅಪ್ಪಟ ಸೈದ್ಧಾಂತಿಕ ಬದ್ಧತೆ ಮತ್ತು ನಮಗಾಗಿ ಹೊಸ ಬದುಕೊಂದನ್ನು ಕಟ್ಟಿಕೊಳ್ಳಬೇಕೆಂಬ ಮಹತ್ವಾಕಾಂಕ್ಷೆಗಳೇ ಅವರನ್ನು ಬೀದಿಗೆ ಇಳಿಸಿದ್ದವು. ವೃತ್ತಿ ಕಲಾವಿದರ ಚಾಕಚಕ್ಯತೆ ಇರದಿದ್ದರೂ ಹವ್ಯಾಸಿ ಕಲಾವಿದರ ಪರಿಣತಿ ಇರದಿದ್ದರೂ ಗ್ರಾಮ ಸಮುದಾಯವನ್ನು ಅವರು ಮುಟ್ಟಲು ಸಾಧ್ಯವಾದದ್ದಕ್ಕೆ ಕಾರಣ ಮಾತ್ರ ಅವರ ಆಳದ ಕಾಳಜಿಯಾಗಿತ್ತು.

*ಕೊಲ್ಲಬ್ಯಾಡ ಕೊಲ್ಲಬ್ಯಾಡವ್ವ ಹೇ ತಾಯಿ ನನ್ನನ್ನ*
*ಬೆಳ್ಳಿ ಬಟ್ಟಲು ಕಳ್ಳಿ ಹಾಲು । ಕಾವ ಕೈಗಳೇ ಸಾವ ತಂದರೆ*
*ವಿಷವ ಉಂಡು ಉಳಿಯಲ್ಹ್ಯಾಂಗವ್ವ । ಈ ತೃಷೆಯ ನೀಗಿ*
*ಬದುಕಲ್ಹ್ಯಾಂಗವ್ವ ॥*

ಎಂಬ ಭ್ರೂಣ ಹತ್ಯೆಯ ಹಾಡು ಪಿಯುಸಿ ಓದುತ್ತಿರುವ ಪೋರಿಯರ ಭರ್ತಿ ಕಂಠದಿಂದ ಹೊರಬರುತ್ತಿದ್ದರೆ ನೆರೆದವರ ಮನಸ್ಸುಗಳು ಒಳಗೊಳಗೆ ಪಾಪಪ್ರಜ್ಞೆ ಅನುಭವಿಸುವ ಅಸಹಾಯಕತೆಗೆ ಪಕ್ಕಾಗುತ್ತಿದ್ದವು. ಕೌಟುಂಬಿಕ ಹಿಂಸೆಯನ್ನು ಬಿಂಬಿಸುವ ದೃಶ್ಯಾವಳಿಗಳು ಗಂಭೀರ ವಾತಾವರಣ ಮೂಡಿಸುವಲ್ಲಿ ಸಫಲವಾಗುತ್ತಿದ್ದವು. ಸ್ತ್ರೀ ಭ್ರೂಣ ಹತ್ಯೆಯಿಂದ ಪ್ರಾರಂಭವಾಗಿ ಬಾಲ್ಯ ವಿವಾಹ, ವರದಕ್ಷಿಣೆ ಪಿಡುಗು, ವೈಧವ್ಯ, ಕೌಟುಂಬಿಕ ದೌರ್ಜನ್ಯ ಹೀಗೆ ಹತ್ತಾರು ಘಟನಾವಳಿಗಳು ಅಭಿನಯಿಸಲ್ಪಟ್ಟು

*ಅಮ್ಮಮ್ಮ ಈ ಬದುಕು ನಾನೆಂತು ಬಾಳಲಿ*
*ಅಯ್ಯೊಯ್ಯೋ ಈ ನೋವ ನಾನೆಂತು ತಾಳಲಿ*
*ಸುತ್ತಮುತ್ತಲೂ ನನಗೆ ಗೊತ್ತು ಇಲ್ಲದ ದಾರಿ*
*ಕಾಲಿಟ್ಟಲ್ಲೆಲ್ಲ ಕೆಸರು ಕಣ್ಣೀರು ಧಾರೆ ಸೋರಿ.... ಎಂಬ*

ಶೋಕಗೀತೆಯೊಂದಿಗೆ ದುಃಖ ತಾರಕಕ್ಕೇರುತ್ತಿತ್ತು. ನೆರೆದವರು ತಮ್ಮ ಕಂಗಳಿಂದ ಸುರಿಯುತ್ತಿರುವ ಕಣ್ಣೀರನ್ನು ನಿಯಂತ್ರಿಸಲಾಗದೆ ಒದ್ದಾಡುತ್ತಿದ್ದದ್ದು ಇತ್ತು. ಅಂತೂ ಗುಲಬರ್ಗಾ, ಬೀದರ ಜನವಾದಿ ಮಹಿಳಾ ಸಂಘಟನೆಯ ಕಲಾತಂಡಗಳು ಕಳೆದ ಎರಡು ವಾರಗಳ ಉದ್ದಕ್ಕೂ ತಮ್ಮ ಶಕ್ತಿಮೀರಿ ದುಡಿದು ಜನಮಾನಸವನ್ನು ಹಿಡಿದಿಟ್ಟವು. ನೂರು ಭಾಷಣಗಳು ಮಾಡಬಹುದಾದ ಪರಿಣಾಮಕಾರಿ ವಾತಾವರಣವನ್ನು ಒಂದು ಬೀದಿ ನಾಟಕ ನಿರ್ಮಿಸಿ ತೋರಿಸಿತ್ತು. ಅಂತೆಯೇ ಚಳುವಳಿಯ ಇನ್ನಿತರ ನಡೆಗಳಿಗಿಂತ ಸಾಂಸ್ಕೃತಿಕ ಫಲಕುಗಳಿಗೆ ಅತಿ ದೊಡ್ಡ ಶಕ್ತಿ ಸಾಧ್ಯತೆ ಇರುತ್ತದೆ. ಬಂಡಾಯ,

ದಲಿತೋತ್ತರ ಕಾಲದ ಈ ಸಂದಿಗ್ಧ ಸ್ಥಿತಿಯಲ್ಲಿ ಹೇಳಿಕೊಳ್ಳುವಂಥ ಚಳುವಳಿಗಳು ಗೋಚರಿಸುತ್ತಿಲ್ಲ. ನಮ್ಮ ಅಂಗಳಗಳಲ್ಲಿ ಸಾವಿರಗಟ್ಟಲೆ ರೈತರ ಸಾವುಗಳಿವೆ. ದೇಶವೆಂಬ ದೇಶವೆ ಮಾರ್ಕೆಟ್ಟಾಗಿ ನಮಗ್ಯಾರಿಗೂ ಮನೆಗಳೇ ಇಲ್ಲ. ಮಹಿಳೆಯರ ಅಂಗಾಂಗಳು ಕಂಪ್ಯೂಟರೀಕರಣ ತಂತ್ರಾಂಶಗಳಂತೆ ಬಿಕರಿಯಾಗುತ್ತಿರುವ ಸರಕುಗಳಾಗಿವೆ. ಸುತ್ತಲೂ ಅಧಿಕಾರ, ಕುರ್ಚಿ, ಪ್ರಶಸ್ತಿ, ಪದವಿಗಳ ದಾಹದ ನಿರ್ಲಜ್ಜ ಮುಖಗಳು ಕ್ವಾಲಿಟಿ, ಸ್ಕೀಲ್‌ಗಳೆಂಬ ಹೊಸದಿರಿಸು ತೊಟ್ಟು ಕುಣಿಯುತ್ತಿವೆ. ಇಂಥ ಸಂಕಟದ ಪರಮೋಚ್ಛ ಅವಸ್ಥೆಯಲ್ಲಿ ಜನಪರ ಪ್ರಜ್ಞೆ ಮೂಕವಾಗುವುದು ಎಂದರೆ ಏನರ್ಥ. ಇಂಥ ಅಸಹನೀಯ ಅರಾಜಕ ಮೌನದ ನಡುವೆ ಜನವಾದಿ ಸಂಘಟನೆಯ ಮಹಿಳೆಯರ ಕಲಾಜಾಥಾ ಒಂದು ಪುಟ್ಟ "ಹವಾ ಕಾ ಝೋಂಕಾದಂತೆ" ಸಂಚಲನವನ್ನು ಮೂಡಿಸಿತ್ತು.

# ನಮ್ಮ ಪ್ರಕಟಣೆಗಳು

## ಚರಿತ್ರೆ

| | | | |
|---|---|---|---|
| **ಪುರಾಣ ಮತ್ತು ವಾಸ್ತವ** | ಲೇ: ಡಿ.ಡಿ.ಕೊಸಾಂಬಿ ಅನು: ಟಿ.ಎಸ್. ವೇಣುಗೋಪಾಲ ಮತ್ತು ಶೈಲಜ | ರೂ.150 | 2013 |
| **ಕನ್ನಡದೊಳ್ ಭಾವಿಸಿದ ಜನಪದಂ** | ಸಂ: ವಸು ಎಂ.ವಿ. | ರೂ.375 | 2009 |
| **ಪ್ರಾಚೀನ ಭಾರತದ ಸಂಸ್ಕೃತಿ ಮತ್ತು ನಾಗರಿಕತೆ – ಚಾರಿತ್ರಿಕ ರೂಪುರೇಷೆ** | ಲೇ: ಡಿ.ಡಿ.ಕೊಸಾಂಬಿ ಅನು: ಟಿ.ಎಸ್. ವೇಣುಗೋಪಾಲ ಮತ್ತು ಶೈಲಜಾ | ರೂ.250 | 2011 |
| **ದೇವದುರ್ಗ ಚಾರಿತ್ರಿಕ ಅಧ್ಯಯನ** | ಲೇ:ಅಮರೇಶ ಆಲ್ಕೋಡ | ರೂ.125 | 2013 |
| **ವಾಸ್ತವದ ಒಡಕುಗಳು ಇತಿಹಾಸದ ತೊಡಕುಗಳು** | ಬಾರ್ಕೂರು ಉದಯ | ರೂ.200 | 2013 |

## ವಿಶ್ಲೇಷಣೆಗಳು

| | | | |
|---|---|---|---|
| **ಭಾರತದಲ್ಲಿ ಶಿಕ್ಷಣ ಸವಾಲು ಸಾಧ್ಯತೆ** | ಲೇಖಕರು: ರೊಮಿಲಾ ಥಾಪರ್, ಇರ್ಫಾನ್ ಹಬೀಬ್, ಪ್ರಭಾತ್ ಪ್‌ಟ್ನಾಯಕ್, ಸಿ.ಪಿ.ಚಂದ್ರ ಶೇಖರ್, ಕೆ.ಎಂ. ಶ್ರೀಮಾಲಿ, ಶಮೀಮ್ ಅಖ್ತರ್, ಅರ್ಜುನ್ ದೇವ್, ವಿಜೇಂದ್ರ ಶರ್ಮ, ಅನುಭೂತಿ ಮೌರ್ಯ; ಅನುವಾದ: ಆರ್. ಪಿ. ಹೆಗಡೆ | ರೂ.60 | 2008 |
| **ಪರಿಸರ ಸ್ನೇಹಿ ಕೃಷಿ ಕ್ಯೂಬಾ ಮಾದರಿ** | ಲೇಖಕರು : ಜೈಕುಮಾರ್ | ರೂ.20 | 2009 |
| **ನೆಲದ ಪಿಸುಮಾತು** | ಲೇಖಕರು: ನೀಲಾ ಕೆ | ರೂ.60 | 2009 |
| **ಬಿತ್ತಿದ್ದೀರಿ... ಅದಕ್ಕೆ ಅಳುತ್ತೀರಿ..** | ಲೇಖಕರು: ಪಿ.ಸಾಯಿನಾಥ್, ಅನುವಾದ: ಟಿಎಲ್.ಕೃಷ್ಣೇಗೌಡ | ರೂ.100 | 2009 |
| **ಹಸಿವಿನ ಸಾಮ್ರಾಜ್ಯಕ್ಕೆ ಕೊನೆಯೆಂತು?** | ಲೇಖಕರು: ವಸಂತರಾಜ ಎನ್.ಕೆ. | ರೂ.100 | 2009 |
| **ಅಂಬೇಡ್ಕರೋತ್ತರ ದಲಿತ ಸಂಘರ್ಷ ದಾರಿ–ದಿಕ್ಕು** | ಡಾ. ಆನಂದ ತೇಲ್ತುಂಬ್ಡೆ, ಅನು: ರಾಹು | ರೂ.130 | 2009 |

| | | | |
|---|---|---|---|
| **ಹಿಂದುತ್ವ ಮತ್ತು ದಲಿತರು ಕೋಮುವಾದಿ ರಾಜಕಾರಣ ಒಂದು ತಾತ್ವಿಕ ಪರಾಮರ್ಶೆ** | ಸಂ: ಡಾ. ಆನಂದ ತೇಲ್‌ತುಂಬ್ಡೆ, ಅನು.ಸಂ: ಪ್ರೊ.ಬಿ.ಗಂಗಾಧರಮೂರ್ತಿ | ರೂ.120 | 2009 |
| **ಅಳುವ ಯೋಗಿಯ ನೋಡಿಲ್ಲಿ** | ಲೇಖಕರು: ಪಿ.ಸಾಯಿನಾಥ್,ಅನು: ಟಿ.ಎಲ್. ಕೃಷ್ಣೇಗೌಡ | ರೂ.15 | 2009 |
| **ನೀರ ಮೇಲಣ ಗುಳ್ಳೆ – ಜಾಗತಿಕ ಹಣಕಾಸು ಬಿಕ್ಕಟ್ಟು ಕುರಿತು** | ಲೇ:ಪ್ರೊ. ಪ್ರಭಾತ್ ಪಟ್ನಾಯಕ್, ಸಂಗ್ರಹ–ಅನು: ವೇದರಾಜ ಎನ್. ಕೆ. | ರೂ.50 | 2010 |
| **ಮಹಾತ್ಮ ಮತ್ತು ಗುರುದೇವ ಸಂವಾದ– ದೇಶ ಕಟ್ಟುವ ಕನಸು ಕಾಣ್ಕೆಗಳು** | ಸಂ: ಎಸ್. ಶಿವಾನಂದ | ರೂ.225 | 2011 |
| **ಮಲಪ್ರಭೆಯ ಮಡಿಲಿನಿಂದ ಸಿಡಿದೆದ್ದ ರೈತ** | ಲೇ:ಬಿ.ಎಸ್.ಸೊಪ್ಪಿನ | ರೂ.70 | 2011 |
| **ರಥಿಕ ಸಾರಥಿ ಸಂವಾದ (ಭಗವದ್ಗೀತೆಯ ಭೌತವಾದಿ ವ್ಯಾಖ್ಯಾನ)** | ಲೇ:ವಿ.ಎಂ.ಮೋಹನರಾಜ್ ಅನು:ಡಾ. ಮಹಾಬಲೇಶ್ವರ ರಾವ್ | ರೂ.110 | 2013 |
| **ಕಾರ್ಪೋರೇಟ್ ಕಾಲದಲ್ಲೂ ಕಾರ್ಲ್ ಮಾರ್ಕ್ಸ್ ಪ್ರಸ್ತುತ** | ಲೇ:ಟೆರ್ರಿ ಈಗಲ್‌ಟನ್ ಅನು:ರಾಹು | ರೂ.260 | 2014 |
| **ಒಡಲ ಬೆಂಕಿ ಆರದಿರಲಿ – ಕಳ್ಳುಬಳ್ಳಿ ಲೇಖನಗಳು** | ಲೇ:ವಸು ಮಳಲಿ | ರೂ.140 | 2015 |
| **ಸೆಕ್ಯುಲರ್‌ವಾದ ಮತ್ತು ಅದರ ಬಗೆಗಿನ ಅತೃಪ್ತಿಗಳು** | ಪ್ರೊ.ಅಮರ್ತ್ಯ ಸೇನ್ ಅನು: ಎಸ್.ಶಿವಾನಂದ ಸಾಸ್ವೆಹಳ್ಳಿ | ರೂ.60 | 2015 |
| **ಹಿಂದುತ್ವ ರಾಜಕಾರಣ ಅಂದು ಇಂದು ಮುಂದು** | ಬಿ. ಶ್ರೀಪಾದ | ರೂ.180 | 2015 |
| **ಗೂಡು ಮತ್ತು ಆಕಾಶ** | ಸಬಿತಾ ಬನ್ನಾಡಿ | ರೂ.100 | 2017 |
| **ಅಂಬೇಡ್ಕರ್ ಮತ್ತು ಎಡರಾಜಕಾರಣ ಮುನ್ನಡೆಯ ಹಾದಿ** | ಆನಂದ ತೇಲ್ತುಂಬ್ಡೆ ಅನು: ಟಿ ಎಲ್. ಕೃಷ್ಣೇಗೌಡ | ರೂ.50 | 2018 |
| **ಮೊಸ್ಕೊದ ಆ ದಿನಗಳು** | ಡಾ. ಕೆ ಸುಶೀಲ | ರೂ.90 | 2019 |
| ವಾಸ್ತುಶಾಸ್ತ್ರ ತಿರುಳೂ ತಿಳಿಗೇಡಿತನವೂ | ಆರ್.ವಿ.ಆಚಾರಿ ಅನು: ಕೆ ಪ್ರಭಾಕರನ್ | ರೂ.175 | 2021 |
| | **ವ್ಯಕ್ತಿ–ವಿಚಾರ** | | |
| **ಸಹಯಾನ** | ಸಂಪಾದಕರು: ಎಂ. ಜಿ. ಹೆಗಡೆ | ರೂ.50 | 2008 |
| **ಜ್ಯೋತಿ ಬಸು ಅಧಿಕೃತ ಜೀವನ ಚರಿತ್ರೆ** | ಮೂಲ: ಸುರಭಿ ಬ್ಯಾನರ್ಜಿ, ಅನು: ರಾಹು | ರೂ.350 | 2010 |
| **ಹೀಗೆಂದರು ಭಗತ್‌ಸಿಂಗ್ ಮತ್ತು ಚೆ ಗೆವಾರ** | ಸಂಗ್ರಹ ಅನುವಾದ: ದೀಪ್ತಿ ಬಿ. | ರೂ.20 | 2011 |
| Capt. Laxmi - Memoirs and Tributes | *Capt.Laxmi and Subhashini Ali* | Rs.75 | 2013 |

| | | | |
|---|---|---|---|
| **ಫೈಜ್‌ನಾಮಾ** | ಹಸನ್ ನಯೀಂ ಸುರಕೋಡ | ರೂ.190 | 2013 |
| **ಸ್ಯಾಮ್ ಅಂಕಲ್‌ಗೆ ಪತ್ರಗಳು ಮತ್ತು ಇತರ ಕಿಡಿಗೇಡಿ ಬರಹಗಳು** | ಸಾದತ್ ಹಸನ್ ಮಂಟೋ ಅನು:ಹಸನ್ ನಯೀಂ ಸುರಕೋಡ | ರೂ.140 | 2013 |
| **ಒಬ್ಬ ಕೈದಿಯ ಕತೆ** | ಮೌಲಾನಾ ಹಸರತ್ ಮೊಹಾನಿ ಅನು:ಹಸನ್ ನಯೀಂ ಸುರಕೋಡ | ರೂ.85 | 2014 |

## ಪುಸ್ತಕ ಮಾಲಿಕೆಗಳು

### ಭಾರತದ ಜನ ಇತಿಹಾಸ

| | | | |
|---|---|---|---|
| **ಪೂರ್ವೇತಿಹಾಸ (ಭಾಜಇ – 1)** | ಲೇ:ಇರ್ಫಾನ್ ಹಬೀಬ್, ಅನು:ಬಿ ಪ್ರದೀಪ್ ಬಿ | ರೂ.90 | 2008 |
| **ಸಿಂಧೂ ನಾಗರಿಕತೆ (ಭಾಜಇ – 2)** | ಲೇ:ಇರ್ಫಾನ್ ಹಬೀಬ್, ಅನು:ಬಿ ಪ್ರದೀಪ್ ಬಿ ಮತ್ತು ಎಚ್.ಎಸ್. ಜೈಕುಮಾರ್ | ರೂ.135 | 2011 |
| **ವೈದಿಕ ಯುಗ (ಭಾಜಇ – 3)** | ಲೇ:ಇರ್ಫಾನ್ ಹಬೀಬ್, ವಿಜಯಕುಮಾರ್ ಠಾಕುರ್ ಅನು:ಸಿ ಚಂದ್ರಪ್ಪ ಮತ್ತು ಬಿ ಪ್ರದೀಪ್ | ರೂ.100 | 2014 |
| **ಕಬ್ಬಿಣದ ಯುಗ ಮತ್ತು ಧಾರ್ಮಿಕ ಕ್ರಾಂತಿ (ಕ್ರಿ.ಪೂ.700–350) (ಭಾಜಇ – 4)** | ಲೇ:ಕೃಷ್ಣ ಮೋಹನ್ ಶ್ರೀಮಾಲಿ ಅನು:ನಾ ದಿವಾಕರ | ರೂ.140 | 2015 |
| **ಮೌರ್ಯರ ಕಾಲದ ಭಾರತ (ಭಾಜಇ – 5)** | ಲೇ:ಇರ್ಫಾನ್ ಹಬೀಬ್, ವಿವೇಕಾನಂದ ಝಾ ಅನು:ನಗರಗೆರೆ ರಮೇಶ್ | ರೂ.160 | 2014 |
| **ಮೌರ್ಯರ ನಂತರದ ಭಾರತ ಕ್ರಿ.ಪೂ.200–ಕ್ರಿ.ಶ.300 ರಾಜಕೀಯ ಮತ್ತು ಆರ್ಥಿಕ ಇತಿಹಾಸ (ಭಾಜಇ – 6)** | ಲೇ:ಇರ್ಫಾನ್ ಹಬೀಬ್, ಅನು:ಎಸ್. ಎನ್.ಸ್ವಾಮಿ | ರೂ.140 | 2020 |
| ಮೌರ್ಯಾನಂತರದ ಭಾರತದಲ್ಲಿ ಸಮಾಜ ಮತ್ತು ಸಂಸ್ಕೃತಿ ಕ್ರಿ.ಪೂ.200–ಕ್ರಿ.ಶ.300 (ಭಾಜಇ – 7) | ಲೇ:ಬೈರಬಿ ಪ್ರಸಾದ್ ಸಾಹು, ಕೇಶವನ್ ವೇಲುತಾಟ್ ಅನು:ಟಿ. ವೆಂಕಟೇಶ ಮೂರ್ತಿ | ರೂ.90 | 2020 |
| ಭಾರತದ ಆರ್ಥಿಕತೆ – ಬ್ರಿಟೀಷ್ ಆಳ್ವಿಕೆಯ ಪ್ರಾರಂಭಿಕ ಹಂತದಲ್ಲಿ 1757–1857 (ಭಾಜಇ – 25) | ಲೇ:ಇರ್ಫಾನ್ ಹಬೀಬ್, ಅನು:ಕೆ. ಎಮ್.ಲೋಕೇಶ್ | ರೂ.140 | 2020 |
| **ಭಾರತದ ಆರ್ಥಿಕತೆ 1858–1914 (ಭಾಜಇ – 28)** | ಲೇ:ಇರ್ಫಾನ್ ಹಬೀಬ್, ಅನು:ಕೆ. ಎಮ್.ಲೋಕೇಶ್ | ರೂ.180 | 2014 |

## ನಿಮಗೆ ತಿಳಿದಿರಲಿ

| | | | |
|---|---|---|---|
| **ಡಿಡಿ ಕೊಸಾಂಬಿ** | ಸಂ: ವಸಂತರಾಜ ಎನ್. ಕೆ. | ರೂ.85 | 2010 |
| **ಆಧುನಿಕೋತ್ತರವಾದ (ಪೋಸ್ಟ್ ಮಾರ್ಡನಿಸಂ)** | ಐಜ್ಹಾಜ್ ಅಹ್ಮದ್ ಅನು: ಪ್ರಕಾಶ್ ಕೆ. | ರೂ.75 | 2013 |
| **ಗಲ್ಫ್ ಯುದ್ಧ : 1990-91 (ಸಾಮ್ರಾಜ್ಯಶಾಹಿಯ ಪುನರಾಗಮನ)** | ಬಾರ್ಕೂರು ಉದಯ | ರೂ.150 | 2014 |
| **ಸೋವಿಯೆತ್ ಒಕ್ಕೂಟ** | ವಸಂತರಾಜ ಎನ್.ಕೆ | ರೂ.80 | 2014 |
| **ಬಿಡುಗಡೆಗಾಗಿ ಶಿಕ್ಷಣ** | ಡಾ.ಮಹಾಬಲೇಶ್ವರ ರಾವ್ | ರೂ.110 | 2015 |
| **ಪ್ಯಾಲೇಸ್ತೀನ್ ಪ್ರಶ್ನೆ** | ಎಂ.ಇಕ್‌ಬಾಲ್ ಹುಸೇನ್, ವಸಂತರಾಜ ಎನ್.ಕೆ | ರೂ.60 | 2016 |

## ಸ್ಯಾಂಪಲ್ ಓದು

| | | | |
|---|---|---|---|
| **ಕ್ಯೂಬಾ ಕ್ರಾಂತಿ ಮತ್ತು ಮನುಕುಲದ ಪ್ರಗತಿ– ಕ್ಯಾಸ್ಟ್ರೋ** | ಮೂಲ: ಫೀಡೆಲ್ ಕ್ಯಾಸ್ಟ್ರೋ ಭಾಷಣ ಅನು: ರವಿಕುಮಾರ್ ಕೆ.ಎಸ್ | ರೂ.20 | 2008 |
| **ಕ್ಯೂಬಾದಲ್ಲಿ ಸಮಾಜವಾದ ಮತ್ತು ಮಾನವ – ಚೆ ಗವೆರಾ** | ಮೂಲ: ಆರ್ನೆಸ್ಟೋ ಚೆ ಗುವೆರಾ, ಅನು: ಎಸ್. ಕೆ. ಗೀತಾ | ರೂ.15 | 2009 |
| Socialism and Man in Cuba | *Che Guevara* | Rs.25 | 2013 |
| Battle of Ideas | *Fidel Castro* | Rs.35 | 2013 |
| **ಮಾರ್ಕ್ಸ್ ಮತ್ತು ಎಂಗೆಲ್ಸ್ ಒಂದು ಜೀವನ ಚರಿತ್ರೆ** | ಮೂಲ: ಆರ್ನೆಸ್ಟೋ ಚೆ ಗುವೆರಾ, ಅನು: ವಿಶ್ವ ಕುಂದಾಪುರ | ರೂ.30 | 2013 |
| **ವಿಚಾರಗಳ ಸಮರ – ಕ್ಯಾಸ್ಟ್ರೋ** | ಮೂಲ: ಫೀಡೆಲ್ ಕ್ಯಾಸ್ಟ್ರೋ, ಅನು: ಜಿ.ಎಸ್.ಮಣಿ | ರೂ.40 | 2013 |

## ಅಂತರ್ರಾಷ್ಟ್ರೀಯ ಮಹಿಳಾ ದಿನ ಶತಮಾನೋತ್ಸವ ಮಾಲೆ

| | | | |
|---|---|---|---|
| **ಮಹಿಳಾ ವಿಮೋಚನೆಯ ಹೋರಾಟಗಳ ನೂರು ವರ್ಷಗಳು** | ಲೇ: ಎಸ್.ಕೆ.ಗೀತಾ | ರೂ.70 | 2011 |
| **ನೀನುಂಟು ನಿನ್ನ ರೆಕ್ಕೆಯುಂಟು – ಈ ದಶಕದ ಮಹಿಳಾ ಸಂವೇದನೆಯ ಕವನಗಳು** | ಸಂ: ಮಾಧವಿ ಭಂಡಾರಿ ಕೆರೆಕೋಣ | ರೂ.95 | 2011 |
| **ವಿಶ್ವ ಮಹಿಳಾ ದಿನದ ರೂವಾರಿ ಕ್ಲಾರಾ ಜೆಟ್ಕಿನ್** | ಲೇ: ಡಾ. ಎನ್. ಗಾಯತ್ರಿ | ರೂ.80 | 2011 |
| **ರೋಸಾ ಲಕ್ಸಂಬರ್ಗ್** | ಅ:ಭಾರತಿ ಗಾಂವ್ಕರ್ | ರೂ.60 | 2014 |

| | | | |
|---|---|---|---|
| **ದಶಕದ ಮಹಿಳಾ ಸಾಹಿತ್ಯದಲ್ಲಿ ಪ್ರತಿರೋಧದ ನೆಲೆಗಳು** | ಸಂ:ಸಬೀಹಾ ಭೂಮಿಗೌಡ | ರೂ.70 | 2012 |

## ಮಹಿಳೆ

| | | | |
|---|---|---|---|
| **ಮನದ ಸೂತಕ ಹಿಂತಮೊಡೆ** | ಲೇ: ಡಾ. ಮೀನಾಕ್ಷಿ ಬಾಳಿ | ರೂ.60 | 2010 |
| **ಕತ್ತಲಂಚಿನ ಕಿಡಿಗಳು** | ಲೇ: ಡಾ. ಮೀನಾಕ್ಷಿ ಬಾಳಿ | ರೂ.40 | 2010 |
| **ಮಹಿಳಾ ಅಸಮಾನತೆ** | ನ್ಯಾ. ಹೆಚ್.ಎನ್.ನಾಗಮೋಹನದಾಸ್ | ರೂ.100 | 2015 |

## ಕಥೆ-ಕಾದಂಬರಿ-ಕವನ-ವಿಮರ್ಶೆ

| | | | |
|---|---|---|---|
| **ದಶರಥನ ವನವಾಸ** | ಲೇ: ಚಿತ್ರಾ ಮುದ್ಗಲ್, ಅನು: ಆರ್.ಪಿ. ಹೆಗಡೆ | ರೂ.90 | 2008 |
| **ಸೂಫಿ ಕಥಾಲೋಕ** | ಕನ್ನಡಕ್ಕೆ: ಪ್ರೊ. ಬಿ. ಗಂಗಾಧರಮೂರ್ತಿ | ರೂ.140 | 2008 |
| **ಬಿ ನೆಗೆಟಿವ್-ನೋವಿನೊಂದು ಮೂಟೆ** | ಲೇ: ರವಿಕುಮಾರ್ ಕೆ ಎಸ್ | ರೂ.20 | 2008 |
| **ಜ್ಯೋತಿಯೊಳಗಣ ಕಾಂತಿ** | ಲೇ: ನೀಲಾ ಕೆ | ರೂ.75 | 2009 |
| **ಒಡಲ ಬೆಂಕಿ** | ಸಂಪಾದಕರು: ವಿಠ್ಠಲ ಭಂಡಾರಿ | ರೂ.10 | 2009 |
| **ಬಿರುಕು ಬಿಟ್ಟ ಗೋಡೆ** | ಕೆ.ಎಸ್.ರವಿಕುಮಾರ್ | ರೂ.25 | 2009 |
| **ಆಯೀಷಾ** | ಮೂಲ: ಆರ್. ನಟರಾಜನ್, ಅನು: ಎಸ್.ಬಿ.ಗಂಗಾಧರ | ರೂ.15 | 2010 |
| **ವಿಮರ್ಶೆಯ ಸವಾಲುಗಳು** | ಎಸ್. ಶಿವಾನಂದ | ರೂ.140 | 2011 |
| **ಬಾವುಟದ ಬಟ್ಟೆ** | ಹುಲಿಕಟ್ಟಿ ಚನ್ನಬಸಪ್ಪ | ರೂ.40 | 2013 |
| **ರೋಷದ ಬಣ್ಣಗಳು** | ಸಂ.:ಕೆ.ಎಸ್.ವಿಮಲ | ರೂ.50 | 2016 |
| **ಪಂಗುರು ಪುಷ್ಪದ ಜೇನು** | ಲೇ:ಪಿ.ವತ್ಸಲಾ ಅನು:ಕೆ. ಪ್ರಭಾಕರನ್ | ರೂ.130 | 2016 |
| **ಸಾಹಿತ್ಯ ಮತ್ತು ಸಾಹಿತ್ಯೇತರ** | ಲೇ:ಎಸ್ ಶಿವಾನಂದ ಸಾಸ್ವೆಹಳ್ಳಿ | ರೂ.230 | 2016 |
| **ಅಬ್ಬೆ ಮಡಿಲು** | ಲೇ:ಯಮುನಾ ಗಾಂವ್ಕರ್, ಜೋಯಿಡಾ | ರೂ.70 | 2017 |
| **ಸುಬ್ಬರಾಯನ ಕುಂಟೆ** | ಚಂಪ ಜೈಪ್ರಕಾಶ್ | ರೂ.85 | 2019 |
| ಸಾರ್ಥಕತೆ | ಇರಾವತಿ ಕರ್ವೆ ಅನು: ಚಂದ್ರಕಾಂತ ಪೋಕಳೆ; | ರೂ.85 | 2020 |

## ಆರೋಗ್ಯ

| | | | |
|---|---|---|---|
| **ಜನಾರೋಗ್ಯದ ಸವಾಲುಗಳು** | ಲೇಖಕರು: ಡಾ. ಪ್ರಕಾಶ ಸಿ. ರಾವ್ | ರೂ.60 | 2010 |
| **ನಿಮ್ಮ ಆರೋಗ್ಯ, ನಿಮ್ಮ ಕೈಯಲ್ಲಿ** | ಲೇಖಕರು: ಡಾ. ಪ್ರಕಾಶ ಸಿ. ರಾವ್ | ರೂ.60 | 2010 |

| | | | |
|---|---|---|---|
| **21ನೇ ಕ್ರೋಮೋಜ಼ೋಮ್ ಮತ್ತು ಇತರ ಕಥನಗಳು** | ಚಂಪ ಜೈಪ್ರಕಾಶ್ | ರೂ.120 | 2015 |
| 21st Chromosome and Other Naratives | *Champa Jaiprakash* | ರೂ.150 | 2017 |
| **ಆಧುನಿಕ ಕಾಯಿಲೆಗಳ ವಿಸ್ಮಯ ಲೋಕ** | ಲೇಖಕರು: ಡಾ. ಕೆ. ಸುಶೀಲಾ | ರೂ.80 | 2018 |
| | ದೃಶ್ಯಕಲೆಗಳು | | |
| **ಚಿತ್ರ-ಕತೆ : ಜಗತ್ತಿನ ಸಿನೆಮಾಗಳ ಅವಲೋಕನ** | ಲೇಖಕರು:ಎ.ಎನ್.ಪ್ರಸನ್ನ | ರೂ.140 | 2008 |
| **ವ್ಯಂಗ್ಯ(ವಿ)ಚಿತ್ರ ಸಂಕಲನ** | ಪಿ.ಮಹಮ್ಮದ್ | ರೂ.140 | 2010 |
| **ಎರಡು ಕಣ್ಣು ಸಾಲದು** | ವಿ.ಎನ್.ಲಕ್ಷ್ಮಿನಾರಾಯಣ | ರೂ.110 | 2016 |
| **ನಟನೆಯ ಕೈಪಿಡಿ-ನಟನೆಯ ಅಭ್ಯಾಸಕ್ಕಾಗಿ 10 ಟಿಪ್ಪಣಿಗಳು** | ಡಾ. ಶ್ರೀಪಾದ ಭಟ್ | ರೂ.65 | 2021 |